ഇന്നസെന്റ്

തെക്കേത്തല വറീതിന്റെയും മർഗലീത്തയുടെയും മകനായി 1948 ഫിബ്രവരി 28ന് ഇരിങ്ങാലക്കുടയിൽ ജനിച്ചു. ലിറ്റിൽ ഫ്ളവർ കോൺവെന്റ് ഹൈസ്കൂൾ, നാഷണൽ ഹൈസ്കൂൾ, ഡോൺ ബോസ്കോ എസ്.എൻ.എച്ച്.സ്കൂൾ എന്നിവിടങ്ങളിൽ പഠിച്ചു. എട്ടാം ക്ലാസിൽ പഠിപ്പ് നിർത്തി. പല ജോലികളും മാറിമാറി ചെയ്തു. ഇടയ്ക്ക് രാഷ്ട്രീയരംഗത്ത് പ്രവർത്തിച്ചു. മുനിസിപ്പൽ കൗൺസിലറായി. സംവിധായകൻ മോഹൻ മുഖേനയാണ് സിനിമാരംഗത്തു വരുന്നത്. ആദ്യ സിനിമ *നൃത്തശാല*യാണ് (1972). തുടർന്നും ചില ചിത്രങ്ങളിൽ ചെറിയ വേഷങ്ങളിൽ അഭിനയിച്ചു. ഡേവിഡ് കാച്ചപ്പിള്ളിയുമായി ചേർന്ന് ശത്രു കംബൈൻസ് എന്ന സിനിമാനിർമാണകമ്പനി തുടങ്ങി. ഈ ബാനറിൽ *ഇളക്കങ്ങൾ, വിട പറയും മുമ്പേ, ഓർമയ്ക്കായി, ലേഖയുടെ മരണം ഒരു ഫ്ളാഷ് ബാക്ക്, ഒരു കഥ ഒരു നുണക്കഥ* തുടങ്ങിയ ചിത്രങ്ങൾ നിർമിച്ചു. *മഴവിൽക്കാവടി, കിലുക്കം, ദേവാസുരം, റാംജിറാവു സ്പീക്കിംഗ്, ഗോഡ്ഫാദർ, വിയറ്റ്നാം കോളനി, രാവണപ്രഭു, ഹിറ്റ്ലർ, മനസ്സിനക്കരെ, ഡോലി സജാകെ രഖ്ന, മാലാമാൽ വീക്കിലി* (ഹിന്ദി), *ശിക്കാരി* (കന്നട), *ലേസാ ലേസാ* (തമിഴ്) തുടങ്ങിയ ചിത്രങ്ങളിലെ കഥാപാത്രങ്ങൾ പ്രേക്ഷകഹൃദയങ്ങളിൽ ചിരപ്രതിഷ്ഠ നേടിയവയാണ്. അറുനൂറിലധികം ചലച്ചിത്രങ്ങളിൽ അഭിനയിച്ചിട്ടുണ്ട്. സത്യൻ അന്തിക്കാടിന്റെ *മഴവിൽക്കാവടി* എന്ന സിനിമയിൽ സംസ്ഥാന അവാർഡ് ലഭിച്ചു. 2003 മുതൽ പതിനഞ്ചുവർഷത്തോളം ചലച്ചിത്രനടീനടന്മാരുടെ സംഘടനയായ അമ്മയുടെ പ്രസിഡന്റായിരുന്നു. 2014-ൽ ചാലക്കുടിയിൽനിന്ന് ലോകസഭാംഗമായി തിരഞ്ഞെടുക്കപ്പെട്ടു. കൃതികൾ: *മഴക്കണ്ണാടി* (കഥകൾ), *ഞാൻ ഇന്നസെന്റ്, കാൻസർ വാർഡിലെ ചിരി. ഭാര്യ*: ആലീസ്. *മകൻ*: സോണറ്റ്. *മരുമകൾ*: രശ്മി സോണറ്റ്. *പേരമക്കൾ*: ഇന്നസെന്റ് സോണറ്റ്, അന്ന സോണറ്റ്. *വിലാസം*: പാർപ്പിടം, ഇരിങ്ങാലക്കുട, തൃശൂർ.

ചിരിക്കു പിന്നിൽ

ആത്മകഥ

ഇന്നസെൻറ്

തയ്യാറാക്കിയത്
ശ്രീകാന്ത് കോട്ടക്കൽ

മാതൃഭൂമി
ബുക്സ്
2023

ചിരിക്കു പിന്നിൽ
Malayalam | Autobiography
CHIRIKKU PINNIL
Author | Innocent

First Edition | February 2011, Second Edition | July 2011
Third Edition | August 2012, Fourth Edition | June 2013
Fifth Edition | May 2014, Sixth Edition | February 2015
Seventh Edition | June 2016, Eighth Edition | December 2017
Ninth Edition | December 2019, Tenth Edition | March 2023

ISBN:978-93-5549-632-4
₹ 240

Printing at Mathrubhumi Press
Kozhikode, Kerala, India - 673 633

മാതൃഭൂമി
ബുക്സ്

Mathrubhumi Books
Mathrubhumi
Ramanattukara, Kozhikode - 673 633. Tel: 0495 2362000
e-mail: mbibooks@mpp.co.in, website: www.mbibooks.com

Sales Centres
Kozhikode, Kochi, Thiruvananthapuram, Thrissur, Kannur, Kottayam, Thiruvalla
Malappuram, Kollam, Palakkad, Kalpetta, Alappuzha, Nedumbasseri Airport
Ernakulam North, Shoranur, Aluva (Rly Stations), Kanhangad

The Mathrubhumi Printing & Publishing Co. Ltd.
K.P. Kesavamenon Road, Kozhikode, Keralam, India.

PUBLISHERS OF
Mathrubhumi Daily • Mathrubhumi Illustrated Weekly • Grihalakshmi • ArogyaMasika • SportsMasika
ThozhilVartha • Balabhumi • Yathra • Minnaminni • Mathrubhumi Chithrakatha • Mathrubhumi Star & Style

MATHRUBHUMI DAILY IS PUBLISHED FROM
Kozhikode • Kochi • Thiruvananthapuram • Thrissur • Kannur • Kottayam • Malappuram • Kollam
Palakkad • Alappuzha • Mumbai • Chennai • Bengaluru • Delhi • Dubai

REGISTERED OFFICE
Mathrubhumi Buildings, K P Kesava Menon Road, Kozhikode 673 001

www.mathrubhumi.com

131/2023/rp(10)sa/ns/mb/a

മനുഷ്യനിൽനിന്നും
ജീവിതത്തിൽനിന്നും പഠിക്കാൻ
എന്നെ പഠിപ്പിച്ച എന്റെ
അപ്പൻ തെക്കേത്തല വറീതിന്

ഫോട്ടോ:
നാനാ കൃഷ്ണൻകുട്ടി
വി.പി. പ്രവീൺകുമാർ
അജിത്ത് വി. ശങ്കർ
എം.കെ. മോഹനൻ (മോമി)
മാതൃഭൂമി ആർകേവ്സ്
കാരിക്കേച്ചർ:
ദേവപ്രകാശ്

ചിരിക്കു പിന്നിൽ

ആമുഖം

മറ്റുള്ളവരെ ചിരിപ്പിക്കുക എന്നതായിരുന്നു പതിനഞ്ചു വയസ്സു മുതൽ എന്റെ ധർമം. കഴിഞ്ഞ മുപ്പതിലധികം വർഷങ്ങളായി ഇതുവഴിയാണ് ഞാൻ ജീവിക്കുന്നതും കുടുംബം പുലർത്തുന്നതും.

ചിരിപ്പിക്കാനുള്ള സിദ്ധി നിക്ഷേപിച്ചാണോ ദൈവം എന്നെ ഈ ഭൂമിയിലേക്കയച്ചത് എന്ന് എനിക്കറിയില്ല. പക്ഷേ, ഒന്നറിയാം. എന്റെ പരാജയങ്ങളിൽ നിന്നും അനുഭവിച്ച അവഗണനകളിൽനിന്നും രക്ഷപ്പെടാൻ വേണ്ടിയായിരുന്നു ഞാൻ ചിരിച്ചുതുടങ്ങിയതും മറ്റുള്ളവരെ ചിരിപ്പിക്കാൻ ശ്രമിച്ചതും. കൂടപ്പിറപ്പുകളെയും കൂട്ടുകാരെയും അപേക്ഷിച്ച് പഠനത്തിൽ എന്നും പരാജിതനും പിൻബെഞ്ചുകാരനുമായിരുന്നു ഞാൻ. പഠിച്ചതെല്ലാം എനിക്കോർമയുണ്ടായിരുന്നു. അവയെക്കുറിച്ചുള്ള വിചിത്രമായ സംശയങ്ങളും എനിക്കുണ്ടായിരുന്നു. പക്ഷേ, പരീക്ഷയിൽ ഒരിക്കലും എനിക്ക് ഒന്നും എഴുതാൻ സാധിച്ചില്ല. ഞാൻ തോൽവികളിൽനിന്നും തോൽവികളിലേക്കും അതിന്റെ തുടർച്ചയായ ഒരുതരം ഒറ്റപ്പെടലിലേക്കും വിഷാദത്തിലേക്കും ഒഴുകിയൊഴുകി അകന്നു. ആ ഇരുട്ടിൽ രണ്ട് പ്രകാശങ്ങൾ മാത്രമേ എനിക്ക് ആശ്വാസമായുണ്ടായിരുന്നുള്ളൂ: അപ്പനും ഞാൻ പോലുമറിയാതെ എന്നിൽ പൊട്ടിമുളക്കുന്ന ഫലിതവും.

അപ്പൻ കറകളഞ്ഞ കമ്യൂണിസ്റ്റും ഗൗരവക്കാരനുമായിരുന്നപ്പോൾത്തന്നെ ഉള്ളിൽ ഫലിതത്തിന്റെ ഒരുതേൻകൂട് സൂക്ഷിച്ചിരുന്നയാളുമായിരുന്നു. ഏത് ജീവിതസന്ദർഭത്തിനും ചിരിയിലൂടെ ലാഘവം വരുത്താനുള്ള മാന്ത്രിക സിദ്ധി അദ്ദേഹത്തിനുണ്ടായിരുന്നു. തോറ്റുതോറ്റ് ഞാൻ ഒന്നുമാവാതെ ഉഴന്നു നടക്കുമ്പോഴും എന്നെ ഏറ്റവും സ്നേഹത്തോടെ നെഞ്ചിലേക്ക് ചേർത്തുപിടിക്കാൻ അദ്ദേഹത്തിനു സാധിച്ചതും അതുകൊണ്ടുതന്നെയാണ്.

ഫലിതത്തിന്റെ കരയിട്ട അപ്പന്റെ കാഴ്ചപ്പാടുകളിലേക്ക് എന്റേതായ ചിരിമരുന്നുകളും ചിന്തകളും ചേർത്തതാണ് എന്റെ ഹാസ്യവും ജീവിതദർശനവും. ഒരു പ്രശ്നത്തെയും അവസ്ഥയെയും പരിഹരിക്കുന്നതിനും ലഘൂകരിക്കുന്നതിനും വെറും ഹാസ്യം മാത്രം പോര, അതിനടിയിൽ കൃത്യമായ ഒരു കാഴ്ചപ്പാടിന്റെ വെളിച്ചംകൂടി വേണം. ഈ സത്യം എന്റെ സ്വാഭാവിക ഫലിതങ്ങളിലും നിരീക്ഷണങ്ങളിലും കാത്തുസൂക്ഷിക്കാൻ ഞാൻ ശ്രമിക്കാറുണ്ട്. ചിരിക്കുപിറകിൽ ഒരു ചിന്ത ഉണ്ടാകാറുണ്ട്. അത് എനിക്ക് അപ്പൻ തന്ന ആത്മാവിന്റെ ഭാഗപത്രമാണ്.

ചിരിക്കുകയും ചിരിപ്പിക്കുകയും മാത്രം ചെയ്ത എന്റെ ജീവിതത്തിന്റെ ഏറിയ പങ്കും കരച്ചിലും കഷ്ടപ്പാടുകളും അന്തമില്ലാത്ത അലച്ചിലുകളുമായിരുന്നു എന്നത് ദൈവത്തിന്റെ വികൃതിയായിരിക്കാം. ഈ ഭൂമിയിൽ മനുഷ്യനെ ചിരിപ്പിച്ചവരുടെയൊക്കെ ജീവിതം ഇങ്ങനെതന്നെയായിരിക്കും എന്നു തോന്നുന്നു. സർക്കസ്സ് തമ്പിൽ പൊട്ടിച്ചിരിവിതറുന്ന കോമാളി മുതൽ സാക്ഷാൽ ചാർലി ചാപ്ലിൻ വരെ.

ഞാൻ കരഞ്ഞതിനത്രയും കഷ്ടപ്പെട്ട് പുകഞ്ഞതിനത്രയും വരില്ല ഞാൻ

ചിരിച്ചത്. ചിരിപ്പിച്ചത് ലോകം കണ്ടു, കരഞ്ഞതു കണ്ടില്ല എന്നു മാത്രമേയുള്ളൂ. ഇന്നും എന്റെ ചിരികൾക്കിടയിലൂടെ നോക്കിയാൽ, ദൂരെ കരച്ചിലിന്റെ കറുത്ത തിരകളും കടലും നിങ്ങൾക്കു കാണാം.

എന്റെ കഷ്ടകാണ്ഡങ്ങളുടെ ഓർമകളാണ് 'ചിരിക്കു പിന്നിൽ' എന്ന ഈ ആത്മകഥ. ഇത് സമ്പൂർണമായ ഒരു ആത്മചരിതമല്ല. ഒറ്റനിമിഷത്തെ ഓർമയിൽ, ഒരിക്കലും മാഞ്ഞുപോകാത്ത മുറിവുകളും പൊള്ളലുകളുമായി ഉള്ളിൽ പതിഞ്ഞവ മാത്രമാണിവ. ഇവയാണ് എന്നെ രൂപപ്പെടുത്തിയത്. തിരശ്ശീലയിലും വേദികളിലും ചിരിച്ചും ചിരിപ്പിച്ചും നില്ക്കുന്ന ഇന്നസെന്റല്ല, ചിരിക്കു പിറകിലെ ഈ മനുഷ്യനാണ് യാഥാർഥ്യം.

ഈ ആത്മകഥ *മാതൃഭൂമി* ആഴ്ചപ്പതിപ്പിൽ പ്രസിദ്ധീകരിച്ചപ്പോൾ എനിക്കു ലഭിച്ച പ്രതികരണം അദ്ഭുതപ്പെടുത്തുന്നതായിരുന്നു. മനുഷ്യന്റെ വേദനയും അവന്റെ അവസ്ഥയും മനസ്സിലാക്കുന്നവർ ഈ ഭൂമിയുടെ ഏതൊക്കെയോ കോണുകളിൽ ഇപ്പോഴുമുണ്ട് എന്ന അറിവ് എന്നെ സന്തോഷിപ്പിക്കുന്നു. അതാണ് ഇത് പുസ്തകരൂപത്തിലാക്കാൻ എന്നെ പ്രേരിപ്പിച്ചത്.

ഈ ആത്മകഥയ്ക്ക് ഒരുപാടു പേരോട് നന്ദി പറയാനുണ്ട്. എന്റെ കടുത്ത അനുഭവങ്ങളെല്ലാം എഴുതിവെക്കണമെന്ന് ദശാബ്ദങ്ങൾക്കു മുൻപേ എന്നോട് പറഞ്ഞത് സത്യൻ അന്തിക്കാടാണ്. ഈ പുസ്തകത്തിന്റെ വെള്ളവും വളവും വെളിച്ചവുമെല്ലാം അദ്ദേഹമാണ്. ഇപ്പോൾ തന്റെ പുതിയ സിനിമയുടെ തിരക്കഥാരചനയ്ക്കിടെ ഇതിന് ദീർഘമായ ഒരു മുഖക്കുറിയും അദ്ദേഹം എഴുതിത്തന്നു. സത്യനു നന്ദി.

എന്റെ ജീവിതത്തിലെ പല അനുഭവങ്ങളും ആർ.കെ. നാരായണന്റെ 'മാൽഗുഡി ഡെയ്സി'നെ ഓർമിപ്പിക്കുന്നു എന്നും ചിലതൊക്കെ അതിനെ അതിശയിക്കുന്നു എന്നും പറഞ്ഞത് പ്രിയദർശനാണ്. പ്രിയന്റെ സ്നേഹവും പ്രാർഥനയും ഈ പുസ്തകത്തിലുണ്ട്.

ഒരു ആത്മകഥയ്ക്കുവേണ്ട എല്ലാ ഗൗരവവും മിഴിവും നല്കി ഇത് പ്രസിദ്ധീകരിച്ചത് മലയാളിയുടെ സംസ്കാരത്തിന്റെതന്നെ ഭാഗമായ *മാതൃഭൂമി* ആഴ്ചപ്പതിപ്പാണ്. *മാതൃഭൂമി* ആഴ്ചപ്പതിപ്പിനും അതിന്റെ എഡിറ്റർ കമൽറാം സജീവിനും നന്ദി. എന്റെ ജീവിതാനുഭവങ്ങൾ കേട്ട് ഭാഷയിലാക്കിയത് മാധ്യമ പ്രവർത്തകനായ ശ്രീകാന്ത് കോട്ടക്കലാണ്. എന്റെ മകന്റെ പ്രായം മാത്രമുള്ള അദ്ദേഹത്തിന് എന്റെ ജീവിതം ഒരു പരിധിവരെ മനസ്സിലാക്കാൻ സാധിച്ചിട്ടുണ്ട്. നന്ദി.

ഇത് പുസ്തകരൂപത്തിലാക്കുന്ന മാതൃഭൂമി ബുക്സ്, പഴയ ചിത്രങ്ങൾ തന്ന് സഹായിച്ച നാന കുമാരിയമ്മ, നാന കൃഷ്ണൻകുട്ടി, വി.പി. പ്രവീൺകുമാർ എല്ലാവരും എന്റെ കൃതജ്ഞത സ്വീകരിക്കുക.

വലിയ വലിയ ആത്മകഥകൾ നിറയെയുള്ള മലയാളത്തിൽ ഈ ഇരിങ്ങാലക്കുടക്കാരന്റെ ചെറിയ ജീവിതത്തിന് സ്ഥാനമുണ്ടോ എന്ന് ഇതു വായിച്ച് നിങ്ങൾ തീരുമാനിക്കുക. നന്ദി.

ഇന്നസെന്റ്

ഇരിങ്ങാലക്കുട
ഫിബ്രവരി 21, 2011

എഴുതാത്ത ബഷീർ

സത്യൻ അന്തിക്കാട്

'ചിരിക്കു പിന്നിൽ' എഴുതുന്നതിനെക്കുറിച്ച് ഇന്നസെന്റ് ആലോചിക്കുന്നതിനും വളരെമുൻപാണ്. മദ്രാസിൽ *നാടോടിക്കാറ്റ്* എന്ന സിനിമയുടെ എഡിറ്റിങ് വർക്കുകൾ നടക്കുന്നു. നുങ്കംപാക്കത്തുള്ള സെഞ്ചുറി ഫിലിംസിന്റെ ഗസ്റ്റ് ഹൗസിലാണ് എന്റെ താമസം. ഒരു വൈകുന്നേരം ഇന്നസെന്റ് അവിടെ വന്നു. സിനിമാക്കാര്യങ്ങളും വീട്ടുകാര്യങ്ങളുമൊക്കെ പറഞ്ഞു പറഞ്ഞ് പഴയ കാലത്തെ അനുഭവങ്ങളിലേക്കെത്തി. താത്പര്യപൂർവം കേൾക്കാൻ ഒരാളെ കിട്ടിയതുകൊണ്ടാവാം തമാശകൾക്കപ്പുറത്തെ സ്വകാര്യവേദനകളുടെ താളുകൾ ഒന്നൊന്നായി തുറന്നു. അതിൽ ദാവൺഗരെയും തീപ്പെട്ടിക്കമ്പനിയും അവിടത്തെ ജീവിതവുമൊക്കെ ഒരു ചലച്ചിത്രത്തിലെന്നപോലെ തെളിഞ്ഞുകൊണ്ടിരുന്നു. മൈലപ്പയുടെ കഥയിലേക്കെത്തിയപ്പോൾ ഇന്നസെന്റിന്റെ സ്വരത്തിലെ ആർദ്രത ഞാൻ തിരിച്ചറിഞ്ഞു. ഒട്ടും അതിശയോക്തിയില്ലാതെ വളരെ ലളിതമായി മൈലപ്പയുടെ ജീവിതം എന്റെ മുന്നിൽ വരച്ചിട്ട് ഇന്നസെന്റ് പോയി. സന്ധ്യ കഴിഞ്ഞിരുന്നു.

ഇരുട്ടിനെ തോല്പിച്ചുകൊണ്ട് നഗരം മുഴുവൻ വിളക്കുകൾ തെളിഞ്ഞു. ഗസ്റ്റ് ഹൗസിനു മുന്നിലെ തെരുവിൽ വഴിവാണിഭക്കാരുടെയും വാഹനങ്ങളുടെയും തിരക്ക്. എന്നിട്ടും വല്ലാത്ത ഒരു ഏകാന്തത എന്നെ പൊതിയുന്നതുപോലെ. അനുനിമിഷം മനസ്സിന് ഭാരം വർധിക്കുന്നു!

മൈലപ്പയുടെ രൂപം – നിഷ്കളങ്കമായ ആ ചിരി; ജീവൻ മരണത്തിന് തീറെഴുതിക്കൊടുത്തിട്ട് ഒന്നും സംഭവിക്കാത്തതുപോലെയുള്ള ആ നില്പ്പ് ! അതൊക്കെ എന്നെ അസ്വസ്ഥനാക്കാൻ തുടങ്ങി. മുറി പൂട്ടി ഞാൻ പുറത്തിറങ്ങി. പരിചയമില്ലാത്ത വഴികളിലൂടെ എങ്ങോട്ടെന്നില്ലാതെ നടന്നു. എത്ര നേരം അങ്ങനെ നടന്നു എന്നറിയില്ല. വള്ളുവർകോട്ടവും പോണ്ടിബസാറും ടി. നഗറും അവിടത്തെ തിരക്കുകളും പിന്നിട്ടത് ഞാനറിഞ്ഞതേയില്ല. വിയർത്തൊലിച്ചു തിരിച്ചു വന്നപ്പോൾ നേരം ഒരുപാടു വൈകിയിരുന്നു. അപ്പോഴും മൈലപ്പ, പുറത്തുവരാത്ത ഒരു തേങ്ങലായി എന്റെ നെഞ്ചിൽ കുറുകുന്നുണ്ടായിരുന്നു. പിറ്റേന്ന് ഇന്നസെന്റിനെ കണ്ടപ്പോൾ ഞാൻ പറഞ്ഞു:

'നിങ്ങളിതൊക്കെ ഒന്നെഴുതിവെക്കണം.' ഞാനത് ആത്മാർഥമായിത്തന്നെ പറഞ്ഞതാണ്. വിശ്വവിഖ്യാതരായ പല എഴുത്തുകാരുടെയും രചനകൾ നമ്മളെ ആഹ്ലാദിപ്പിച്ചിട്ടുണ്ട്. അസ്വസ്ഥരാക്കിയിട്ടുണ്ട്. ബഷീറും എംടിയും ഒവി. വിജയനും മുകുന്ദനുമൊക്കെ വാക്കുകളിലൂടെ വളരെക്കാലം നമ്മെ പിൻതുടർന്നിട്ടുണ്ട്. അവരുമായൊന്നും താരതമ്യപ്പെടുത്തിക്കൊണ്ടല്ല ഇതു പറയുന്നത്. ഒരു അനുഭവം അതിന്റെ എല്ലാ വികാരങ്ങളോടുംകൂടി മറ്റൊരാളിലേക്ക് പകരാൻ കഴിയുക എന്നത് നിസ്സാരകാര്യമല്ല. ഇന്നസെന്റിന് നിഷ്പ്രയാസം അത്

സാധിക്കുന്നു. അദ്ദേഹത്തെ നേരിട്ട് പരിചയമുള്ളവർക്കെല്ലാം അത് ബോധ്യപ്പെട്ടിട്ടുമുണ്ട്.

ഇന്നസെന്റ് എല്ലാം പറയാറേയുള്ളൂ. ഉള്ളുരുകുന്ന കഥകൾപോലും നർമരസത്തോടെ പറയും. 'എഴുതാത്ത ബഷീർ' എന്ന് ഞാനദ്ദേഹത്തെ കളിയാക്കാറുള്ളത് അതുകൊണ്ടാണ്. എന്നെ വെല്ലുവിളിച്ചുകൊണ്ട് ചില കഥകളും അനുഭവക്കുറിപ്പുകളുമൊക്കെ ഇടക്കാലത്ത് ഇന്നസെന്റ് എഴുതിനോക്കിയിട്ടുണ്ട്. അലങ്കാരങ്ങൾ കുറവാണെങ്കിലും അതിലൊക്കെ ആത്മാർഥതയുടെ സൗന്ദര്യമുണ്ടായിരുന്നു.

മലയാളസിനിമയിലെ ഏറ്റവും വിദ്യാസമ്പന്നനായ വ്യക്തി ഇന്നസെന്റാണെന്ന് എനിക്കുതോന്നിയിട്ടുണ്ട്. നാഴികയ്ക്കു നാല്പതുവട്ടം, എട്ടാംക്ലാസ്സുവരെയേ ഞാൻ പഠിച്ചിട്ടുള്ളൂ' എന്നദ്ദേഹം പറയാറുണ്ടെങ്കിലും ആ എട്ടാംക്ലാസ് മറ്റുള്ളവരുടെ മാസ്റ്റർ ബിരുദങ്ങളെക്കാൾ എത്രയോ ഉയരത്തിലാണ്!

ഇന്നസെന്റ് പഠിച്ചത് 'ജീവിത'മെന്ന പാഠപുസ്തകമാണ്. അത് മനസ്സിരുത്തി പഠിച്ചതുകൊണ്ടാണ് ഒരു പരീക്ഷയിലും പരീക്ഷണത്തിലും അദ്ദേഹം തോറ്റുപോകാത്തത്.

നിത്യജീവിതത്തിലെ ഓരോ നിമിഷവും ഈ മനുഷ്യൻ ഓർത്തുവെക്കുന്നു. അവസരം വരുമ്പോൾ മറ്റുള്ളവരെ അദ്ഭുതപ്പെടുത്തിക്കൊണ്ട് അതെടുത്ത് പ്രയോഗിക്കുന്നു. പണ്ടു പഠിച്ച ആറാംക്ലാസ്സിലെ പദ്യമൊന്നു ചൊല്ലൂ എന്നു പറഞ്ഞാൽ ഒരു വരിപോലും തെറ്റാതെ ഇന്നസെന്റ് ചൊല്ലും. പത്തുനാല്പതു വർഷങ്ങൾക്കു മുൻപ് ഏതെങ്കിലുമൊരു തീവണ്ടിയാത്രയിൽ പരിചയപ്പെട്ട വ്യക്തി ഇന്ന് മുന്നിൽ വന്നുനിന്നിട്ട് 'എന്നെ ഓർമയുണ്ടോ' എന്നു ചോദിച്ചാൽ ഇന്നസെന്റ് അയാളുടെ പേരു പറയും. അതുകൊണ്ടൊക്കെയാണ് ഞാനും ശ്രീനിവാസനും തിരക്കഥാചർച്ചയ്ക്ക് ഇരിക്കുമ്പോൾ ഇന്നസെന്റിനെ കൂട്ടിന് വിളിക്കുന്നത്. ഇടത്തരക്കാരുടെ കഥകളാണല്ലോ ഞങ്ങളധികവും പറഞ്ഞിട്ടുള്ളത്. പല കഥകളിലും ഇന്നസെന്റിന്റെ ചെറിയ ചെറിയ സംഭാവനകളുണ്ടാകാറുണ്ട്. *ഗാന്ധിനഗർ സെക്കൻഡ് സ്ട്രീറ്റി*ലെ നായകന് ഭീംസിങ് കാ ബേട്ടാ രാംസിങ് എന്നു പേരിട്ടത് ഇന്നസെന്റാണ്. പ്രിയദർശന്റെ *തേൻമാവിൻ കൊമ്പത്തി*ലെ ശോഭന ചെയ്ത കഥാപാത്രത്തിന് കാർത്തുമ്പി എന്ന പേരു നല്കിയതും ഈ ഇരിങ്ങാലക്കുടക്കാരൻതന്നെ. ഞങ്ങളുടെ മാത്രമല്ല, ഭരതന്റെയും അരവിന്ദന്റെയും സിനിമാചർച്ചകളിൽ ഇന്നസെന്റ് സജീവമായി പങ്കെടുക്കാറുണ്ട്. ഒരു സ്വകാര്യലാഭവും മോഹിച്ചിട്ടില്ല. ഇഷ്ടമുള്ളവരോടൊപ്പമുള്ള കൂടിച്ചേരലിന്റെ സന്തോഷം മാത്രം.

*സന്മനസ്സുള്ളവർക്ക് സമാധാന*ത്തിന്റെ എഴുത്തുജോലികളുമായി ശ്രീനിവാസനും ഞാനും എറണാകുളത്ത് ഭാരത്ടൂറിസ്റ്റ് ഹോമിൽ താമസിക്കുന്നു. രാവിലെ പത്തു മണിയാവുമ്പോഴേക്കും ഇന്നസെന്റ് എത്തും. വൈകീട്ട് തിരിച്ചുപോകും. കല്ലേറ്റുംകര റേയിൽവേസ്റ്റേഷനിൽ കാറ് പാർക്ക് ചെയ്തു സ്വന്തം ചെലവിൽ സെക്കൻഡ് ക്ലാസ് ടിക്കറ്റുമെടുത്താണ് അദ്ദേഹത്തിന്റെ വരവ്. ചില ദിവസങ്ങളിൽ ഞാൻ പറയും: 'ഇന്ന് പോകേണ്ട ഇന്നസെന്റേ. ഇവിടെ കൂടാം'.

ഇന്നസെന്റ് സമ്മതിക്കില്ല. വീട്ടിൽ പറഞ്ഞിട്ടില്ലെന്നോ ആലീസ് കാത്തിരിക്കുമെന്നോ ഒന്നുമല്ല കാരണം പറയുക. ഇരിങ്ങാലക്കുടനിന്ന് എറണാകുളത്തേക്കു വരുന്ന സ്ഥിരം യാത്രക്കാരുണ്ട്. അവരിൽ മൂന്നുനാലുപേരെങ്കിലും കല്ലേറ്റുംകര റെയിൽവേസ്റ്റേഷൻവരെ ഇന്നസെന്റിന്റെ കാറിൽ പോരും. തിരിച്ചുപോകുന്നതും ഇന്നസെന്റിന്റെ കാറിൽത്തന്നെ. കുറച്ചു ദിവസങ്ങളായി ഇത് പതിവായതുകൊണ്ട് അവർ കാത്തുനില്ക്കും. അവരെ നിരാശപ്പെടുത്താൻ പറ്റില്ല.

സിനിമാചർച്ചയിൽ സ്വന്തം വീട്ടിലും നാട്ടിലും നടന്ന കാര്യങ്ങളാണ് ഇന്നസെന്റ് പറയുക. പക്ഷേ, അതൊരു ശരാശരി മലയാളിയുടെ ജീവിതത്തിന്റെ നേർക്കാഴ്ചയായിരിക്കും. ഞങ്ങളതൊക്കെ മനസ്സുകൊണ്ട് ഒപ്പിയെടുക്കും. പല രംഗങ്ങൾക്കും അവ പ്രചോദനമാകാറുണ്ട്. അതിമോഹമില്ലാത്ത ആളാണ് ഇന്നസെന്റ്. സിനിമപോലും ഒരു ഇടത്താവളമായേ കണ്ടിട്ടുള്ളൂ. വഴിയരികിൽ പാമ്പാട്ടിയുടെ കളി കണ്ട് നോക്കിനിന്നതുപോലെ ഒരു നില്പ് എന്നാണ് ഇന്നസെന്റുതന്നെ പറയുക. അതുകൊണ്ടാണ് വർഷങ്ങളായി 'അമ്മ' എന്ന സംഘടനയുടെ നേതൃസ്ഥാനത്ത് തുടരാൻ അദ്ദേഹത്തിനു കഴിയുന്നത്. സംവിധായകർക്കും നിർമാതാക്കൾക്കും അപ്രിയമായതെന്തെങ്കിലും പറഞ്ഞുപോയാൽ ഒരു നടനെന്ന നിലയിൽ തന്റെ ഭാവിയെ ബാധിക്കുമോ എന്ന പേടിയൊന്നുമില്ല. ഇല്ലെങ്കിൽ വേണ്ട എന്ന ധൈര്യംതന്നെയാണ് മനസ്സിൽ. സൗമ്യമായ ധിക്കാരം എന്നു വേണമെങ്കിൽ പറയാം.

വീണ്ടും ചില വീട്ടുകാര്യങ്ങൾ എന്ന സിനിമയെപ്പറ്റി ഞാൻ ആലോചിക്കുന്ന സമയത്ത് ഇന്നസെന്റ് പറഞ്ഞു:

'ഇത്തവണ എന്നെ വിളിക്കണ്ട കേട്ടോ.'

'അതെന്താ?'

'ഈ വർഷം കഴിയാനുള്ളതൊക്കെ ഇപ്പൊ കൈയിലുണ്ട്. കുറച്ചു ദിവസം സിനിമയിൽനിന്ന് ലീവെടുക്കുകയാണ്.'

തമാശയായിരിക്കുമെന്നാണ് ഞാൻ കരുതിയത്. പക്ഷേ, സത്യമായും ഇന്നസെന്റ് വന്നില്ല. വീട്ടുകാര്യങ്ങളിൽനിന്നു മാത്രമല്ല സിദ്ധിക്കിന്റെ *ഫ്രണ്ട്സ്* എന്ന സിനിമയിൽനിന്നും ഇതേകാരണം പറഞ്ഞ് ഒഴിവായി. ഞങ്ങളൊക്കെ വെയിലുംകൊണ്ട് ഷൂട്ട് ചെയ്യുമ്പോൾ ആലീസിനോടും മകനോടുമൊപ്പം ഇന്നസെന്റ് നാടു കാണാൻ നടക്കുകയായിരുന്നു. ആ വിശേഷങ്ങളൊക്കെ പറഞ്ഞ് ഞങ്ങളെ അസൂയപ്പെടുത്തുകയും ചെയ്തു.

ജീവിതത്തിന്റെ ഓരോ നിമിഷവും ഇന്നസെന്റ് ആസ്വദിക്കുന്നു.

'തളർന്ന് വീഴുംവരെ ജോലി ചെയ്ത് സമ്പാദിച്ചിട്ട് ഒന്നും ആസ്വദിക്കാൻ കഴിയാത്ത പ്രായത്തിൽ വിശ്രമിച്ചിട്ടെന്തുകാര്യം?' എന്നാണ് ഇന്നസെന്റ് ചോദിക്കുക. വാസ്തവത്തിൽ ഇന്നസെന്റ് അനുഭവിക്കുന്ന സ്വാതന്ത്ര്യവും സന്തോഷവും നമ്മുടെ സൂപ്പർതാരങ്ങൾ പോലും അനുഭവിക്കുന്നില്ല എന്നതാണ് സത്യം. ഒരുപക്ഷേ, ജീവിതത്തിലെ കയ്പേറിയ അനുഭവങ്ങളോടുള്ള പകവീട്ടലായിരിക്കാം. ഇല്ലായ്മയുടെ രുചിയറിഞ്ഞ ആലീസിന് പലിശസഹിതം സന്തോഷം തിരിച്ചുകൊടുക്കുന്നതുമാകാം.

മഴവിൽക്കാവടി എന്ന സിനിമയിൽ അതിമനോഹരമായ വേഷമാണ് ഇന്നസെന്റിന്. രഘുനാഥ് പലേരിയുടെ രചനയിൽ കിഴ്ക്കാംതൊടിയിൽ ശങ്കരൻ കുട്ടി മേനോൻ എന്ന ദുർവാശിക്കാരനായ കാരണവർ. വളരെ ഭംഗിയായി അദ്ദേഹമത് അഭിനയിക്കുകയും ആ വർഷത്തെ ഏറ്റവും നല്ല സഹനടനുള്ള സംസ്ഥാന അവാർഡ് നേടുകയും ചെയ്തു. ആ സിനിമയുടെ ഡബ്ബിങ് മദ്രാസിലെ 'സുരേഷ് മഹൾ' എന്ന സ്റ്റുഡിയോവിൽ നടക്കുകയാണ്. അഭിനയിക്കുമ്പോൾ, പിന്നീടത് ചുണ്ടിന്റെ ചലനങ്ങൾക്കൊപ്പിച്ച് ഡബ്ബ് ചെയ്യണമല്ലോ എന്നതിനെക്കുറിച്ചൊന്നും ഇന്നസെന്റ് ചിന്തിച്ചുകാണില്ല. നെടുനെടുങ്കൻ ഡയലോഗുകൾ അനായാസം പറഞ്ഞ് തകർത്തഭിനയിച്ചിരിക്കുകയാണ്. ഡബ്ബ് ചെയ്യാൻ തുടങ്ങിയപ്പോൾ ഇന്നസെന്റ് വിഷമിച്ചുതുടങ്ങി. സംഭാഷണം ചുണ്ടുകൾക്കൊപ്പമാകുമ്പോൾ ഭാവം തെറ്റും. ഭാവം ശരിയാകുമ്പോൾ സംഭാഷണം മാറും. അക്ഷരാർഥത്തിൽ വെള്ളം കുടിച്ചു എന്ന് സാരം. ടേക്കുകൾ പത്തും പതിനഞ്ചും ഇരുപതുമൊക്കെയായപ്പോൾ എന്റെ ക്ഷമ നശിച്ചു. ഞാൻ ഇന്നസെന്റിനടുത്തു ചെന്ന് സ്വകാര്യമായി പറഞ്ഞു:

'നിങ്ങൾ ഗംഭീരമായി അഭിനയിച്ചിരിക്കുന്നു. പക്ഷേ, അതിനൊത്ത് ഡബ്ബ് ചെയ്യാൻ പറ്റുന്നില്ല. എന്തോ ഒരു ഗുരുത്വദോഷമുണ്ട്. ഈ പടം കഴിഞ്ഞ് നിങ്ങളെ മൂകാംബികയിൽ കൊണ്ടുപോയി തൊഴുവിക്കാമെന്ന് ഞാൻ പ്രാർഥിക്കാൻ പോവുകയാണ്'.

ഇന്നസെന്റ് തിരിഞ്ഞ് എന്നോടൊരു ചോദ്യം.

'ഇത്രയും വലിയ കഥാപാത്രം എനിക്കു തരാൻ നിങ്ങളോടാരു പറഞ്ഞു?'

അതു ഞാൻ പ്രതീക്ഷിച്ചതല്ല.

'ഒന്നോ രണ്ടോ സീനിൽ വരുന്ന ചെറിയ വല്ല റോളും തന്നിരുന്നെങ്കിൽ ഇത്ര ബുദ്ധിമുട്ടുണ്ടാകുമായിരുന്നോ? നിങ്ങൾ ചെയ്ത കുറ്റമാണ്. അതിന്റെ ശിക്ഷയും നിങ്ങൾതന്നെ അനുഭവിച്ചോളൂ.'

ഞാൻ ചിരിച്ചുപോയി. പക്ഷേ, അതിനുശേഷം വളരെ പെട്ടെന്ന് സംഭാഷണങ്ങളെല്ലാം ഓക്കെയായി, ഇന്നസെന്റ് മനസ്സുവെച്ചതോ, മൂകാംബിക പ്രസാദിച്ചതോ എന്ന് ഇപ്പോഴുമറിയില്ല.

ഇന്നസെന്റിനോട് സ്നേഹത്തിന്റെ ഒരു സ്വാതന്ത്ര്യം എനിക്കുണ്ട്. *മനസ്സിനക്കരെ* എന്ന സിനിമയിൽ ഷീലയുടെ കൊച്ചുത്രേസ്യയോളംതന്നെ പ്രാധാന്യമുള്ളതാണ് ചാക്കോമാപ്പിളയുടെ വേഷം. ഞാനും രഞ്ജൻ പ്രമോദും ആ കഥാപാത്രത്തെ സൃഷ്ടിച്ചതുതന്നെ ഇന്നസെന്റിന്റെ രൂപത്തിലായിരുന്നു. ഷൂട്ടിങ് അടുത്തപ്പോൾ ഇന്നസെന്റിന് അതിൽ പങ്കെടുക്കാൻ പറ്റാത്ത അവസ്ഥയിലായി. തികച്ചും കുടുംബപരമായ കാരണങ്ങളാണ്.

'എന്നെ ഒഴിവാക്കണം' ഇന്നസെന്റ് പറഞ്ഞു. 'പറ്റില്ല' എന്ന് ഞാനും. ഇന്നസെന്റ് ഉണ്ടെന്ന ധാരണയിൽത്തന്നെ ഷൂട്ടിങ് പുരോഗിച്ചുകൊണ്ടിരുന്നു. വിളിക്കുന്ന ദിവസങ്ങളിലൊന്നും വരാൻ അദ്ദേഹത്തിനു കഴിയുന്നില്ല.

ഈ കഥാപാത്രം മറ്റൊരാളെവെച്ച് ചെയ്യുന്ന പ്രശ്നമില്ലെന്ന് ഞാൻ തീർത്തു പറഞ്ഞു.

'നാളെ രാവിലെ ഞാനങ്ങോട്ടു വരാം. നേരിട്ടു സംസാരിക്കാം. അപ്പോൾ എന്റെ ധർമസങ്കടം സത്യന് മനസ്സിലാകും.'

ഇന്നസെന്റിന്റെ മറുപടി കേട്ടപ്പോൾത്തന്നെ പിറ്റേ ദിവസത്തെ ഷൂട്ടിങ് ഞാൻ പ്ലാൻ ചെയ്തു. ഇന്നസെന്റും ജയറാറും കൂടിയുള്ള രംഗമാണ്. ജയറാമിന്റെ കോഴിക്കടയുടെ മുൻഭാഗമാണ് ലൊക്കേഷൻ. മേക്കപ്പ്മാൻ പാണ്ഡ്യനോടു ഞാൻ പറഞ്ഞു:

'ഇന്നസെന്റ് അഭിനയിക്കാൻ പറ്റില്ലാന്നു പറയാനാണ് വരുന്നത്. അതൊന്നും ശ്രദ്ധിക്കേണ്ട. അദ്ദേഹം വന്നാലുടൻ മേക്കപ്പു ചെയ്തോളൂ.'

മറ്റെല്ലാ സജ്ജീകരണങ്ങളും റെഡി. ഇന്നസെന്റ് വന്നിറങ്ങി. എന്നേയും വിളിച്ചുകൊണ്ട് ലൊക്കേഷന്റെ ഒതുങ്ങിയ ഒരു ഭാഗത്ത് ചെന്നിരുന്ന് സംസാരിക്കാൻ തുടങ്ങി:

'മകന് ഒരു പുറംവേദനയുണ്ട്. അതിന് ചികിത്സിക്കാൻ നാളെ മൈസൂർക്ക് പോവുകയാണ്. എത്ര ദിവസം അവിടെ നില്ക്കേണ്ടിവരുമെന്നറിയില്ല. ഇന്ന് ഞാൻ അഭിനയിച്ചങ്ങുപോയാൽ ബാക്കി ഭാഗങ്ങൾ എങ്ങനെ തീർക്കും?'

ഇതിനിടയിൽ ഇന്നസെന്റ് അറിയാതെത്തന്നെ പാണ്ഡ്യൻ വിഗ്ഗ് വെച്ചുകൊടുത്തു മുഖത്ത് മേക്കപ്പും തുടങ്ങി.

ഞാൻ പറഞ്ഞു:

'ഒരു പ്രശ്നവുമുണ്ടാകില്ല. ഇന്ന് ഏതായാലും അഭിനയിക്ക്. ഈ കഥാപാത്രം നിങ്ങൾക്കുവേണ്ടി മാത്രമുള്ളതാണ്. ആർക്കും ഒരു പ്രശ്നമുണ്ടാവാതെ ഇത് തീർക്കാൻ സാധിക്കുമെന്ന് എന്റെ മനസ്സു പറയുന്നു.' ആ വിശ്വാസം ശരിയായിരുന്നു. ഒരു തടസ്സവും കൂടാതെ ചാക്കോമാപ്പിളയെ അവതരിപ്പിക്കാൻ ഇന്നസെന്റിനു കഴിഞ്ഞു.

'ചെണ്ടയ്ക്കൊരു കോലുണ്ടെട

മണ്ടയ്ക്കൊരു കൊട്ടുണ്ടെടാ' എന്ന ഗാനം ജയറാമിനോടൊപ്പം ചാടിത്തുള്ളി അഭിനയിച്ചിട്ട് വീട്ടിലെത്തി ഒരാഴ്ചയോളം ഇന്നസെന്റ് കിടപ്പിലായി. എണ്ണയും കുഴമ്പുമൊക്കെയായി ആയുർവേദചികിത്സയും തുടങ്ങി. അതിനിടയിൽ എന്റെ ഭാര്യയെ വിളിച്ചു പറഞ്ഞു:

'അയാൾക്കു ക്യാമറയുടെ പിറകിൽനിന്ന് സ്റ്റാർട്ടും കട്ടും പറഞ്ഞാൽമതി. അധ്വാനം മുഴുവൻ ഞങ്ങൾക്കല്ലേ?'

മറ്റൊരാളുടെ സിനിമയ്ക്കുവേണ്ടിയായിരുന്നെങ്കിൽ ഇത്രയേറെ റിസ്ക് എടുത്ത് ഇന്നസെന്റ് അഭിനയിക്കുമായിരുന്നില്ല എന്നാണ് എനിക്കു തോന്നുന്നത്. കാരണം, ഇന്നസെന്റ് സ്നേഹസമ്പന്നനാണ്. സ്നേഹംകൊണ്ടു മാത്രമേ അദ്ദേഹത്തെ തോല്പിക്കാൻ കഴിയൂ. സ്നേഹത്തിന് വലിപ്പച്ചെറുപ്പമൊന്നുമില്ല. വണ്ടിയോടിക്കുന്ന പൗലോസും ഇരിങ്ങാലക്കുടയിലെ ചുമട്ടുതൊഴിലാളിയും മമ്മൂട്ടിയും മോഹൻലാലും ഇന്നസെന്റിന് ഒരുപോലെയാണ്.

കാണുന്ന കാഴ്ചകളിലെല്ലാം നർമം കണ്ടെത്താനുള്ള അദ്ദേഹത്തിന്റെ കഴിവ് എന്നെ അദ്ഭുതപ്പെടുത്തിയിട്ടുണ്ട്. പലപ്പോഴും അത് വി.കെ.എന്നിനെ ഓർമിപ്പിക്കും.

വീട്ടിൽ വരുന്ന ഭിക്ഷക്കാരിൽനിന്നുപോലും ചിരിക്കുള്ള വക ഇന്നസെന്റ് കണ്ടെത്താറുണ്ട്. ഒരിക്കൽ ആരോഗ്യത്തിന് വലിയ കുഴപ്പമൊന്നുമില്ലാത്ത ഒരു ഭിഷക്കാരൻ വന്നപ്പോൾ ആലീസ് ചോദിച്ചത്രേ:

'നിങ്ങൾക്ക് ദേഹമനങ്ങി വല്ല ജോലിയും ചെയ്തു ജീവിച്ചുകൂടെ?' ഭിക്ഷക്കാരന്റെ പെട്ടെന്നുള്ള മറുപടി ഇന്നസെന്റിനെ രസിപ്പിച്ചു:

'ഇത് പിന്നെ തീരെ ദേഹമനങ്ങാത്ത ജോലിയാണെന്നാണോ ചേച്ചി വിചാരിച്ചത്? നിങ്ങളാരും കാശ് എന്റെ വീട്ടിൽ കൊണ്ടുവന്ന് തരുന്നില്ലല്ലോ? വെയിലായ വെയിലൊക്കെ കൊണ്ട് ഓരോ വീട്ടിലും കയറിയിറങ്ങി കിലോമീറ്ററുകളോളം നടന്ന് നല്ലോണം അധ്വാനിച്ചിട്ടുതന്നെയാ ഞങ്ങൾ അരി മേടിക്കുന്നത്.'

ഭിക്ഷക്കാരന്റെ തത്ത്വശാസ്ത്രത്തിനു മുന്നിൽ ആലീസിന് മിണ്ടാട്ടം മുട്ടിയെന്നാണ് ഇന്നസെന്റ് പറഞ്ഞത്. ആലീസ് കാണാതെ ഒരു പത്തു രൂപാ നോട്ട് അയാൾക്ക് സമ്മാനിക്കുകയും ചെയ്തുവത്രേ.

സ്വയം കളിയാക്കി ചിരിക്കാൻ അസാമാന്യപ്രതിഭയുള്ളവർക്കേ കഴിയൂ. അവിടെയാണ് ശ്രീനിവാസനും ഇന്നസെന്റും വ്യത്യസ്തരാകുന്നത്. 'ഞാൻ കറുത്തിട്ടാണ്, ഉയരവും തീരെ കുറവാണ്' എന്നു പറഞ്ഞ് തളത്തിൽ ദിനേശൻ ഡോക്ടർക്ക് കത്തെഴുതുമ്പോൾ ശ്രീനിവാസന്റെ ആത്മനിരീക്ഷണപാടവമാണ് നാം കാണുന്നത്. അല്പമെങ്കിലും അപകർഷതാബോധമുള്ള ആർക്കും അങ്ങനെ എഴുതാൻ കഴിയില്ല. ഇന്നസെന്റും ചെയ്യുന്നത് അതുതന്നെയാണ്. താൻ മാത്രമല്ല, അപ്പനും അമ്മയും ആലീസുമൊക്കെ ഇന്നസെന്റിന്റെ ചിരിപ്പെട്ടിയിലെ കരുക്കളാകുന്നു. ഇന്നസെന്റ് എന്ന വ്യക്തിയേയും അയാൾ ഉൾപ്പെടുന്ന സമൂഹത്തേയും നോക്കി മറ്റൊരു ഇന്നസെന്റ് മാറിനിന്ന് ചിരിക്കുന്നു.

അപൂർവമായേ ഇത്തരം നക്ഷത്രങ്ങൾ ഉദയം ചെയ്യാറുള്ളൂ.

ചിരിക്കു പിന്നിൽ

▼ 'ഓർമയ്ക്കായി' എന്ന സിനിമയുടെ ചിത്രീകരണത്തിനിടെ ഭരതനോടൊപ്പം

▲ പതിനേഴാമത്തെ വയസ്സിൽ

1

പൊന്നുരുക്കുന്നിടത്തെ പൂച്ച

എന്റെ ജീവിതത്തിലെ കടുപ്പമേറിയതും കടുംനിറങ്ങൾ കലർന്നതുമായ അനുഭവങ്ങൾ രേഖപ്പെടുത്താനിരിക്കുമ്പോൾ എവിടെനിന്നൊക്കെയോ ഒരു ചോദ്യം എനിക്കുനേരെ വരുന്നു:

'ഇന്നസെന്റേ, എഴുത്തുകാരന്റെ ഈ തട്ടകത്തിൽ വരാൻ നിനക്കെന്തു യോഗ്യത?'

പൂച്ചയ്ക്ക് എന്താണ് പൊന്നുരുക്കുന്നിടത്ത് കാര്യം? എന്ന ആ പഴയ ചോദ്യം തന്നെ, പുതിയൊരു രൂപത്തിൽ. ചോദ്യം അസ്ഥാനത്തല്ല, തെറ്റുമല്ല. അക്ഷരങ്ങളുടെ പൊന്നുരുക്കുന്നിടത്ത് അജ്ഞനായ എനിക്കെന്ത് കാര്യം? അക്ഷരമറിയാത്തവനും അനുഭവങ്ങൾ ഉണ്ടാകും എന്നു മാത്രമേ ഇതിനു മറുപടിയുള്ളൂ.

പഠിപ്പിന്റെയും പരീക്ഷകളുടെയും ലോകത്ത് എന്നും പിൻബെഞ്ചിലായിരുന്നു എന്റെ സ്ഥാനം. എല്ലാ ക്ലാസുകളിലും ഏറ്റവും ബുദ്ധി കുറഞ്ഞവനായി, ഏകകണ്ഠമായി ഞാൻ തിരഞ്ഞെടുക്കപ്പെട്ടു. ഒരു ക്ലാസിൽനിന്ന് അടുത്തതിലേക്കുള്ള എന്റെ യാത്രയ്ക്ക് ഒന്നും രണ്ടും മൂന്നും വർഷങ്ങളുടെ ദൂരമുണ്ടായിരുന്നു. പുതിയ അധ്യയനവർഷത്തിലേക്ക് സ്കൂൾ പൂട്ടിത്തുറക്കുമ്പോൾ, ഒരു കൊല്ലം ഒപ്പമിരുന്നവരെല്ലാം അടുത്ത ക്ലാസിലേക്ക് പോയിട്ടുണ്ടാവും. ഞാൻ മാത്രമാവും പഴയതായി ആ ക്ലാസിൽ ബാക്കിയാവുക. ബെഞ്ചും ബ്ലാക്ക് ബോർഡും മേശയും കസേരയും ചിലപ്പോൾ അധ്യാപകർവരെയും മാറിയിട്ടുണ്ടാവും.

ഞാനൊഴിച്ച് മറ്റെല്ലാവരും എന്റെയീ അവസ്ഥയിൽ ദുഃഖിച്ചിരുന്നു. അമ്മയ്ക്ക് എപ്പോഴും ആധിയായിരുന്നു. എട്ടു മക്കളിൽ അഞ്ചാമനായ ഞാൻ മാത്രമാണ് പഠനത്തിൽ മോശം. എന്റെ ഭാവിയെന്താവും എന്നാലോചിച്ച് സ്വയം പുകയാനേ അമ്മയ്ക്ക് സമയമുണ്ടായിരുന്നുള്ളൂ. പുറമേയ്ക്ക് തമാശയൊക്കെ പറയുമെങ്കിലും അപ്പനുമുണ്ടായിരുന്നു സങ്കടം. ഒരു ദിവസം രാത്രി, പതിവിലും വൈകി അപ്പൻ മുറ്റത്തു നടക്കുന്നതു കണ്ടപ്പോൾ ഞാൻ ചോദിച്ചു:

'എന്താ അപ്പാ, വല്ല വയ്യായേം ണ്ടോ?'

'ഇല്ല.'

'പിന്നെന്താ അപ്പൻ കിടക്കാത്തത്?'

'കിടന്നാൽ ഉറക്കം വരില്ല.'

'എന്തുപറ്റി?'

'നിന്റെ കാര്യം ആലോചിച്ചിട്ടുതന്നെ.'

'അത് ആലോചിച്ചാൽ ഈ ജന്മം മുഴുവൻ ഉറക്കംണ്ടാവില്ല്യാട്ടോ.'

എന്റെയീ മറുപടി കേട്ടപ്പോൾ അപ്പൻ പൊട്ടിച്ചിരിച്ചു. പക്ഷേ, ആ പൊട്ടിച്ചിരിക്കുള്ളിലും പൊള്ളുന്ന ഒരു മനസ്സിനെ എനിക്ക് മനസ്സിലാക്കാൻ സാധിച്ചിരുന്നു. ഒരു അച്ഛന്റെ മനസ്സ്. പക്ഷേ, പഠിപ്പിന്റെ കാര്യത്തിൽ ഞാൻ നിസ്സഹായനായിരുന്നു. ദൈവത്തിനുപോലും എന്നെ സഹായിക്കാൻ സാധിക്കില്ലായിരുന്നു.

ഇപ്പോൾ ആലോചിക്കുമ്പോൾ ഒരു കാര്യം എന്നെ അത്ഭുതപ്പെടുത്തുന്നുണ്ട്. ക്ലാസിൽ പറയുന്ന കാര്യങ്ങളിൽ പലതും എനിക്ക് നന്നായി മനസ്സിലായിരുന്നു. അശോകചക്രവർത്തി വഴിയരികിൽ മരങ്ങൾ വെച്ചുപിടിപ്പിച്ചതും മുഗൾ വംശ രാജാക്കന്മാർ പിതാവിനെ കൊന്ന് അധികാരം പിടിച്ചടക്കിയതും ഡാർവിന്റെയും ന്യൂട്ടന്റെയും പരീക്ഷണങ്ങളുമെല്ലാം മറ്റേതൊരു കുട്ടിയേയുംപോലെ സംശയമേതുമില്ലാതെ ഞാനും പഠിച്ചു. പക്ഷേ, പരീക്ഷാപേപ്പറിനു മുന്നിൽ എപ്പോഴും ഞാൻ പതറി. മാത്രമല്ല, എനിക്കു സ്വയം തോന്നിയതു പലതും ഞാൻ പരീക്ഷാപേപ്പറിൽ എഴുതുകയും ചെയ്തു. ഗാന്ധിവധത്തെക്കുറിച്ച് സർദാർ വല്ലഭ്ഭായി പട്ടേലിന് നേരത്തെ അറിയാമായിരുന്നു എന്ന കാര്യം സാമൂഹ്യപാഠം പരീക്ഷയ്ക്ക് ഞാൻ വിശദമായി എഴുതി. പേപ്പർ കണ്ട കവി വൈലോപ്പിള്ളി ശ്രീധരമേനോൻ അപ്പനോട് പരാതി പറഞ്ഞു. കമ്യൂണിസ്റ്റുകാരനും നല്ല രാഷ്ട്രീയബോധമുള്ളയാളുമായ അപ്പന്റെ സംസാരങ്ങളിൽനിന്നും സുഹൃത്തുക്കളുമൊത്തുള്ള ചർച്ചകളിൽനിന്നുമെല്ലാം എപ്പോഴോ ഞാൻ കൊത്തിയെടുത്തതായിരുന്നു വിവാദപരമായ ഈ പ്രസ്താവന. അന്ന് രാത്രി വീട്ടിൽ വന്ന് അപ്പൻ പറഞ്ഞു:

'ഇന്നസെന്റേ എന്തെല്ലാം നല്ല കാര്യങ്ങൾ ഞാൻ ഇവിടെ പറയുന്നുണ്ട്. അതൊന്നും നീ കേൾക്കുന്നില്ല. ഏതോ ഒരു നിമിഷത്തിൽ എവിടെയോ വായിച്ച

▲ അപ്പൻ തെക്കേത്തല വറീതും അമ്മ മർഗലീത്തയും

ഓർമയിൽ പറഞ്ഞ ഇക്കാര്യം വെടിപ്പായി നീ കേൾക്കുകയും ചെയ്തു. എന്ത് ബുദ്ധിയാടാ നിന്റേത്?'

അപ്പൻ പറഞ്ഞത് ശരിയായിരിക്കാം. ബുദ്ധിയില്ലായ്മയായിരിക്കില്ല, വിചിത്രമായ ഒരു ബുദ്ധിയായിരിക്കാം എന്നെ നയിച്ചത്. ഇപ്പോഴും നയിച്ചുകൊണ്ടിരിക്കുന്നത്. അക്കാര്യം ന്യൂറോളജി പണ്ഡിതർ പറയട്ടെ.

പ്രഗല്ഭരായ അധ്യാപകർ എന്നെ പഠിപ്പിച്ചിട്ടുണ്ട്. വൈലോപ്പിള്ളി ശ്രീധരമേനോനും ഇപ്പോഴും ജീവിച്ചിരിപ്പുള്ള കെ.വി. രാമനാഥൻ മാഷുമെല്ലാം അക്കൂട്ടത്തിൽ തലയെടുപ്പുള്ളവരാണ്. എന്റെയൊപ്പം പഠിച്ചവർ ലോകപ്രശസ്തരായ ഡോക്ടർമാരും ശാസ്ത്രജ്ഞന്മാരും വരെയായിട്ടുണ്ട്. ക്ലാസ്സുകളിൽ തോറ്റ് തോറ്റിരുന്നപ്പോഴും പിന്നീട് ഒരുപാട് വർഷങ്ങൾ ഒന്നുമാകാതെ, വിഷം വാങ്ങാൻ പോലും കാശില്ലാതെ പല ദേശങ്ങളിൽ പലവേഷങ്ങൾ കെട്ടി അലഞ്ഞപ്പോഴും എനിക്കൊരിക്കലും അപകർഷബോധം തോന്നിയിട്ടില്ല. കാരണം അവരാരുമാവാൻ ഒരിക്കലും ഞാൻ കൊതിച്ചിട്ടില്ല. കൊതിച്ചാൽത്തന്നെ സാധിക്കുകയുമില്ല. ഇനി സാധിച്ചാൽത്തന്നെ എനിക്ക് താത്പര്യവുമില്ല.

മറ്റുള്ളവരെക്കാൾ എത്രയോ നേരത്തെ വിദ്യാലയത്തിൽനിന്ന് പുറത്തുവന്നതുകൊണ്ട് ജീവിതത്തിന്റെ പരുക്കൻ മുഖങ്ങളെ എനിക്ക് നേരത്തെ കണ്ടുമുട്ടേണ്ടിവന്നു. പരീക്ഷകളിൽനിന്ന് രക്ഷപ്പെട്ട എനിക്ക് പൊള്ളുന്ന പരീക്ഷണങ്ങളെയാണ് നേരിടേണ്ടിവന്നത്. ഏതൊരു മനുഷ്യനും ആത്മഹത്യ ചെയ്തുപോകാവുന്ന എത്രയോ നിമിഷങ്ങളിലൂടെ ഞാൻ കടന്നുപോന്നിട്ടുണ്ട്. എന്നാൽ, വളരെച്ചെറിയ ഒരു കാലഘട്ടത്തിൽ മാത്രമേ എനിക്ക് ജീവിതത്തോട് വെറുപ്പും, നാം ഇന്ന് വ്യാപകമായി ഉപയോഗിക്കുന്ന ഡിപ്രഷൻ എന്ന അവസ്ഥയും അനുഭവപ്പെട്ടിട്ടുള്ളൂ. 'ഇനിയെന്ത്? ഇനിയെങ്ങോട്ട്?' എന്നാലോചിച്ച് പകച്ചു നില്ക്കുമ്പോഴെല്ലാം അപ്പന്റെ വാക്കുകളാണെന്നെ വഴിനടത്തിയത്:

'ഇന്നസെന്റേ പുറംലോകത്ത് നമുക്ക് എന്ത് പ്രശ്നവുമുണ്ടായിക്കോട്ടെ. അതൊക്കെ തീരും. അല്ലെങ്കിൽ നമുക്കു തീർക്കാം. പക്ഷേ, സ്വന്തം വീട്ടിൽ പ്രശ്നങ്ങളുണ്ടായാൽ, വീട് അശാന്തമായാൽ പിന്നെയൊന്നും ചെയ്യാൻ സാധിക്കില്ല. കാരണം മറ്റുള്ളതെല്ലാം പുറത്താണ്; ഇത് അകത്താണ്. ഏറ്റവുമൊടുവിൽ നമ്മൾ തിരിച്ചുവരുന്ന തണലിൽ, അതുമാത്രം സംഭവിക്കാതെ നോക്കിയാൽ മതി.' അപ്പൻ അന്നുപറഞ്ഞ ആ വലിയ സത്യത്തിന് ഇന്ന് എനിക്ക് എന്റെ ജീവിതംകൊണ്ട് അടിവരയിടാൻ കഴിയും.

അപ്പനാണ് എന്റെ ജീവിതത്തിന്റെ കേന്ദ്രബിന്ദു. എന്റെ വഴിയും വിളക്കും വെളിച്ചവും അപ്പനാണ്. എന്നെപ്പോലെ ഒന്നിനും കൊള്ളാതിരുന്ന ഒരു മകനെ മനസ്സിലാക്കാനും ഉൾക്കൊള്ളാനും അപ്പന് സാധിച്ചു. എന്റെ മനസ്സിലെ നേരിയ വേദനകളെയും നിഴലാട്ടങ്ങളെയും പോലും അപ്പന് മനസ്സിലായി. ഏത് പ്രതിസന്ധി ഘട്ടത്തിലും പൊട്ടിച്ചിരിച്ചു കാണിച്ചുതന്നു. ഒന്നുമാവാൻ എന്നെ നിർബന്ധിച്ചില്ല. ഒറ്റപ്പെട്ടുപോവാനും അനുവദിച്ചില്ല. എനിക്കുനേരെ വരുന്ന പരിഹാസങ്ങളെ ഞാൻ ഫലിതത്തിന്റെ പരിചയുപയോഗിച്ച് തടുത്തപ്പോഴെല്ലാം അപ്പൻ ചിരിച്ചുകൊണ്ട് എന്നെ ചേർത്തുപിടിച്ചു. എന്നിട്ട്, എല്ലാവരും കേൾക്കെ

പ്പറഞ്ഞു:

'ഇവനാ എന്റെ മകൻ'. അതെന്നെ ജീവിതത്തിൽനിന്ന് പിന്തിരിഞ്ഞുപോകാതെ ചേർത്തുനിർത്തി ധൈര്യം പകർന്നു.

അതുകൊണ്ട് എന്റെയീ അനുഭവക്കുറിപ്പുകളിലെല്ലാം അപ്പന്റെ സാന്നിധ്യമുണ്ടാകും. ചിലപ്പോൾ അദ്ദേഹം കേന്ദ്രബിന്ദുവാകും, മറ്റുചിലപ്പോൾ പതിഞ്ഞ ചിരിയോടെ മാറിനിന്ന് എല്ലാം നിരീക്ഷിക്കുന്ന സാക്ഷിയാകും. ഓരോ പരിശ്രമങ്ങൾക്കും പരാജയങ്ങൾക്കുമൊടുവിൽ ഞാൻ അപ്പനുമുന്നിൽ ചെന്നുനിന്നു. അപ്പോൾ ഒന്നോ രണ്ടോ വാചകങ്ങളിലൂടെ എനിക്ക് പിഴച്ചതെവിടെ എന്ന് അദ്ദേഹം കാണിച്ചുതന്നു. ഒരിക്കലും എന്നെ പരിഹസിച്ചില്ല. ശകാരിച്ചതുമില്ല. അപ്പനും മകനും എന്നതിലുപരി ഞങ്ങൾ കൂട്ടുകാരുമായിരുന്നു.

പഠിപ്പില്ലാതെ, വരുമാനമില്ലാതെ അലഞ്ഞുനടന്ന കാലത്തെല്ലാം എന്റെ കൈയിൽ ആകെയുള്ള സമ്പാദ്യം മറ്റുള്ളവരെ ചിരിപ്പിക്കാനുള്ള ശേഷിയായിരുന്നു. സുഹൃത്തുക്കളെയും കൊച്ചുകൊച്ച് അങ്ങാടി സദസ്സുകളെയും ചിരിപ്പിച്ച്, അതിനു പ്രതിഫലമായി അവർ വാങ്ങിത്തരുന്ന ഭക്ഷണം കഴിച്ച് ഞാൻ വിശപ്പടക്കിയിട്ടുണ്ട്. അതിൽ എനിക്ക് അല്പംപോലും ലജ്ജ തോന്നിയിട്ടില്ല. അവരുടെ കൈയിൽ പണമുണ്ട്; എന്റെ കൈയിൽ ഫലിതവും. ഉള്ളവൻ ഇല്ലാത്തവന് കൊടുക്കുന്നു. അത്രമാത്രം.

മറ്റുള്ളവരെ ഇങ്ങനെ ചിരിപ്പിച്ച് ചിരിപ്പിച്ച് ജീവിതത്തിന്റെ ഏതവസ്ഥയിലും ചിരിക്കാനും എത്ര തിക്തമായ അനുഭവത്തിലും നർമം കണ്ടെത്താനും എനിക്ക് സാധിച്ചുതുടങ്ങി. അപ്പന്റെ സ്വാധീനം കൂടിയായപ്പോൾ ഇത് വളർന്നു. കഷ്ടപ്പാടുകൾ എത്രയൊക്കെയുണ്ടായാലും ജീവിതം എന്നത് അത്രയൊന്നും കനമുള്ള

▲ ഒരു പഴയ കുടുംബ ഫോട്ടോ. പിന്നിൽ നിൽക്കുന്നവരിൽ വലത്തേയറ്റത്ത് ഇന്നസെന്റിന്റെ അപ്പൻ തെക്കേത്തല വറീത്

വസ്തുവല്ലെന്നും അതിനുനേരെ കണ്ണുരുട്ടി നോക്കിയിട്ട് കാര്യമില്ലെന്നും എനിക്ക് ബോധ്യമായി. കൊടുങ്കാറ്റുകൾ പലവട്ടം വന്നപ്പോഴെല്ലാം ഈ ബോധ്യമായിരുന്നു എനിക്ക് തുഴയും തുണയുമായത്; എന്നെ ഭയരഹിതനാക്കിയത്.

പള്ളയ്ക്കടിച്ച് തെരുവിൽ പാട്ടുപാടുന്നവന് സംഗീതം ഉപജീവനമാവുന്നതുപോലെ ഫലിതം പറഞ്ഞ് പട്ടിണി മാറ്റിയ എനിക്ക് വൈകിയാണെങ്കിലും അതുതന്നെ ഉപജീവനമാർഗമായി. സ്വപ്നത്തിൽപ്പോലും പ്രതീക്ഷിക്കാത്ത ഒരു ജീവിതം അതെനിക്കു തന്നു. അതാണ് എന്റെ ജീവിതത്തിലെ ഏറ്റവും വലിയ തമാശ.

എന്റെയീ അനുഭവക്കുറിപ്പുകൾ വായിക്കുന്നവരെല്ലാം എന്നെക്കാൾ അറിവുള്ളവരും പുസ്തകപരിചയമുള്ളവരുമായിരിക്കും (വൈക്കം മുഹമ്മദ് ബഷീറിന്റെ *'ബാല്യകാല സഖി'*യും ഉണ്ണികൃഷ്ണൻ പുതൂരിന്റെ *'ബലിക്കല്ലും'* എം.ടി.യുടെ ഒന്നോ രണ്ടോ കഥകളും മാത്രമാണ് ഞാൻ എന്റെ ജീവിതത്തിൽ വായിച്ച പുസ്തകങ്ങൾ. അതും മദിരാശിയിൽ ഒന്നും ചെയ്യാനില്ലാതെ ഒറ്റപ്പെട്ടിരിക്കുമ്പോൾ, എന്തെങ്കിലും ചെയ്യാൻവേണ്ടി ചെയ്തതാണ്). അവർ ഈ അനുഭവങ്ങളിൽ സാഹിത്യഭംഗി പ്രതീക്ഷിക്കരുത്. ഒരു വിദൂഷകന്റെ ജീവിതത്തിലെ വേദനിക്കുന്ന പാടുകളായി മാത്രം ഇവയെ കാണുക. ഒപ്പം ആഴത്തിലുള്ള വേദനകളിൽനിന്നു മാത്രമേ അതിശക്തമായ ഹാസ്യവും ഉണ്ടാവുകയുള്ളൂ എന്ന് മനസ്സിലാക്കുകയും ചെയ്യുക.

ഈ അനുഭവക്കുറിപ്പുകളിൽ എന്റെ പരാജിതമായ ബാല്യകൗമാരങ്ങളുണ്ട്; പല വേഷങ്ങൾ കെട്ടിയുള്ള അലച്ചിലുകളുണ്ട്, അവയ്ക്കിടെ കണ്ടുമുട്ടിയ വിചിത്രരായ മനുഷ്യരും അവരുടെ ജീവിതവുമുണ്ട്. രാഷ്ട്രീയവും കച്ചവടവും നാടുവിടലും പട്ടിണിയുമുണ്ട്. മരണത്തിനും ജീവിതത്തിനും ഇടയിലൂടെയുള്ള എന്റെ കടന്നുപോകലുകളുണ്ട്. ഇരിങ്ങാലക്കുടയിലെയും ദാവൺഗരെയിലെയും മദിരാശിയിലെയും മനുഷ്യരും കാഴ്ചകളുമുണ്ട്. വഴിനടത്തിയ വെളിച്ചങ്ങളും അനുഭവങ്ങളിൽനിന്നൂറിയ ദർശനങ്ങളുമുണ്ട്. ഇവയൊക്കെ ചേർന്നാണ് എന്നെ ഇന്നത്തെ ഇന്നസെന്റാക്കിയത്. ചിരിയുടെ വെള്ളിവെളിച്ചത്തിൽ നില്ക്കുമ്പോൾ ഇതൊന്നും കണ്ടെന്നുവരില്ല. എന്നാൽ, ചിരി മായുമ്പോൾ, തിളക്കങ്ങൾ മങ്ങുമ്പോൾ, ആരവങ്ങൾ അടങ്ങുമ്പോൾ മാത്രം ആ ലോകം കാണാം.

അതിനാണ് ശ്രമിക്കുന്നത്.

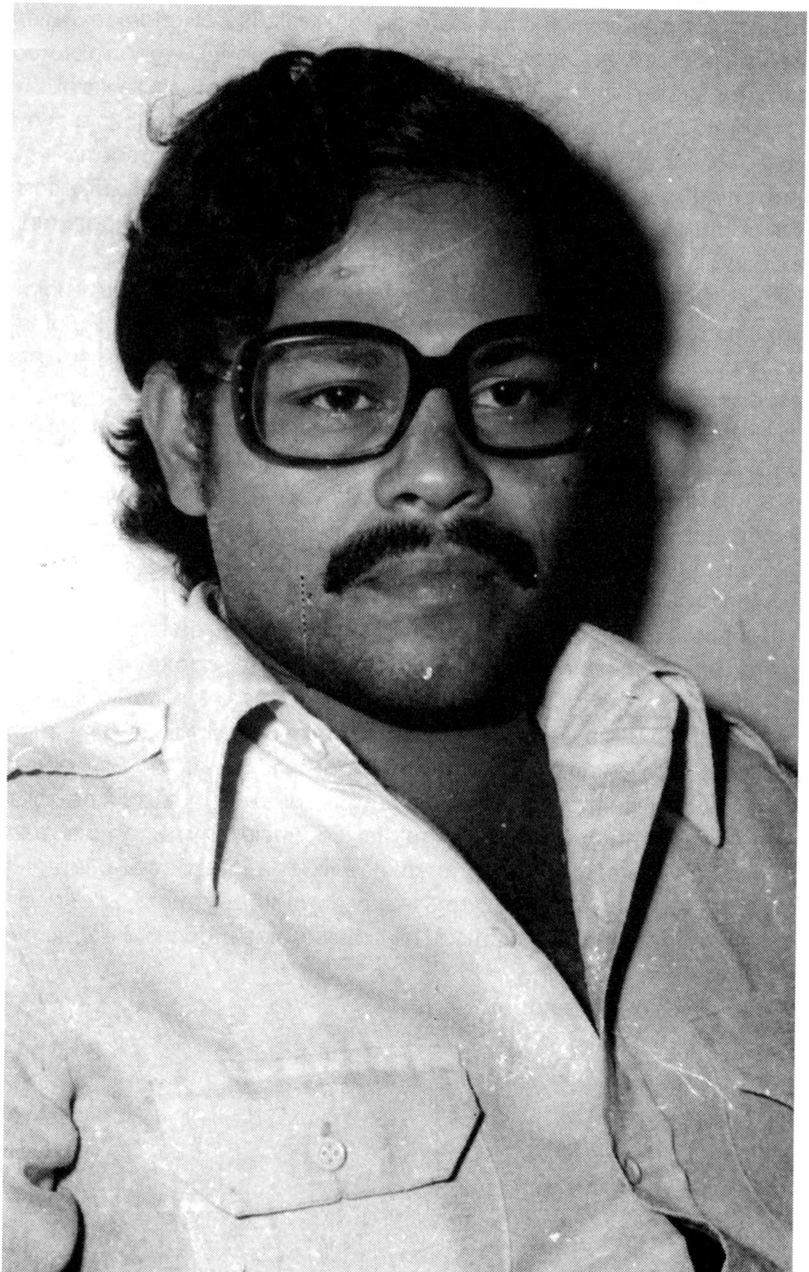

2

അപ്പനും കള്ളും കമ്യൂണിസവും

എന്റെ ഓർമകൾ മൂന്നാം വയസ്സിൽ തുടങ്ങുന്നു. ആ ഓർമകളുടെ മധ്യത്തിൽ വണ്ണം കുറഞ്ഞ്, കഷണ്ടിയായി, ഇരുനിറത്തിൽ ഒരാൾ–തെക്കെത്തല വറീത്, എന്റെ അപ്പൻ. തൈറോയ്ഡിന്റെ അസുഖമുള്ളതിനാൽ സംസാരിക്കുമ്പോൾ അപ്പന്റെ തൊണ്ടയിൽ ഒരു മുഴ അങ്ങോട്ടുമിങ്ങോട്ടും നീങ്ങിക്കൊണ്ടിരിക്കും. ആ ചലനം അത്ഭുതത്തോടെ ഞാൻ നോക്കിനിൽക്കും.

ഞാൻ ഉണരും മുൻപ് അപ്പൻ വീട്ടിൽനിന്ന് അപ്രത്യക്ഷനാകുമായിരുന്നു. എങ്ങോട്ടാണ് പോകുന്നത് എന്നറിയില്ല; ചോദിക്കാനുള്ള ശേഷിയുമായിട്ടില്ല. രാത്രി, ഞാൻ ഉറക്കത്തിലേക്ക് വീഴുന്നതിനു തൊട്ടുമുൻപ് അപ്പൻ പടികയറി വരും. അപ്പന്റെ കൂടെ ചില മണങ്ങളും വീട്ടിലേക്കെത്തും: ചിലപ്പോൾ ബീഡിയുടെ, മറ്റു ചിലപ്പോൾ കള്ളിന്റെ അല്ലെങ്കിൽ രണ്ടും ചേർന്ന പുതിയൊരു ഗന്ധം.

ആറു വയസ്സ് കഴിഞ്ഞപ്പോൾ ഞാൻ രാത്രി അപ്പനെ കാത്തിരുന്നു തുടങ്ങി. അപ്പൻ തരുന്ന ഒരു ചോറുരുളയ്ക്ക് വേണ്ടിയായിരുന്നു ഈ കാത്തിരിപ്പ്. അപ്പൻ അത് ഉരുട്ടുന്നത് കാണാൻതന്നെ ഒരു ചന്തമുണ്ടായിരുന്നു. അങ്ങനെ ഉരുട്ടിയുണ്ടാക്കിയ ഉരുള എന്റെ ഉള്ളംകൈയിൽ വെച്ചുതരും. ആ ഉരുളയ്ക്ക് ഞാൻ സ്വയം ഉണ്ണുന്ന ചോറിനേക്കാൾ സ്വാദുണ്ടായിരുന്നു. അപ്പന് മണം മാത്രമല്ല സ്വാദുമുണ്ട് എന്ന് എനിക്കപ്പോൾ മനസ്സിലായി.

വയറുനിറച്ചുണ്ട് ഒരു ബീഡി വലിച്ചുകഴിഞ്ഞാൽ അപ്പനിൽ പുതിയൊരു ഊർജം നിറയും. പിന്നെ സംസാരമാണ്. സംസാരം എന്നതിനേക്കാൾ അതിനെ പ്രസംഗം എന്നു പറയുന്നതായിരിക്കും ശരി.

റഷ്യൻ വിപ്ലവം, ഫ്രഞ്ച് വിപ്ലവം, സോക്രട്ടീസ്, ലെനിൻ, സ്റ്റാലിൻ എന്നിവയെല്ലാമാണ് അപ്പന്റെ ഈ രാത്രിപ്രസംഗത്തിന്റെ വിഷയം. അമ്മയും ഞങ്ങൾ എട്ട് മക്കളും എല്ലാം കേട്ടിരിക്കും. എനിക്കൊന്നും മനസ്സിലായിരുന്നില്ല. അപരിചിതമായ കുറേ വാക്കുകൾ. അവ പറയുമ്പോൾ അപ്പനുള്ള ആവേശം. അതെന്നെ അത്ഭുതപ്പെടുത്തി. സുഖമായി കിടന്നുറങ്ങേണ്ട സമയത്ത് അപ്പനിങ്ങനെ ആവേശപ്പെടുന്നതിലെ പൊരുൾ എനിക്ക് പിടികിട്ടിയതേയില്ല. കുറച്ചുകൂടി വളർന്നപ്പോൾ മനസ്സിലായി–എന്റെ അപ്പൻ ഒരു കമ്യൂണിസ്റ്റുകാരനാണ്.

കള്ളുകുടിച്ചുവരുന്ന ദിവസം അപ്പന്റെ പ്രസംഗത്തിന് അല്പം വീര്യം കൂടും. ശുദ്ധമായ കമ്യൂണിസത്തിൽ ശുദ്ധമായ കള്ള് കലർന്നാലുള്ള അവസ്ഥ അപ്പനിലൂടെ ഞാൻ നേരിട്ടുകണ്ടു. അതെനിക്കിഷ്ടവുമായിരുന്നു. കമ്യൂണിസ്റ്റ്

മാത്രമായാൽ പോരാ, കള്ളുകുടിച്ച് മരനീരിന്റെ മണംകൂടിയായാലേ അപ്പൻ അപ്പനാവൂ എന്നെനിക്ക് ബോധ്യമായി.

അപ്പൻ എത്രവരെ പഠിച്ചു എന്ന കാര്യം പിന്നീട് ഞാൻ ചോദിച്ച് മനസ്സിലാക്കി. ആറാം ക്ലാസ് കഴിഞ്ഞിട്ടില്ല. എന്നിട്ടും അപ്പൻ വിപ്ലവങ്ങളെക്കുറിച്ചും വലിയ മനുഷ്യരെക്കുറിച്ചും സംസാരിക്കുന്നു! കവിതകൾ പലതും കാണാപ്പാഠം ചൊല്ലുന്നു! കൂടൽമാണിക്യ ക്ഷേത്രത്തെക്കുറിച്ചുള്ള ഐതിഹ്യങ്ങൾ പറഞ്ഞുതരുന്നു! ഗൗരവമുള്ള നാടകങ്ങൾ കണ്ടുവന്ന് കഥ പറഞ്ഞുതരുന്നു! ഇരിങ്ങാലക്കുടയിലെ 'മഹാത്മാ റീഡിങ്റൂം' ആയിരുന്നു സ്കൂൾ വിദ്യാഭ്യാസമില്ലാഞ്ഞിട്ടും അപ്പന് അറിവുകളും കമ്യൂണിസ്റ്റാവാനുള്ള കരുത്തും നൽകിയത്.

ഞായറാഴ്ച പോയി അപ്പൻ എല്ലാ പത്രങ്ങളും വായിക്കും. വായിച്ച കാര്യങ്ങൾ ഇരിങ്ങാലക്കുട പാർക്കിൽ ചെന്നിരുന്ന് സുഹൃത്തുക്കളുമായി ചർച്ചചെയ്യും. ഈ ചർച്ച കൂടിയായപ്പോൾ സ്വതവേതന്നെ സരസനായ അപ്പന് കാര്യങ്ങളെപ്പറ്റി നല്ല ഗ്രാഹ്യവും അവ വെടിപ്പോടെ പറയാനുള്ള സംഭാഷണചാതുരിയുമുണ്ടായി.

ഒരുദിവസം ആദ്യമായി അപ്പന് ഉച്ചഭക്ഷണം കൊണ്ടുപോയിക്കൊടുക്കാൻ അമ്മ എന്നെ അയച്ചു. അന്നാണ് ഞാൻ അപ്പന്റെ കട ആദ്യമായി കാണുന്നത്. പലചരക്ക്, സാരി, ബ്ലൗസ് തുണി, സ്റ്റേഷനറി തുടങ്ങി ഒരു ഗ്രാമത്തിനു വേണ്ട അത്യാവശ്യ സാധനങ്ങളെല്ലാം അപ്പന്റെ കടയിൽ കിട്ടുമായിരുന്നു. കടയുടെ പുറംതിണ്ണയിൽ ബീഡിതെറുപ്പുകാർ ഇരിപ്പുണ്ട്. കച്ചവടം കുറവാണ്. ഇനി ഉണ്ടെങ്കിൽത്തന്നെ അതിൽ അപ്പന് വലിയ താത്പര്യവുമില്ലായിരുന്നുവെന്ന് എനിക്ക് ആദ്യ ദിവസം അവിടെ ചെന്നപ്പോൾതന്നെ മനസ്സിലായി. ബീഡിതെറുപ്പുകാരുമായുള്ള രാഷ്ട്രീയചർച്ചയാണ് അവിടത്തെ പ്രധാന കലാപരിപാടി. അപ്പനാണ് സംസാരിക്കുക. ബാക്കിയുള്ളവർ 'സ്വന്തം ജോലിചെയ്തുകൊണ്ട്' കേട്ടിരിക്കും. ഇടയ്ക്കിടെ അപ്പൻ പറയും 'അമേരിക്ക ചെയ്തത് ശരിയായില്ല. റഷ്യയെ കണ്ടുപഠിക്കണം...' 'അത് വറീത് ചേട്ടൻ പറഞ്ഞതാ ശരി.' കേട്ടിരിക്കുന്നവർ സമ്മതിക്കും. അതു കണ്ടുനിന്നപ്പോൾ അപ്പൻ കട നടത്തുന്നതുതന്നെ കുറേ കമ്യൂണിസ്റ്റുകാരെ ഉണ്ടാക്കാനാണ് എന്നെനിക്കു തോന്നി.

വൈകുന്നേരം അഞ്ചര കഴിയുന്നതോടെയാണ് കടയിൽ തിരക്കു തുടങ്ങുക. ആ സമയത്താണ് ഞാൻ അപ്പനെ ഏറ്റവും വിഷാദവാനായി കണ്ടിട്ടുള്ളത്. കാരണം, കമ്യൂണിസപ്രസംഗം മുടങ്ങും. വാങ്ങാൻ വരുന്നവരെല്ലാം കൂട്ടത്തോടെ വരുന്നതുകൊണ്ട് അവരോട് ഒന്നും പറയാൻ പറ്റില്ല. 'ഇവർക്കൊക്കെ ഒന്ന് ഒറ്റയ്ക്ക് വന്നാലെന്താ?' എന്നായിരിക്കും അപ്പോൾ അപ്പന്റെ മുഖത്തെ ഭാവം.

ഉച്ചഭക്ഷണം കഴിഞ്ഞാൽ പീടികയുടെ പലക നിരത്തിയിട്ട് അപ്പനൊന്ന് മയങ്ങും. ഞാൻ പുറത്തേക്ക് നോക്കിയിരിക്കും. വല്ലപ്പോഴും ഒരു ബസ് കടന്നുപോകും. ഒരുതവണ അങ്ങനെയിരിക്കുമ്പോൾ കാക്കയെ ഓടിക്കാൻ കൊണ്ടുവെച്ച ഓലപ്പടക്കം എന്റെ ശ്രദ്ധയിൽപ്പെട്ടു. 'പതുക്കെ പൊട്ടണേ' എന്നു പ്രാർഥിച്ചുകൊണ്ട് ഞാൻ അതിൽ ഒന്നെടുത്ത് കത്തിച്ചു. അത് ഉറക്കെത്തന്നെ പൊട്ടി.

അപ്പൻ ഉണർന്നു. എന്റെ ചെവിക്കു പിടിച്ച് പടക്കപ്പൊക്കറ്റ് മാറ്റിവെച്ചു. സാധ്യമല്ലാത്ത കാര്യത്തിനുവേണ്ടി പ്രാർഥിച്ചിട്ടും കാര്യമില്ല എന്നെനിക്ക് അന്ന് മനസ്സിലായി.

അന്ന് വൈകുന്നേരം വീട്ടിൽവന്ന് അപ്പൻ ഈ സംഭവം പറഞ്ഞു. 'ഞാൻ ഉറങ്ങുമ്പോൾ ഇവൻ പടക്കം പൊട്ടിച്ചു' എന്നല്ല പറഞ്ഞത്. മറിച്ച്, 'കച്ചവടം നടത്തുമ്പോൾ പടക്കം പൊട്ടിച്ചു' എന്നാണ്. മറ്റെല്ലാ കാര്യവുമെന്നപോലെ അല്പം നുണപറയാനും ഞാൻ അപ്പനിൽനിന്നു തന്നെയാണ് പഠിച്ചത്.

നിശ്ശബ്ദനായ കമ്യൂണിസ്റ്റുകാരനായിരുന്നു അപ്പൻ. ജാഥകൾക്കൊന്നും പോവില്ല. സമ്മേളനങ്ങൾക്ക് പോയി ദൂരെനിന്ന് പ്രസംഗം ശ്രദ്ധിച്ചു കേൾക്കും, തിരിച്ചുപോരും. കേട്ട പ്രസംഗത്തെക്കുറിച്ചുള്ള സ്വന്തം അഭിപ്രായം വീട്ടിലും സുഹൃത്തുക്കളോടും പറയും. അവിടെത്തീർന്നു. രാഷ്ട്രീയജ്വരമുണ്ടായിരുന്നെങ്കിലും അപ്പന് ഒരിക്കലും വിവേകം നഷ്ടപ്പെട്ടിരുന്നില്ല. പള്ളിയിൽ പോവും. ഭക്ഷണം കഴിക്കുന്നതിനു മുൻപ് കുരിശുവരയ്ക്കും.

റഷ്യ അപ്പനെന്നും ഒരു ആവേശമായിരുന്നു. റഷ്യയിലെ കമ്യൂണിസത്തെയും പള്ളിയെയും ബന്ധിപ്പിച്ച് അപ്പൻ പല കഥകളും പറയും. അതിൽ ഒന്നിതായിരുന്നു: സാർ ചക്രവർത്തിയുടെ കാലത്ത് അച്ചന്മാരെ കൊന്ന് തള്ളിയിരുന്നു. വീഞ്ഞ് നിരോധിച്ചതോടെ ശേഷിച്ച അച്ചന്മാർക്ക് കുർബാന മുടങ്ങി. അപ്പോൾ യൂറോപ്പിൽ നിന്ന് വലിയ മത്തങ്ങയിൽ വീഞ്ഞ് നിറച്ച് റഷ്യയിലേക്ക് കടത്തിയിരുന്നുവത്രേ. വീഞ്ഞുള്ള മത്തനുമേൽ ഒരു അടയാളമുണ്ടാകും. അച്ചന്മാർ അത് നോക്കി വാങ്ങും; കുർബാന കൂടും. നാട്ടിലെ പള്ളിയിൽ പ്രാർഥനയ്ക്കിടെ ഒരച്ചൻ ഇതു പറഞ്ഞപ്പോൾ ഒരാൾ എഴുന്നേറ്റുനിന്ന് ചോദിച്ചു: 'എന്തിനാണച്ചോ തിരുരൂപത്തിനു മുന്നിൽ നിന്ന് ഇങ്ങനെ നുണ പറയുന്നത്?' അതു പറഞ്ഞ് അപ്പൻ പൊട്ടിച്ചിരിക്കും. ഇത് ഞാനൊരു പരീക്ഷാ പേപ്പറിലെഴുതി. അങ്ങനെ എല്ലാ തരത്തിലും അപ്പൻ എനിക്കൊരു പാഠപുസ്തകമായി.

ട്രാക്ടർ നാട്ടിൽ വന്നുകൊണ്ടിരുന്ന കാലമായിരുന്നു അത്. കമ്യൂണിസ്റ്റുകാർ അതിനെ എതിർത്തിരുന്നു. 'നിങ്ങളിപ്പറയുന്നത് ശരിയല്ല' എന്ന് അന്ന് അപ്പൻ സഖാക്കളോട് പറയുന്നത് ഞാൻ കേട്ടിട്ടുണ്ട്. ആര് പറയുന്നതും അപ്പൻ കേൾക്കുമായിരുന്നു. ആരെഴുതിയതും വായിക്കുമായിരുന്നു. പക്ഷേ, അഭിപ്രായങ്ങളും തീരുമാനങ്ങളും സ്വന്തമായിരുന്നു.

ചില ദിവസങ്ങളിൽ രാത്രിഭക്ഷണം കഴിഞ്ഞാൽ അടുത്ത വീട്ടിലെ കുട്ടാപ്പുമൂശാരി, നാരായണൻകുട്ടി മൂശാരി, ചാത്തുമാഷ് എന്നിവരെയുംകൂട്ടി ഒരു അരിക്കൻ ലാംപിന്റെ വെളിച്ചത്തിൽ അപ്പൻ എങ്ങോട്ടോ പോകും. ആ ദിവസങ്ങളിലൊക്കെ അമ്മയുടെ നെഞ്ചിൽനിന്നും ഒരു നേർത്ത വിതുമ്പൽ അടുത്തു കിടക്കുന്ന എനിക്കു കേൾക്കാൻ സാധിക്കുമായിരുന്നു. ഒരുദിവസം ഞാൻ ചോദിച്ചു:

'എന്തിനാ കരയണെ?'

'ഒന്നൂല്യ. ഒന്നൂല്യ. ഒരു വേദന' അമ്മ പറഞ്ഞു. പിന്നീട് പലതവണ ഞാൻ ആ കരച്ചിൽ കേട്ടു. കമ്യൂണിസ്റ്റ് പാർട്ടിയുടെ സ്റ്റഡി ക്ലാസുകളിലേക്കായിരുന്നു

ആ രാത്രികളിൽ അപ്പൻ പോയിരുന്നത് എന്ന് വളർന്നപ്പോഴാണ് എനിക്ക് മനസ്സിലായത്.

സ്കൂളിൽ ചേർന്നതോടെയാണ് എന്റെ ജീവിതത്തിലെ കഷ്ടകാലം തുടങ്ങിയത്. ആ കഷ്ടകാലത്താണ് അപ്പൻ എന്ന വലിയ മനുഷ്യനെ ഞാൻ ഏറ്റവുമധികം തിരിച്ചറിഞ്ഞതും അടുത്തറിഞ്ഞതും.

ഞങ്ങൾ എട്ട് മക്കളായിരുന്നു: കുര്യാക്കോസ്, സെലീന, പൗളീൻ, സ്റ്റാനിസിലാവോസ്, ഇന്നസെന്റ് , വെൽസ്, ലിൻഡ, ലീന. ഇതിൽ ഞാനൊഴിച്ച് എല്ലാവരും നന്നായി പഠിക്കുന്നവരും, പഠിച്ച് വലിയവരാകണമെന്ന മോഹവും വാശിയുമുള്ളവരുമായിരുന്നു. പ്രത്യേകിച്ച് കുര്യാക്കോസും വെൽസും. വീട്ടിലാവുമ്പോഴും കൂട്ടുകൂടുമ്പോഴും അവർക്ക് നിറയെ പഠനകാര്യങ്ങൾ സംസാരിക്കാനുണ്ടാകും. എന്നാൽ എപ്പോഴും പിൻബെഞ്ചിലായിരുന്ന, ഓരോ ക്ലാസിലും പലതവണ തോറ്റിരിക്കുന്ന എനിക്കു മാത്രം ഒന്നും പറയാനുണ്ടാവില്ല. ആ തരത്തിൽ ഒരു ഒറ്റപ്പെടൽ ചെറുപ്പത്തിലേ എനിക്ക് അനുഭവപ്പെട്ടു തുടങ്ങി. ഞാൻ തോറ്റുപോകുന്നതിൽ അമ്മ വല്ലാതെ സങ്കടപ്പെട്ടു. ചിലപ്പോൾ ദേഷ്യപ്പെട്ടു. അപ്പൻ മാത്രം എന്തുകൊണ്ടോ ഒന്നും പറഞ്ഞില്ല. ഈ മൗനം കാരണം പലപ്പോഴും അപ്പനും അമ്മയുടെ വഴക്കു കേൾക്കേണ്ടിവന്നു.

ക്ലാസിൽ പഠിപ്പിക്കുന്നതെല്ലാം ഏതൊരു വിദ്യാർഥിയേയുംപോലെ എനിക്കും മനസ്സിലായിരുന്നു. പക്ഷേ, അവ എന്റെ തൊലിപ്പുറത്ത് തൊട്ടുനിന്നതേയുള്ളൂ. എന്തുകൊണ്ടോ അവയൊന്നും വലിയ ഗൗരവമുള്ള കാര്യമായി എനിക്ക് തോന്നിയതുമില്ല. അതിനു കാരണമെന്താണെന്ന് പലതരത്തിൽ ഞാൻ ആലോചിച്ചിട്ടുണ്ട്. പരിഹാരം കാണാൻ പറ്റുന്നതാണെങ്കിൽ അമ്മയുടെ സങ്കടവും അപ്പന്റെ നാണക്കേടും മാറ്റാമല്ലോ എന്നായിരുന്നു ചിന്ത. എന്നാൽ ഇന്നും എനിക്കതിന് ഉത്തരം ലഭിച്ചിട്ടില്ല.

നിരന്തരമായി ഞാൻ തോറ്റുകൊണ്ടിരുന്നു. കൂടപ്പിറപ്പുകളും കൂടെയുള്ളവരും തിരിഞ്ഞുനോക്കാതെ മുന്നോട്ടുപോയി, ഏറെദൂരമെത്തി. അമ്മയുടെ കരച്ചിൽ കനത്തു.

ഒരു ദിവസം രാത്രി ഭക്ഷണം കഴിഞ്ഞ് ബീഡി വലിച്ചുകൊണ്ട് അപ്പൻ മുറ്റത്ത് നടക്കുകയാണ്. പാതി ബീഡി പുകഞ്ഞുതീർന്നപ്പോൾ അപ്പൻ പറഞ്ഞു:

'ഇന്നസെന്റേ, ഇനി നീ പഠിക്കണ്ട.'

ഞാൻ ഒന്നും മിണ്ടിയില്ല. അപ്പൻ തുടർന്നു.

'ഇത്രയും കാലമായില്ലേ നീ പഠിക്കുന്നു. ഇനിയും നീ പഠിപ്പ് തുടർന്നാൽ നിന്റെ താഴെയുള്ള അനിയൻ നിന്റെ ക്ലാസിൽ വരും. നിങ്ങൾ തമ്മിൽ ഒരുപാട് വയസ്സിന്റെ വ്യത്യാസമുണ്ട്. അത് നിനക്ക് ഒരു ബുദ്ധിമുട്ടാവില്ലേ?'

'അതിനെന്താ അപ്പാ, ഒരു വീട്ടിൽ ഒന്നിച്ചുജീവിക്കുന്നവർക്ക് ക്ലാസിൽ ഇത്തിരിനേരം ഒരുമിച്ചിരിക്കാൻ എന്താ വിഷമം?'

പെട്ടെന്നുള്ള എന്റെ മറുപടി കേട്ട് അപ്പൻ ചിരിച്ചു. പിറ്റേന്ന് അത് കൂട്ടുകാരോട് പറഞ്ഞു. അവർ എന്നെ അഭിനന്ദിച്ചു. പക്ഷേ, ആ തമാശയ്ക്കപ്പുറം എന്റെ പഠിപ്പ് നിന്നു.

സ്കൂൾ പഠിപ്പ് നിലച്ചതിൽ എനിക്ക് വലിയ സങ്കടമൊന്നും തോന്നിയില്ല. പുതിയ പ്രഭാതങ്ങളും പകലുകളുമായിരുന്നു എന്നെ കാത്തിരുന്നത്. സഹോദരങ്ങളെല്ലാം രാവിലെ സ്കൂളിൽ പോകാനുള്ള തിരക്കിലായിരിക്കും. അമ്മ അടുക്കളയിൽ അവർക്ക് ഭക്ഷണമൊരുക്കി സമയത്തിന് പറഞ്ഞയയ്ക്കാൻ വേണ്ടി പുകഞ്ഞുകൊണ്ടിരിക്കും. ഇക്കൂട്ടത്തിൽ എനിക്കൊരു റോളുമുണ്ടായിരുന്നില്ല. എനിക്കെങ്ങോട്ടും പോവാനില്ല. എന്നെയാരും കാത്തുനിൽക്കുന്നില്ല. ആരോടും ഒന്നും പറയാനുമില്ല.

പഠനം നിർത്തിയതിന്റെ പിറ്റേന്ന് രാവിലെ എല്ലാവർക്കുമൊപ്പമിരുന്ന് കഞ്ഞി കുടിച്ചപ്പോൾ എന്റെ കണ്ണ് നിറഞ്ഞു. എന്റെ ചുറ്റുമിരിക്കുന്നവരെല്ലാം വീടിന് ഇന്നല്ലെങ്കിൽ നാളെ ഗുണം ചെയ്യുന്നവരാണ്. എന്നെക്കൊണ്ടെന്താണ് കാര്യം? അതോർത്തപ്പോൾ എനിക്ക് കഞ്ഞി കയ്ച്ചു.

പിന്നെപ്പിന്നെ ഒന്നിച്ചുള്ള പ്രഭാതഭക്ഷണത്തിൽനിന്നും ഞാൻ പതുക്കെപ്പതുക്കെ ഒഴിഞ്ഞുമാറി. എല്ലാവരും പോയി തിരക്കൊഴിഞ്ഞ ഏതെങ്കിലും സമയത്ത് ചെന്നിരുന്ന് കഴിക്കും. എന്റെ ഒറ്റപ്പെടൽ തീവ്രമാകുകയായിരുന്നു.

അപ്പോഴേക്കും അപ്പൻ മാപ്രാണത്തെ കട വിറ്റിരുന്നു. കഷ്ടിച്ച് ജീവിച്ചുപോന്നിരുന്ന ഞങ്ങളുടെ വലിയ കുടുംബത്തിലേക്ക് പതുക്കെ പട്ടിണി ഇടയ്ക്കിടെ വന്നുപൊയ്ക്കൊണ്ടിരുന്നു. മൂത്ത ജ്യേഷ്ഠൻ കുര്യാക്കോസിന്റെ മെഡിസിൻ പഠനം ഒരു കസിൻ ഏറ്റെടുത്തു. വീട്ടിൽ അവിടവിടെ ഇരുട്ട് വീണുതുടങ്ങി.

പകൽ എനിക്ക് എങ്ങോട്ടും പോവാനില്ല. ഒന്നും ചെയ്യാനുമില്ല. വിരുന്നുവരുന്ന ബന്ധുക്കളോടും അയൽക്കാരോടുമെല്ലാം അമ്മയ്ക്ക് എന്റെ അവസ്ഥ മാത്രമേ പറയാനുള്ളൂ. പറഞ്ഞുതുടങ്ങുന്നത് മറ്റെന്തെങ്കിലും കാര്യമാണെങ്കിലും അത് ചെന്ന് അവസാനിക്കുക എന്നിലായിരിക്കും. ഇതുകാരണം അമ്മ മറ്റെന്തെങ്കിലും പറഞ്ഞുതുടങ്ങുമ്പോൾ ഞാൻ ഭക്ഷണം കഴിക്കാനിരിക്കും. എന്റെ കാര്യത്തിലെത്തുമ്പോഴേക്കും കഴിച്ചെഴുന്നേൽക്കുകയും ചെയ്യും. പക്ഷേ, ഇത് അമ്മയ്ക്ക് മനസ്സിലായി. പിന്നെ എന്തുകാര്യം പറഞ്ഞുതുടങ്ങിയാലും അമ്മ പെട്ടെന്ന് എന്റെ കാര്യത്തിലേക്കെത്തും. അവിടെയും ഞാൻ തോറ്റു.

ഒന്നും ചെയ്യാനില്ലാത്തതുകൊണ്ട് പകൽസമയങ്ങളിൽ ഞാൻ അങ്ങാടിയിലേക്കിറങ്ങിത്തുടങ്ങി. ഏതെങ്കിലും കടത്തിണ്ണയിൽ ചെന്നിരിക്കും. എന്തെങ്കിലുമൊക്കെ പറയും. പതുക്കെപ്പതുക്കെ എനിക്കൊരു കാര്യം മനസ്സിലായി. സ്കൂളിനും വീട്ടിനും ആവശ്യമില്ലെങ്കിലും ഈ അങ്ങാടിക്ക് എന്നെ വേണം. എന്റെ സംസാരം കേൾക്കാൻ അവർ കാത്തിരിക്കുന്നു. പിന്നെപ്പിന്നെ ഞാൻ അങ്ങാടിയിലെത്തുമ്പോഴേക്കും ഓരോ കടക്കാരനും വിളിച്ചുതുടങ്ങും: 'ഇന്നസെന്റേ ഇങ്ങോട്ടുവാ, ഇവിടെ...' പറയുന്ന തമാശയ്ക്കു പകരമായി അവർ എനിക്ക് ചായയും സിഗരറ്റും വാങ്ങിത്തരും. മറ്റൊന്നുമില്ലെങ്കിലും എന്റെ കൈയിൽ ഫലിതമുണ്ട് എന്നും അതിന് ആളുകളെ ചിരിപ്പിക്കാൻ സാധിക്കും എന്നും എനിക്ക് മനസ്സിലായത് ഇരിങ്ങാലക്കുടയിലെ ഈ കടത്തിണ്ണകളിലും സദസ്സുകളിലും വെച്ചായിരുന്നു.

പകൽ അങ്ങാടി തണലും താവളവുമായെങ്കിലും ഉച്ചയ്ക്ക് വീണ്ടും ഞാൻ

ഉഷ്ണിച്ചു തുടങ്ങും. ഊണു കഴിക്കണം; വീടേ ഗതിയുള്ളൂ. ഒറ്റപ്പെട്ടു നടക്കുന്ന എനിക്ക് ഒന്നിച്ചിരുന്നുണ്ണാൻ മനസ്സുവന്നില്ല. എന്തെങ്കിലും കാരണം പറഞ്ഞ് ഞാൻ അടുക്കളയിൽ നിന്നും വലിയും. എല്ലാവരും ഉണ്ടുകഴിഞ്ഞാൽ വന്നിരുന്ന് കഴിക്കും.

അപ്പന് മാത്രമേ എന്റെ അവസ്ഥ മനസ്സിലായുള്ളൂ. ഊണുകഴിക്കാറായാൽ അപ്പൻ ചോദിക്കും:

'ഇന്നസെന്റെവിടെ?'

'ഇവിടെവിടെയോ ഉണ്ട്', അമ്മ പറയും.

'അവൻ വരട്ടെ, എനിക്ക് പറമ്പിൽ ഇത്തിരി പണിയുണ്ട്.' അപ്പൻ എഴുന്നേറ്റുകൊണ്ട് പറയും. പിന്നെ കയറിവരിക, ഞാൻ തനിച്ച് ഊണുകഴിക്കാനിരിക്കുമ്പോഴാണ്. പഠിപ്പില്ലെങ്കിലും ഞാൻ അങ്ങനെ ഒതുങ്ങിപ്പോകരുത് എന്ന് അപ്പന് നിർബന്ധമായിരുന്നു. ഒരു പിതാവ് ആരാണെന്നും ജനിപ്പിച്ചാൽ മാത്രം പിതാവാകില്ലെന്നുമുള്ള സത്യം അപ്പൻ എനിക്ക് മനസ്സിലാക്കിത്തരികയായിരുന്നു.

എന്റെ പഠനം നിലച്ചത് കുടുംബസദസ്സുകളിലും ചർച്ചാവിഷയമായിത്തുടങ്ങി. ഒരു പെരുന്നാൾ ദിനത്തിൽ എല്ലാവരും ഒത്തുകൂടിയപ്പോൾ ആരോ ചോദിച്ചു:

'ഇന്നസെന്റേ പഠിപ്പു നിർത്തിയതിൽ നിനക്ക് സങ്കടമില്ലേ?'

'എന്തിനാ സങ്കടപ്പെടണേ? ഒരുവിധമെല്ലാം പഠിച്ചുകഴിഞ്ഞു എന്ന് എനിക്ക് തോന്നിയപ്പോഴാണ് ഞാൻ പഠിപ്പു നിർത്തിയത്. മറ്റുള്ളവർക്ക് അങ്ങനെ

തോന്നാത്തതുകൊണ്ട് അവർ പഠനം തുടരുന്നു.' എന്റെ മറുപടി കേട്ടപ്പോൾ അപ്പൻ എന്നെ കെട്ടിപ്പിടിച്ചു. എന്നിട്ടു പറഞ്ഞു:

'ഇവനാ എന്റെ മോൻ. നിങ്ങളാരെങ്കിലുമാണ് ഇങ്ങനെ പഠിക്കാതായതെങ്കിൽ ഈ മറുപടി വരില്ല.' അന്ന് അപ്പൻ അൽപ്പം കൂടുതൽ മദ്യപിച്ചിരുന്നു. പക്ഷേ, ആ വാക്കുകളിലെ സ്നേഹത്തിനും വിശ്വാസത്തിനും കഴിച്ച മദ്യത്തേക്കാൾ പതിന്മടങ്ങ് ലഹരിയായിരുന്നു.

ഒന്നും ചെയ്യാനില്ലാതിരിക്കുന്ന ഈ കാലത്താണ് എന്നിൽ നാടകക്കമ്പം കത്തിപ്പിടിക്കുന്നത്. അപ്പന്റെ കൂടെ പാർട്ടിനാടകങ്ങൾ കാണാൻ പോയതിന്റെ സ്വാധീനമാകാം ഇതിനു കാരണം. പകൽ മുഴുവൻ വീട്ടിലും അങ്ങാടിയിലുമായി കഴിയുന്ന ഞാൻ രാത്രി നാടകം കാണാൻ പോകും. പാതിരാത്രികഴിഞ്ഞാണ് തിരിച്ചുവരിക. ഒരു കള്ളനെപ്പോലെ പിൻവാതിലിലൂടെ കയറിക്കിടന്നുറങ്ങും. ആരും എന്നെക്കാണില്ല. ഇരുട്ടിന്റെ സുഖവും സൗഹൃദവും ഞാൻ അന്ന് അറിഞ്ഞു, അനുഭവിച്ചു.

ഒരു ദിവസം രാത്രി ഞാൻ നാടകം കഴിഞ്ഞ് വരികയാണ്. ഇരുട്ടിന്റെ മറപിടിച്ച് പതുക്കെ പിൻവശത്തേക്ക് കടക്കാൻ ശ്രമിക്കുമ്പോഴാണ് പൂമുഖത്ത് ഒരു നിഴൽ കണ്ടത്. അപ്പനാണ്. ചാരുകസേരയിൽ കിടക്കുന്നു. ഇത്രവൈകിയിട്ടും അപ്പൻ ഉറങ്ങാതെയിരിക്കുന്നതിൽ എനിക്കെന്തോ പിശകുതോന്നി. ഇവിടെത്തന്നെയുണ്ടായിരുന്നു എന്ന് തോന്നിക്കോട്ടെ എന്നു കരുതി ഞാൻ ഷർട്ടൂരി മുണ്ടിന്റെ മടിക്കുത്തിലിട്ട്, പതുങ്ങി നിന്നു.

'ഡോ മാഷേ, ഒന്നിവടെ വര്ാ' പെട്ടെന്നായിരുന്നു അപ്പൻ വിളിച്ചത്. ഞാൻ ഞെട്ടിപ്പോയി. പതുങ്ങിപ്പതുങ്ങി മുന്നിലേക്കുചെന്നുനിന്നു. അപ്പന്റെ മുന്നിലെത്തിയതും മടിക്കുത്തഴിഞ്ഞ് ചുരുട്ടിവെച്ചിരുന്ന ഷർട്ട് നിലത്തുവീണു. ഞാൻ വിയർത്തു. അപ്പോൾ അപ്പൻ പറഞ്ഞു:

'പേടിക്കേണ്ട, വേറൊന്നിനുമല്ല, വല്ലപ്പോഴുമെങ്കിലും നിന്റെ മുഖം കണ്ടില്ലെങ്കിൽ ഞാൻ അത് മറന്നുപോകും.'

അത് പറഞ്ഞുകഴിഞ്ഞ അടുത്ത നിമിഷം അപ്പൻ അകത്തേക്ക് കയറിപ്പോയി വാതിലടച്ചു. എനിക്കുറപ്പാണ് ആ അടഞ്ഞ വാതിലിനപ്പുറം നിന്ന് ആരും കാണാതെ അപ്പൻ കരഞ്ഞിരിക്കും. അന്ന് രാത്രി ഞാനും കരഞ്ഞു.

ഞാൻ അപ്പനെ കരയിച്ചു; അപ്പൻ എന്നെയും.

3

ആർ.എസ്.പി.യും ഞാനും സിമന്റ് കൺട്രോളിങ്ങും

സിനിമയിലേതിനെക്കാൾ അധികം വേഷങ്ങൾ എനിക്ക് ജീവിതത്തിൽ കെട്ടേണ്ടിവന്നിട്ടുണ്ട്. അതിൽ ഏറ്റവും ഒടുവിലത്തേതതാണ് സിനിമാ നടന്റേത്. അതല്ല, ഇനിയുമേതെങ്കിലും വേഷങ്ങൾ കാലം അണിയറയിൽ എനിക്കായി കാത്തിരിപ്പുണ്ടോ എന്നറിയില്ല. ഉണ്ടെങ്കിൽത്തന്നെ, അതെന്തായാലും സ്വീകരിക്കാൻ ഞാൻ തയ്യാറുമാണ്. കാരണം, പല വേഷങ്ങളിലും ഭാവങ്ങളിലുമുള്ള ജീവിതത്തിന്റെ ഈ പകർന്നാട്ടങ്ങൾ എനിക്കിഷ്ടമാണ്.

കലാലോകത്ത് എത്തുന്നതിനു മുൻപ് കടയിലിരുന്നും ഊരുചുറ്റിയും കച്ചവടം ചെയ്ത ഒരുകാലം എനിക്കുണ്ടായിരുന്നു. കച്ചവടത്തിന്റെ ലാഭനഷ്ടങ്ങൾ ഞാൻ എന്നേ മറന്നു. പക്ഷേ, ആ കാലം എന്നിൽ കൊത്തിവെച്ച അനുഭവങ്ങളും കാണിച്ചുതന്ന ജീവിതങ്ങളും ഞാൻ ഇന്നും ഓർക്കുന്നു. പഠിപ്പിച്ച പാഠങ്ങൾ ഉള്ളിൽ കാത്തുസൂക്ഷിക്കുന്നു.

വീട്ടിൽ വെറുതേയിരുന്ന് വെറുതേയിരുന്ന് ഞാൻ വേരുപിടിക്കുന്നത് കണ്ടപ്പോൾ അപ്പനും ജ്യേഷ്ഠനും ചേർന്ന് തീരുമാനിച്ചതാണ് എനിക്കൊരു കടയിട്ടുതരാൻ. ഇരിങ്ങാലക്കുട ബസ്സ്റ്റാന്റിനടുത്ത് ഇറക്കത്ത് മുറി കണ്ടുപിടിച്ചതും കടയൊരുക്കിയതുമെല്ലാം അവർ തന്നെയാണ്. 'ഇന്നസെന്റ് ഏജൻസീസ്' എന്നായിരുന്നു കടയുടെ പേര്. സോപ്പ്, ചീപ്പ്, കണ്ണാടി തുടങ്ങിയ സ്റ്റേഷനറി സാധനങ്ങളായിരുന്നു വില്പന വസ്തുക്കൾ.

അപ്പനും മറ്റുള്ളവരുമെല്ലാം വളരെ സന്തോഷത്തിലായിരുന്നെങ്കിലും ബിഷപ്പ് വന്ന് വെഞ്ചരിച്ച ആദ്യദിനം തന്നെ എനിക്കൊരു കാര്യം മനസ്സിലായി: ഈ കട അധികം ഓടില്ല. കാരണം, ഒരു വലിയ കച്ചവടമുണ്ടാക്കാനോ ആളുകളെ ആകർഷിക്കുന്നതിനോ ഉള്ള സാധനങ്ങളൊന്നും അവിടെയില്ലായിരുന്നു. വെറുതെ ഒരു കട, ചെന്നിരിക്കാനൊരു സ്ഥലം. അത്രമാത്രം.

അന്നുമുതൽ രാവിലെ എഴുന്നേറ്റാൽ എനിക്കും പോകാനൊരിടമായി. മുഴുവൻ സമയവും എനിക്ക് പ്രിയപ്പെട്ട അങ്ങാടിയിൽ കഴിയാം എന്ന സന്തോഷവുമുണ്ട്. രാവിലെ ഞാൻ കടയിൽ ചെന്നിരിക്കുന്നതുമുതൽ ആളുകൾ വന്നുതുടങ്ങും. ആരും സാധനങ്ങൾ വാങ്ങാൻ വരുന്നവരായിരുന്നില്ല. എന്റെ സംസാരം കേൾക്കലായിരുന്നു അവരുടെ പ്രധാന ആവശ്യം. ഞാനത് വാരിക്കോരി സൗജന്യമായി അവർക്കു കൊടുത്തു.

കടയിലെ സന്ദർശകരിൽ രാഷ്ട്രീയക്കാരുണ്ടായിരുന്നു. അലക്കിത്തേച്ച ഷർട്ടും മുണ്ടും ധരിച്ച് കക്ഷത്ത് ഒരു ഡയറിയുമായി അവരുടെ വരവിനു തന്നെ ഒരന്തസ്സും അഴകും ഉള്ളതായി എനിക്കുതോന്നി. എന്തുകൊണ്ട് ഒരു രാഷ്ട്രീയക്കാരനായിക്കൂടാ എന്ന ചിന്ത എന്നിൽ പൊന്തിവന്നത് അക്കാലത്താണ്. അന്ന് രാഷ്ട്രീയക്കാർ ഇന്നത്തെപ്പോലെ മുഷിഞ്ഞിട്ടില്ല. നാട്ടിൽ നല്ല വിലയും ഗമയുമുണ്ടായിരുന്നു. അതും എന്റെ ആഗ്രഹത്തിന് വളംവെച്ചു.

ഏതെങ്കിലും ഒരു രാഷ്ട്രീയപാർട്ടിയിൽ ചേർന്ന് ആയിരങ്ങളിൽ ഒരാളായി കൊടിയുംപിടിച്ച് ആർപ്പുവിളിച്ചുനടക്കാൻ ഞാൻ തയ്യാറല്ലായിരുന്നു. ജയ്‌വിളിച്ച് ജയ്‌വിളിച്ച് മരിച്ചുപോയവരെ ഞാൻ നിരവധി കണ്ടിട്ടുണ്ട്. പ്രധാന പദവികളെന്തെങ്കിലും കിട്ടണം എന്ന കാര്യം എനിക്ക് നിർബന്ധമായിരുന്നു. നാലാളറിയണം, ബഹുമാനിക്കണം. കമ്യൂണിസ്റ്റ് പാർട്ടിയിലോ കോൺഗ്രസ്സിലോ പോയിട്ട് കാര്യമില്ല. എന്റെ മോഹം നടക്കില്ല. അങ്ങനെ ഞാൻ തിരഞ്ഞുപിടിച്ചതാണ് ആർ.എസ്.പി. എന്ന പാർട്ടി. തെക്കൻ കേരളത്തിൽ മാത്രമേ അത് സജീവമായിട്ടുള്ളൂ. ഞാൻ അവരുമായി മുട്ടി. 'മെമ്പർഷിപ്പ് തരാം' എന്നായിരുന്നു മറുപടി.

'മണ്ഡലം സെക്രട്ടറിയാക്കാൻ പറ്റുമോ?' ഞാൻ ചോദിച്ചു.

'ആക്കാം' മറുപടി അപ്രതീക്ഷിതമായിരുന്നു.

അങ്ങനെ ഞാൻ ആർ.എസ്.പിയുടെ മണ്ഡലം സെക്രട്ടറിയായി.

എന്നെ മണ്ഡലം സെക്രട്ടറി സ്ഥാനത്തിരുത്തിയ ആളോട് ഒരുദിവസം ഞാൻ ചോദിച്ചു.

'ആളുകളെയൊക്കെ വിളിച്ചുകൂട്ടി നമുക്കൊരു മീറ്റിങ് നടത്തേണ്ടേ?'

'അങ്ങനെ അധികം ആളൊന്നുമില്ല. ഞാനും താനും മാത്രമേയുള്ളൂ'– അദ്ദേഹം പറഞ്ഞു.

എങ്കിലും ഞാൻ സജീവമായി പ്രവർത്തിച്ചു. അത്യാവശ്യം അറിയപ്പെട്ടുതുടങ്ങി. വീട്ടിൽ എഞ്ചിനിയർമാർ മുതൽ പല തട്ടുകളിലുള്ളവർ വന്നുതുടങ്ങി. സ്ഥലംമാറ്റമടക്കമുള്ള പല ആവശ്യങ്ങൾക്കായി. എല്ലാം അപ്പൻ കാണുന്നുണ്ടായിരുന്നു. ഒരു ദിവസം എന്നെവിളിച്ച് പറഞ്ഞു.

'ഇന്നസെന്റേ, ഒരപേക്ഷയുണ്ട്. നിന്നെ പൊലീസ്‌സ്റ്റേഷനിലേക്ക് കൊണ്ടുപോകുമ്പോൾ ഞങ്ങളെയും കൊണ്ടുപോകരുത്'.

ഒരു ചിരി ചിരിച്ച് മെല്ലെ ഞാനവിടെ നിന്ന് വലിയും. പാർട്ടി ഡ്രസ് മടക്കി ബാഗിൽവെച്ച് ഇറങ്ങുമ്പോൾ അപ്പൻ ചോദിക്കും:

'ഇന്നെവിടെയാ മത്സ്യം പിടിക്കാൻ പോകുന്നത്?'– ഞാൻ ഒന്നും മിണ്ടില്ല.

ആ സമയത്തുതന്നെയാണ് എനിക്ക് നാടകഭ്രമം കലശലായത്. നാടകം കാണാനും നാടകത്തിലഭിനയിക്കാനുമുള്ള നെട്ടോട്ടമായിരുന്നു. ഒരുദിവസം കലാനിലയം നാടകവേദിയുടെ മുന്നിൽ വരെ പോയി ചോദിച്ചു.

'നടന്റെ ഒഴിവുണ്ടോ?'

'ഇല്ല. ഇപ്പോൾ വേണ്ട.'

'ശരി'. മടങ്ങിപ്പോരുകയും ചെയ്തു.

നാടകപ്രവർത്തനത്തിനും പാർട്ടി പ്രവർത്തനത്തിനുമെല്ലാമുള്ള എന്റെ യാത്രകൾ മിക്കപ്പോഴും കട തുറന്നുവെച്ചിട്ടായിരുന്നു. ആരെങ്കിലും ഒരാളെ അവിടെ പിടിച്ചിരുത്തും. ഞാൻ എന്റെ വഴിക്കുപോകും. തുടങ്ങിയ സമയത്തേക്കാൾ കട ശോഷിച്ചുതുടങ്ങി. 'ഇന്നസെന്റ് ഏജൻസീസ്' എന്നൊരു കടയുള്ളതുതന്നെ ആളുകൾ പതുക്കെപ്പതുക്കെ മറന്നു.

ഒരുദിവസം രാത്രി കടപൂട്ടി ഞാൻ അപ്പന്റെ മുന്നിൽ ചെന്നുനിന്നു. ആറായിരം രൂപ കൈയിൽവെച്ചുകൊടുത്തു. ഒന്നും മിണ്ടിയില്ല. അപ്പൻ കൈയിലിരിക്കുന്ന കാശിലേക്കും എന്റെ കണ്ണുകളിലേക്കുമൊന്നു നോക്കി. എന്നിട്ടൊന്ന് തലയാട്ടി. ഞാനും. ഒരു നിമിഷം കഴിഞ്ഞിട്ട് പറഞ്ഞു:

'ആ ഇലക്ട്രിസിറ്റി ബില്ല് അയാളുടെ പേരിലാക്കട്ടാ'.

ഞാൻ കടവിറ്റു എന്ന കാര്യം ഒരക്ഷരം പറയാതെ തന്നെ അപ്പന് മനസ്സിലായി. എന്തിനാണ് മനുഷ്യന് ഭാഷ എന്ന് തോന്നിപ്പോയ നിമിഷമായിരുന്നു അത്.

കട വിറ്റതോടെ ഞാൻ വീണ്ടും വീട്ടിലേക്കൊതുങ്ങി. പഴയ അവസ്ഥ തന്നെയായി. ഒപ്പമിരുന്നുണ്ണാൻ സാധിക്കാതെ, ഒന്നും പറയാനില്ലാതെ കൂട്ടത്തിൽ ഞാൻ തനിച്ചായി. വറ്റിപ്പോയ കണ്ണീർ എന്റെ കണ്ണിൽ വീണ്ടും വന്നു നിറഞ്ഞു. ആരും കാണാതെ.

കല്യാണം കഴിച്ചതിനുശേഷമാണ് എന്റെ കച്ചവടജീവിതത്തിന്റെ രണ്ടാംഘട്ടം. ബോംബെ, ഡൽഹി എന്നിവിടങ്ങളിൽനിന്ന് സാധനങ്ങൾ വാങ്ങി നാട്ടിൽ വിൽക്കുകയായിരുന്നു പരിപാടി. ബാഗുകൾ, സ്ത്രീകൾക്കുള്ള ചെരിപ്പുകൾ, ഡൽഹിയിൽ നിന്ന് ഷൂസുകൾ, ആഗ്ര ഷൂസ് എന്നിവയായിരുന്നു സാധനങ്ങൾ. ജോൺസൺ എന്ന സുഹൃത്ത് പാട്ണറായി.

മാസത്തിൽ രണ്ടുതവണ ബോംബെയിലും രണ്ടുതവണ ഡൽഹിയിലും പോകും. ബോംബെയിൽപ്പോയാൽ സ്റ്റേഷനിൽ നിന്നുതന്നെ കുളിയും മറ്റും കഴിച്ച്, പർച്ചേസ് നടത്തി ഉച്ചകഴിയുമ്പോഴേക്കും തിരിച്ചുപോരും. ഡൽഹിയിൽ അത് പറ്റില്ല. കഷ്ടപ്പെട്ട് എങ്ങനെയെങ്കിലും അവിടെ നിൽക്കും.

ബോംബെയിലേക്ക് പോകുംവഴി 'കടപ്പ' എന്നൊരു സ്റ്റേഷനുണ്ട്. ഉച്ചഭക്ഷണം അവിടെയാണ്. ഒരിക്കൽ അവിടെയിറങ്ങി ഊണുകഴിക്കാൻ ഒരിടത്തു കയറി. കഴിച്ച് പകുതിയായപ്പോഴേക്കും സൈറൺ വന്നു. യാത്രക്കാർ എല്ലാവരും ഇറങ്ങിയോടി. എന്തുചെയ്യണമെന്നറിയാതെ മിഴിച്ചിരിക്കുന്ന എന്നോട് കടയുടമ പറഞ്ഞു:

'പരിഭ്രമിക്കേണ്ട ഫസ്റ്റ് വിസിൽ ആണ്.'

ഇത്തിരി ആശ്ചര്യത്തോടെ ഞാൻ ഊണ് തുടർന്നു. പെട്ടെന്നുണ്ടായ പരിചയത്തിൽ ഞാൻ അയാളോട് പറഞ്ഞു.

'ഇവിടെ രണ്ടുമിനുട്ട് പോരല്ലോ. ആളുകൾക്ക് ഭക്ഷണം കഴിച്ചുതീരണ്ടേ?'

അയാൾ എന്റെ ചോദ്യത്തെ പിന്തുണച്ചു. എത്രയോ കാലമായി ഇത് പറയുന്നുവെന്നും പക്ഷേ, ആരും കേൾക്കാനില്ലെന്നും പറഞ്ഞു. എല്ലാം മൂളിക്കേട്ടുകൊണ്ട് ഞാൻ ഭക്ഷണം കഴിച്ചു. പുറപ്പെടാനുള്ള വിസിൽ വരുമ്പോൾ വണ്ടിയിൽ കയറിപ്പോയി.

അടുത്ത യാത്രയിൽ അതേ സ്റ്റേഷനിൽ ഭക്ഷണം കഴിക്കാനിറങ്ങിയപ്പോൾ, ആ ഹോട്ടലുകാരൻ എന്നെ പ്രത്യേകം വിളിച്ച് അകത്തിരുത്തി. കഴിഞ്ഞ തവണ ചാറുമാത്രം വിളമ്പിയ ആൾ ഇത്തവണ എനിക്ക് മട്ടൺ കഷണം തന്നു. വിശേഷങ്ങൾ ചോദിച്ചു. ഭക്ഷണം കഴിഞ്ഞിട്ടും കാശ് വാങ്ങിയില്ല. എനിക്കൊന്നും മനസ്സിലായില്ല. അപ്പോൾ അയാൾ പറഞ്ഞു.

'സാർ ചെയ്ത സഹായം ഞാൻ ഒരിക്കലും മറക്കില്ല. ഇവിടെ വണ്ടികളുടെ സ്റ്റോപ്പ് രണ്ട് മിനുട്ടുകൂടി കൂട്ടിയിരിക്കുന്നു. ഇപ്പോൾ നല്ല കച്ചവടമാണ്.

എനിക്ക് സംഗതിയുടെ കിടപ്പ് പിടികിട്ടി. ഞാൻ റെയിൽവേയുടെ ഉയർന്ന ഉദ്യോഗസ്ഥനാണെന്നാണ് അയാൾ ധരിച്ചിരിക്കുന്നത്. കഴിഞ്ഞതവണ ചെന്നപ്പോൾ 'ഇവിടെ രണ്ടുമിനുട്ട് പോരല്ലോ' എന്നു പറഞ്ഞതും അടുത്തയാഴ്ച മുതൽ വണ്ടി രണ്ടുമിനുട്ടിൽ കൂടുതൽ നിർത്താൻ തീരുമാനമായതും അയാൾ കണ്ടതാണ്. ആരും അങ്ങനെ ധരിച്ചുപോകും.

അടുത്ത തവണത്തെ യാത്രയിലും അയാൾ എനിക്ക് സൗജന്യഭക്ഷണം തന്നു. പിന്നെപ്പിന്നെ കടപ്പ സ്റ്റേഷനിലെത്തുമ്പോൾ ഞാൻ വശംതിരിഞ്ഞ് കിടക്കും. പിടിക്കപ്പെടുമോ എന്ന പരിഭ്രാന്തിയായിരുന്നു എനിക്ക്. പിന്നെ, ചെയ്യാത്ത കാര്യങ്ങൾക്ക് കിട്ടുന്ന പ്രതിഫലം വാങ്ങുന്നതിന്റെ മാനസിക സംഘർഷം. എന്നെ അത് വല്ലാതെ വിഷമിപ്പിച്ചു. കടപ്പ സ്റ്റേഷനിൽ നിന്ന് പിന്നെ ഞാൻ ഭക്ഷണം കഴിച്ചിട്ടില്ല.

ഡൽഹിയിൽ പോയാൽ കൊണാട്ട് സർക്കിളിലെ ഒരു മുഷിഞ്ഞ ഹോട്ടൽ മുറിയിലാണ് താമസം. അപരിചിതമായ നഗരം, തണുപ്പ്, എല്ലാറ്റിലുമുപരി പേടിപ്പെടുത്തുന്ന ലോഡ്ജ്. തണുപ്പിനെ നേരിടാൻ ഞാൻ രണ്ട് പെഗ്ഗ് കഴിക്കും. പർച്ചേസിനിടെ പബ്ലിക് ടെലിഫോണിൽ നിന്ന് ലോഡ്ജിലേക്ക് വിളിക്കും: ഹിന്ദിയിൽ ചോദിക്കും–

'ഇന്നസെന്റുണ്ടോ'

'പുറത്തുപോയതാണ്, ആരാണ്?'

ഏതെങ്കിലും ലോക്കൽ പേര് പറയും. കുറച്ചുകഴിഞ്ഞ് മറ്റൊരു ഫോണിൽ വിളിക്കും. മറ്റൊരു പേര് പറയും. വൈകുന്നേരമാകുമ്പോഴേക്കും എന്നെത്തേടി നിരവധി കോളുകൾ റിസപ്ഷനിൽ എത്തിയിട്ടുണ്ടാകും. ഡൽഹിയിൽ നിരവധി ബന്ധങ്ങളുള്ളയാളാണ് ഞാൻ എന്ന് ഹോട്ടലുകാരെ അറിയിക്കുകയാണ് ലക്ഷ്യം. ആക്രമിക്കപ്പെട്ടില്ല എന്നു മാത്രമല്ല, അതെനിക്ക് ആ ലോഡ്ജിൽ അല്പം മാന്യതയും നൽകി.

അക്കാലത്താണ് സിമന്റ് വ്യാപാരത്തിൽ രാജ്യമെങ്ങും വലിയ നിയന്ത്രണങ്ങൾ വന്നത്. സിമന്റ് കൺട്രോളർ ഓഫീസ് ഡൽഹിയിലാണ്. ഇരുന്നൂറും മുന്നൂറും ചാക്ക് സിമന്റുവേണ്ടവർ നിരവധിയുണ്ടാകും. അവർ വിദേശപണം കെട്ടി ഡൽഹിയിലേക്ക് അപേക്ഷ അയച്ച് കാത്തിരിക്കണം. അവിടെനിന്ന് കനിയുന്നതിനനുസരിച്ചേ സിമന്റ് കിട്ടൂ. പലർക്കും ദീർഘകാലത്തോളം കാത്തിരിക്കേണ്ടിവരും.

ഇരുന്നൂറു ചാക്ക് സിമന്റ് വേണ്ട ഒരാൾ ഇരിങ്ങാലക്കുടയിലുണ്ടായിരുന്നു.

ഞാൻ ഇടയ്ക്കിടെ ഡൽഹിയിൽ പോകുന്ന കാര്യം അയാൾക്കറിയാം. കൺട്രോളറുടെ ഓഫീസിൽച്ചെന്ന് എങ്ങനെയെങ്കിലും അതൊന്ന് ശരിയാക്കിത്തരാൻ അയാൾ എന്നോടു പറഞ്ഞു. അയാൾ അയച്ച അപേക്ഷ കണ്ടുപിടിച്ച് ഫയലിൽ ഏറ്റവും മുകളിൽ വെപ്പിക്കണം. അത്രയേ വേണ്ടൂ. ഞാൻ ഏറ്റു.

പതിവ് പർച്ചേസൊക്കെ കഴിഞ്ഞ് ഞാൻ സിമന്റ് കൺട്രോളറുടെ ഓഫീസിലെത്തി. ഒരു പഴയ കെട്ടിടത്തിൽ, മൂന്നാം നിലയിലാണ് ഓഫീസ്. അട്ടിയട്ടിയായി ഫയലുകൾവെച്ച് ആളുകൾ കുനിഞ്ഞിരുന്ന് ജോലിചെയ്യുന്നു. ടൈപ്പ്റൈറ്ററുകൾ പ്രത്യേകതാളത്തിൽ ശബ്ദിച്ചുകൊണ്ടേയിരുന്നു. ആദ്യം കണ്ട പ്യൂണിനോട് ഞാൻ കാര്യം ചുരുക്കിപ്പറഞ്ഞു. അയാൾ എനിക്ക് സിമന്റ് കൺട്രോളറുടെ കീഴിലുള്ള ഓഫീസറെ ചൂണ്ടിക്കാണിച്ചുതന്നു.

എസ്.കെ. റോയ് എന്നായിരുന്നു അയാളുടെ പേര്. മെലിഞ്ഞുനീണ്ട് വിളറിയ ഒരു മനുഷ്യൻ. ഞാൻ അയാളോട് ചെന്ന് കാര്യം പറഞ്ഞു. അയാൾ എന്റെ മുഖത്തേക്ക് നിഷേധഭാവത്തിൽ നോക്കി.

'നിങ്ങൾക്കും ഗുണമുണ്ടാകും.'

ഞാൻ പറഞ്ഞു.

അതുകേട്ടപ്പോൾ അയാൾ കൂടുതൽ വിളറി. ആദ്യമൊക്കെ അയാൾ സാധ്യമല്ലെന്ന് പറഞ്ഞു. പക്ഷേ, കൈക്കൂലിയുടെ മനഃശാസ്ത്രം എനിക്ക് നന്നായിട്ടറിയാമായിരുന്നതുകൊണ്ട് ഞാനവിടെത്തന്നെ ചുറ്റിപ്പറ്റി നിന്നു. അയാൾക്ക് പണം ആവശ്യമാണെന്ന് ആ മുഖം വിളിച്ചുപറഞ്ഞിരുന്നു. പക്ഷേ, പാവത്തിന് ധൈര്യമില്ലായിരുന്നു.

കുറച്ചുകൂടി കഴിഞ്ഞപ്പോഴേക്കും ഞങ്ങൾക്കിടയിൽ നേരിയ പരിചയം പടർന്നിരുന്നു. എന്നെ അരികിലേക്ക് വിളിച്ച് അദ്ദേഹം പറഞ്ഞു:

'വൈകുന്നേരം ഓഫീസ് വിട്ടതിനുശേഷം കാണാം.'

ഏറെ നടന്ന് ഞങ്ങൾ ഒരു ഫ്ളാറ്റിന് മുന്നിലെത്തി. അപ്പോഴേക്കും റോയ് കിടുകിടാ വിറയ്ക്കാൻ തുടങ്ങി. എനിക്ക് കാര്യം മനസ്സിലായി. ഞാൻ പറഞ്ഞു: 'നിങ്ങൾ ധൈര്യമായിരിക്കൂ. ഏതാ നിങ്ങടെ വീട്?'

അയാൾ മുകൾ നിലയിലേക്ക് വിരൽചൂണ്ടി. ഞങ്ങൾ പടികൾ കയറി. വാതിൽ തുറന്ന ഭാര്യയോട് അയാൾ ഒരു ഗ്ലാസ് വെള്ളം ചോദിച്ചു. അത് വാങ്ങുമ്പോഴും കുടിക്കുമ്പോഴും അയാളുടെ കൈകൾ വിറയ്ക്കുന്നുണ്ടായിരുന്നു. പലഘട്ടങ്ങളിൽ കൈക്കൂലികൊടുത്ത് നല്ല പരിചയമുള്ളതുകൊണ്ട് എനിക്ക് പതർച്ച തീരെയുണ്ടായില്ല.

അപ്പോഴേക്കും റോയിയുടെ കുട്ടികൾ വന്നു. ഞാൻ അവരെ കളിപ്പിച്ചു. അന്തരീക്ഷം ഒന്ന് ലഘുവാക്കിയതിനുശേഷം ഞാൻ പണമെടുത്ത് റോയിക്ക് കൊടുത്തു. സ്വന്തം വീട്ടിലെ മുറിയിൽനിന്ന് അതു വാങ്ങുമ്പോൾപ്പോലും ആ ബംഗാളി വിറച്ചു. ഫുൾസ്പീഡിൽ കറങ്ങുന്ന ഫാനിന് ചുവടെയും അയാൾ വിയർത്തുകുളിച്ച് വിളർത്തുനിന്നു. അപ്പോൾ ഞാൻ പറഞ്ഞു:

'നിങ്ങൾ പേടിക്കേണ്ട. നൂറുമേനി വിളയും. ഞാൻ കൈക്കൂലി കൊടുത്ത ആർക്കും ഒരപകടവും ഉണ്ടായിട്ടില്ല. ധൈര്യമായിരുന്നോളൂ. ഒരുകൊല്ലംകൊണ്ട്

ഈ ഫ്ളാറ്റ് വാങ്ങി ഞാൻ കൈയിൽ തരാം.'

അതുകേട്ടപ്പോഴും അയാൾ വിറച്ചു. പിറ്റേന്ന് ഓഫീസിൽ വരാൻ പറഞ്ഞു. ഞാൻ മടങ്ങി. പിറ്റേന്നുചെന്നപ്പോൾ റോയി എല്ലാം ശരിയാക്കിവെച്ചിരുന്നു. ഒരു നേരിയ ചിരിയും ആ മുഖത്തുണ്ടായിരുന്നു.

നാട്ടിലെത്തിയശേഷം ഞാൻ ആദ്യം ചെയ്തത് ബാങ്കിൽ പോയി സിമന്റിന് വിദേശപണം കെട്ടിയവരുടെ ലിസ്റ്റ് എടുക്കുകയായിരുന്നു. അവർ ലിസ്റ്റ് തന്നു. ഞാൻ അതിലുള്ളവരെ തേടി കണ്ടുപിടിച്ചു. ഡൽഹിയിൽ ചെന്ന് റോയി മുഖാന്തരം കാര്യം സാധിച്ചുകൊടുക്കും. പിന്നെപ്പിന്നെ ആളുകൾ എന്നെത്തേടി വന്നുകൊണ്ടിരുന്നു. വലിയ വലിയ കോൺട്രാക്ടർമാർ, വിദേശഫണ്ട് വാങ്ങിയ പള്ളീലച്ചന്മാർ എല്ലാവരും എന്നെത്തേടി വന്നു. അപ്പന് ഒന്നും മനസ്സിലായില്ല. ഒരുദിവസം വീണ്ടും പറഞ്ഞു: 'ഇന്നസെന്റേ, വയസ്സുകാലത്ത് നീ ഞങ്ങളെ പൊലീസ്സ്റ്റേഷനിൽ കയറ്ററുത്'.

അപ്പോൾ അമ്മ പറയും.

'ആ ചെക്കൻ എങ്ങനെയെങ്കിലും ഒന്ന് നന്നായി വരികയാണ്. അത് മൊടക്കാൻ നടക്കണ്ട.'

'നിനക്ക് വല്ല ബോധോം ഉണ്ടോ?' അതും പറഞ്ഞ് അപ്പൻ പുറത്തേക്കിറങ്ങിപ്പോകും.

വെറും ഇരുന്നൂറ് ചാക്കിൽ തുടങ്ങിയ എന്റെ 'സിമന്റുപണി' പിന്നെപ്പിന്നെ രണ്ടായിരം ചാക്കിലേക്കും മൂവായിരം ചാക്കിലേക്കും കുതിച്ചുകയറി. ഞാൻ

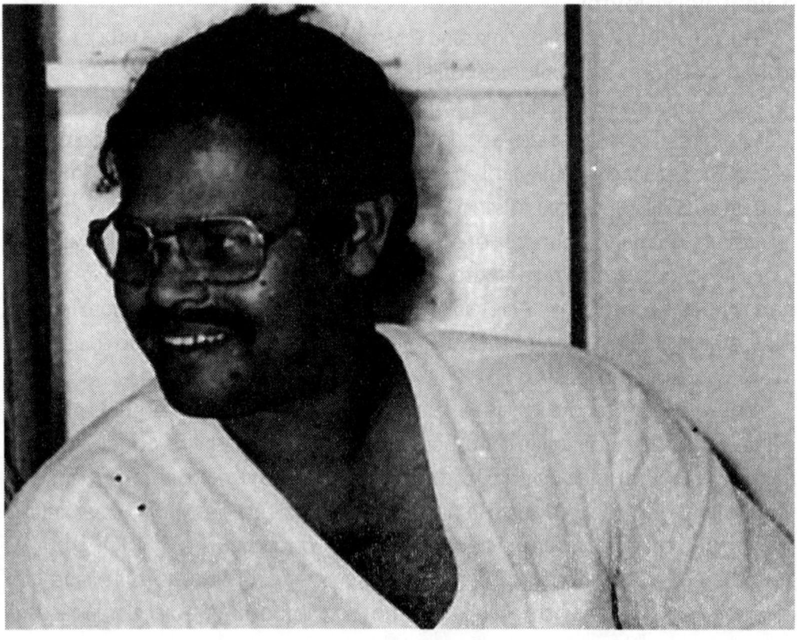

റോയിയുടെ വീട്ടിലെ ഒരംഗമായി. അയാളുടെ കുട്ടികൾക്ക് മിഠായി, കുട, സൈക്കിൾ എന്നിവ വാങ്ങിയിട്ടാണ് ഞാൻ പിന്നെ അവിടെയെത്തുക.

പഞ്ചാബിൽനിന്നും ഹരിയാനയിൽനിന്നുമുള്ള സർദാർജിമാർ സിമന്റിനായി നേരിട്ട് റോയിയുടെ അടുത്തുചെല്ലും. അപ്പോൾ അയാൾ പറയും.

'ഇപ്പോഴത്തെ അവസ്ഥയിൽ ഞാൻ വിചാരിച്ചാൽപ്പോലും ഒന്നും ചെയ്യാനാവില്ല. കേരളത്തിൽ ഇരിങ്ങാലക്കുട എന്ന സ്ഥലത്ത് ഇന്നസെന്റ് എന്നൊരാളുണ്ട്. അയാൾ വിചാരിച്ചാൽ നടക്കാൻ സാധ്യതയുണ്ട്.'

റോയ് എന്റെ വിലാസം അയാൾക്ക് കൊടുക്കും. പിന്നെ ഹിന്ദിയിൽ കത്തുകൾ വന്നുതുടങ്ങി. ആദ്യമാദ്യം ഞാൻ തന്നെ ഞെട്ടിപ്പോയി. കത്തുമായി ഞാൻ എന്നെ ഹിന്ദിപഠിപ്പിച്ച ടീച്ചറുടെ അടുത്തു ചെന്നു. വായിച്ചുകഴിഞ്ഞപ്പോൾ കാര്യം അത്ര പന്തിയല്ല എന്ന് അവർക്ക് തോന്നി. 'ഇന്നസെന്റേ, സ്കൂളിൽ നീ ഞങ്ങളെ നന്നായി ചുറ്റിച്ചിട്ടുണ്ട്. വലുതായാലും വിടാൻ ഭാവമില്ലേ?'

'ജീവിക്കാൻ വേണ്ടിയാണ് ടീച്ചറേ' ഞാൻ പറയും.

കേരളത്തിനു പുറത്തുനിന്നുള്ള ആവശ്യക്കാരും വന്നപ്പോൾ ഞാൻ എന്റെ യാത്ര വിമാനത്തിലാക്കി. രാജകീയമായിത്തന്നെ മറ്റ് ബിസിനസ്സിനേക്കാൾ പ്രധാനം സിമന്റ് കാര്യമായി. കാര്യങ്ങൾ കുശാലായി മുന്നോട്ടുപോയി.

ഒരുദിവസം രാവിലെ ഞാൻ ഡൽഹി യാത്രയ്ക്കൊരുങ്ങുകയാണ്. അപ്പോഴാണ് മനോരമ പത്രം വന്നത്. ഒന്നാം പേജിൽ ഒരു വാർത്ത.

'എല്ലാ സംസ്ഥാനത്തും സിമന്റ് കൺട്രോളറുടെ ഓഫീസ് തുറക്കാൻ സർക്കാർ തീരുമാനിച്ചു.'

മുറ്റത്തുനിന്നാണ് ഞാൻ ആ വാർത്ത വായിച്ചത്. വായിച്ചുതീർന്നതും ഞാൻ അടുത്തുള്ള നടക്കല്ലിൽ ഇരുന്നു. ഒരു മിന്നൽവന്ന് മൂർദ്ധാവിൽ വീണതുപോലെയായിരുന്നു ആ വാർത്ത. റോയി മുൻപ് വിയർത്തതുപോലെ ഞാനും വിയർത്തു. അതു കണ്ട് അപ്പൻ വന്നു. ഞാൻ ചോദിച്ചു:

'അപ്പോ, ഇപ്പോ എല്ലാവർക്കും സമാധാനമായല്ലോ?' അപ്പോൾ അപ്പൻ പറഞ്ഞു:

'ഇതൊക്കെ വല്ലവന്റേം കാശാ. കുഴപ്പം പിടിച്ചതാ. നിൽക്കില്ല. സിമന്റ് കൺട്രോൾ ഓഫീസ് ഇവിടെ തുറന്നത് നന്നായി. അല്ലെങ്കിൽ നിന്നെ എനിക്ക് അധികകാലം കാണാൻ പറ്റിയെന്ന് വരില്ല.'

ആ എസ്.കെ. റോയിയെ പിന്നെ ഞാൻ കണ്ടിട്ടില്ല. ഒരുപക്ഷേ, പെൻഷനായി അദ്ദേഹം ബംഗാളിലേക്ക് മടങ്ങിയിരിക്കാം. അല്ലെങ്കിൽ ആ ഫ്ളാറ്റിൽത്തന്നെ ഒതുങ്ങിക്കൂടുന്നുണ്ടാകാം. അതുമല്ലെങ്കിൽ മരിച്ചുപോയിരിക്കാം. എനിക്കുചുറ്റും കളിച്ചുതിമർത്തിരുന്ന ആ കുട്ടികൾ വളർന്ന് വലിയ നിലയിലെത്തിയിട്ടുണ്ടാകാം. പക്ഷേ, എന്റെ മനസ്സിൽ അവരിപ്പോഴും കുട്ടികളാണ്; ആ കാലം മറക്കാനാവാത്തതും.

▲ ഡേവിഡ് കാച്ചപ്പിള്ളിയോടൊപ്പം

4

കോടമ്പാക്കത്തെ കടുംനിറങ്ങൾ

കോടമ്പാക്കത്തിന്റെ കനൽവഴികൾ ചവിട്ടിക്കടന്നാണ് ഞാനും സിനിമയിൽ എത്തിയത്. കാലടികൾ വെന്ത്, വയറുപുകഞ്ഞ് മുന്നോട്ടുള്ള വഴിയൊന്നും തെളിയാതെ മുടന്തിനടന്ന കാലം. താരങ്ങളും അഭിനയമോഹികളും പണച്ചാക്കുകളും പാട്ടുകാരും കൂട്ടിക്കൊടുപ്പുകാരും മഹാപ്രതിഭകളും തട്ടിപ്പുകാരും ഇടകലർന്നു ജീവിക്കുന്ന കോടമ്പാക്കം എന്നെ അഭിനയമല്ല പഠിപ്പിച്ചത്. പച്ചയായ ജീവിതമായിരുന്നു. ചമയങ്ങളണിഞ്ഞ് കൃത്രിമമായി ചിരിക്കുന്ന മുഖങ്ങളെക്കാൾ ഞാനവിടെ കണ്ടത് മനുഷ്യന്റെ യഥാർഥ അവസ്ഥകളായിരുന്നു. ഗതികേടുകൊണ്ട് അവൻ ചെയ്തുപോകുന്ന വൈചിത്ര്യങ്ങളായിരുന്നു. ഒരു കഥാകൃത്തിനും എഴുതാൻ സാധിക്കാത്ത, ഒരഭിനേതാവിനും അഭിനയിച്ചു ഫലിപ്പിക്കാനാവാത്ത കടുംനിറങ്ങളിലുള്ള ജീവിതസന്ദർഭങ്ങൾ.

ഇരിങ്ങാലക്കുടയിൽ 'ഇന്നസെന്റ് മാച്ച് ഫാക്ടറി' നടത്തുമ്പോൾ ഫോസ്ഫറസ്, പൊട്ടാസ്യം, സൾഫർ എന്നിവയൊക്കെ വാങ്ങാൻ ഇടയ്ക്കിടെ ശിവകാശിയിൽ പോകേണ്ടിവരും. അപ്പോഴെല്ലാം ഞാൻ മദിരാശിയിലും ഒന്ന് കറങ്ങും. പില്ക്കാലത്ത് പ്രശസ്ത സംവിധായകനായ മോഹൻ അവിടെയുണ്ട്. എന്റെ അടുത്ത സുഹൃത്താണ്. മോഹന്റെ അടുത്തൊന്ന് പോകും, സിനിമയിൽ എവിടെയെങ്കിലും വല്ല സാധ്യതയുമുണ്ടോ എന്നന്വേഷിക്കും. തിരിച്ചുപോരും. അധികം അവിടെ നില്ക്കാനുള്ള പണം കൈയിലില്ലാത്തതുകൊണ്ടാണ് തിരിച്ചുപോരുന്നത്. ആ പോക്കുവരവുകൾ തുടർന്നു, അപ്പനും ചേട്ടനുമൊക്കെ അറിഞ്ഞുകൊണ്ടുതന്നെ.

പോയിപ്പോയി ഒരുതവണ പോയ ഞാൻ തിരിച്ചുവന്നില്ല. കമ്പനിയാവശ്യത്തിനു തന്ന പണത്തിൽനിന്ന് 250 രൂപ കൈയിൽവെച്ച് ബാക്കി ചേട്ടന് അയച്ചുകൊടുത്തു. ഞാനിവിടെ നില്ക്കുകയാണ് എന്നൊരു കുറിപ്പും.

വീട്ടിൽ ഭൂകമ്പമൊന്നുമുണ്ടായില്ല. അപ്പൻ പറഞ്ഞുവത്രേ:

'ഒന്നും പേടിക്കണ്ട. മൂന്നു ഭാഷയിൽ കടംചോദിക്കാനറിയുന്നതുകൊണ്ട് എവിടെപ്പോയാലും അവൻ ജീവിച്ചോളും.'

കോടമ്പാക്കത്തെ സിനിമാക്കാരുടെ താവളമായ ഉമാ ലോഡ്ജിൽത്തന്നെയാണ് ഞാനും ചെന്നടിഞ്ഞത്. മാസം മുപ്പതുരൂപ മുറിവാടക. അയിരൂർ സദാശിവൻ എന്ന പാട്ടുകാരൻ, മോഹൻ, സംസ്ഥാന അവാർഡ് നേടിയ നാടകനടൻ

ജോർജ് കണക്കശ്ശേരി, തൊടുപുഴ രാധാകൃഷ്ണൻ, ബിന്നി കമ്പനിയിൽ ജോലി ചെയ്തിരുന്ന മുരളി, വിൻസന്റ് തുടങ്ങി നിരവധി മലയാളികൾ അപ്പുറത്തുമിപ്പുറത്തുമുള്ള മുറികളിലുണ്ടായിരുന്നു. എല്ലാവരും എന്നെപ്പോലെതന്നെ സിനിമയിലെയും ജീവിതത്തിലെയും ഭാഗ്യജാതകം തിരഞ്ഞ് നാടുവിട്ടെത്തിയവർ. പിടിവള്ളിയില്ലാതെ നട്ടംതിരിയുന്നവർ.

ഉമാ ലോഡ്ജിൽ ഒറ്റമുറിയാണ്, മേൽക്കൂരയിൽ ആസ്ബസ്റ്റോസ്. പകൽ മുഴുവൻ പൊള്ളും. രാത്രി അതിന്റെ ആവി മുറിയിൽ തങ്ങിനില്ക്കും. മദിരാശിയിലെ കൊതുകുകളുടെയെല്ലാം കേന്ദ്രം ഉമാ ലോഡ്ജാണ് എന്ന് തോന്നിക്കുംവിധം രാവും പകലും വ്യത്യാസമില്ലാതെ പാറും. കടിച്ചുകൊണ്ടേയിരിക്കും. വേനൽക്കാലത്ത് വരാന്തയിൽ മാത്രമേ കിടക്കാൻ സാധിക്കൂ. കൊതുക്കടിക്കുമെങ്കിലും ചൂട് കുറയും.

ഒരു ടെറിലിൻ ഷർട്ടും ഡബിൾ മുണ്ടും മാത്രമേ വസ്ത്രമെന്നു പറയാൻ എനിക്കുണ്ടായിരുന്നുള്ളൂ. എങ്ങോട്ടുപോവണമെങ്കിലും വേഷം ഒന്നേയുള്ളൂ. അത് മുഷിയാതെ നോക്കുകയായിരുന്നു ഏറ്റവും ശ്രമകരമായ ജോലി.

അഭിനയം ലക്ഷ്യമായിരുന്നതുകൊണ്ട് രാവിലെ എഴുന്നേറ്റ് കുളിച്ച് പുറത്തിറങ്ങും. പ്രശസ്ത സംവിധായകരുടെയും നിർമാതാക്കളുടെയും വിലാസം കൈയിലുണ്ടാകും. ബസ് കയറി മുറ്റത്ത് ചെന്നുനിന്ന് പറയും

'നമസ്കാരം'.

'നമസ്കാരം'.

'ചാൻസ് എന്തെങ്കിലും ഉണ്ടാവുമോ?'

'ഇപ്പോൾ ഒന്നുമില്ല. പടം തുടങ്ങുമ്പോൾ വന്നു കാണൂ.'

ഞാൻ തിരിച്ചുപോരും. ശശികുമാർ എ.ബി. രാജ്, കെ.എസ്. സേതുമാധവൻ എന്നിവരുടെയടുത്തെല്ലാം ഞാൻ പലതവണ മുഖംകാണിച്ച് തിരിച്ചുപോന്നിട്ടുണ്ട്.

ദിവസങ്ങൾ കഴിയുന്നതിനനുസരിച്ച് കൈയിലെ പണം തീർന്നുതുടങ്ങി. മദിരാശിയുടെ നിറം മാറിത്തുടങ്ങി. വിയർക്കാനും വിശക്കാനും തുടങ്ങി. പണമില്ലാതാവുമ്പോൾ നമ്മൾ മറ്റൊരാളാണ്. ലോകം മറ്റൊന്നാണ്.

ഉമാ ലോഡ്ജിനു മുന്നിൽ മലപ്പുറത്തുകാരൻ മുസ്ലിമിന്റെ ഒരു ചെറിയ ഹോട്ടലുണ്ടായിരുന്നു. അവിടെനിന്നായിരുന്നു എന്റെ ഭക്ഷണം. 'ഇക്കാ' എന്നായിരുന്നു ഞാൻ അയാളെ വിളിച്ചിരുന്നത്. കൈയിലെ പണം തീർന്നപ്പോൾ അപ്പൻ പറഞ്ഞതുപോലെ കടം ചോദിച്ചുതുടങ്ങി. ഇക്ക സന്തോഷത്തോടെ തന്നു. അതാണ് അദ്ദേഹത്തിന്റെ രീതി എന്ന് പിന്നീട് മറ്റുള്ളവർ പറഞ്ഞാണ് ഞാനറിഞ്ഞത്. ഒരുതവണ കടം തന്നാൽ എത്രകാലം വേണമെങ്കിലും അദ്ദേഹം തരും. പണം ചോദിക്കുകയേ ഇല്ല. ഇതറിഞ്ഞപ്പോൾ ഞാൻ നന്നായി ഭക്ഷണം കഴിച്ചുതുടങ്ങി. പ്രധാന പ്രശ്നം പരിഹരിക്കപ്പെട്ടു.

ഒരുദിവസം രാവിലെ ഉണർന്നപ്പോൾ താഴെ തമിഴിൽ വലിയ ബഹളം. ഇക്കയുടെ ഹോട്ടലിൽനിന്നാണ്. ഏതൊക്കെയോ തമിഴന്മാർ ഇക്കയോട് കയർത്തു സംസാരിക്കുന്നു. അപ്പോൾ, അദ്ദേഹം ഉമാ ലോഡ്ജിന്റെ മുകൾനിലയിലേക്ക്

ചൂണ്ടിക്കാണിച്ചുകൊണ്ട് പറയും:

'അന്ത 53-ൽ ഇന്നസെന്റിരുക്ക്, 63-ൽ മോഹനിരുക്ക്, 68-ൽ രാധാകൃഷ്ണനിരുക്ക്...'

കുറച്ചുനേരത്തെ ബഹളത്തിനുശേഷം അവർ പോയി. എനിക്കൊന്നും മനസ്സിലായില്ല. ഭക്ഷണം കഴിക്കാൻ ചെന്നപ്പോൾ ഇക്കയും ഒന്നും പറഞ്ഞില്ല. ഒളിഞ്ഞുനിന്ന് കണ്ടതായതുകൊണ്ട് എനിക്ക് ചോദിക്കാനും മടിതോന്നി. പിന്നീടാണ് കാര്യം മനസ്സിലായത്.

കടംകൊടുത്ത് കച്ചവടം നടത്തുന്ന ഇക്ക കടനടത്താൻ തമിഴന്മാരിൽനിന്ന് വട്ടിപ്പലിശയ്ക്ക് പണം വാങ്ങിയിരുന്നു. അത് തിരിച്ചുവാങ്ങാൻ വന്നവരാണ് രാവിലെ ബഹളംവെച്ചത്. തിരിച്ചുകൊടുക്കാൻ അദ്ദേഹത്തിന്റെ കൈയിൽ പണമില്ല. അപ്പോൾ രക്ഷപ്പെടാൻവേണ്ടി ഞങ്ങളുടെ മുറികൾ ചൂണ്ടിക്കാണിക്കുകയാണ്. ഞങ്ങളെല്ലാം പണം തരാനുണ്ടെന്നും അത് കിട്ടിയാൽ ഉടൻ കടം വീട്ടാം എന്നുമാണ് അദ്ദേഹം കരഞ്ഞു പറയുന്നത്! എന്നോടിതു പറഞ്ഞയാൾ തമാശയായിട്ടാണ് ഇത് അവതരിപ്പിച്ചതെങ്കിലും കേട്ടപ്പോൾ എന്റെ ഉടലാകെ പൊള്ളിപ്പോയി. എവിടെയോ കിടക്കുന്ന, ഒരു പരിചയവുമില്ലാത്ത കുറച്ച് തൊഴിൽരഹിതരെ കടംകൊടുത്ത് തീറ്റിപ്പോറ്റാൻ സ്വയം പലിശയ്ക്ക് കടംവാങ്ങി അത് കൊടുക്കാൻ സാധിക്കാതെ പരിഹാസ്യനാകുകയും പേടിയോടെ കഴിയുകയും ചെയ്യുന്ന ഒരു മനുഷ്യനെ ഞാൻ ആദ്യമായി കാണുകയാണ്. ഇങ്ങനെയൊക്കെ സംഭവിച്ചിട്ടും ഭക്ഷണം കഴിക്കാൻ ചെന്നപ്പോൾ ഇക്ക ചിരിച്ചുകൊണ്ട് പറയുകയാണ്:

'ബരീ, ഇരിക്കീ...' പുട്ടും ചോറും ഇഡ്ഡലിയുമെല്ലാം വയറുനിറയെ, കടമായിട്ടുതന്നെ! ഇക്കയുടെ ഈ പ്രവൃത്തിയുടെ സാമ്പത്തികശാസ്ത്രം അന്നും ഇന്നും എനിക്ക് പിടികിട്ടിയിട്ടില്ല.

ഓരോ മാസവും തുടക്കത്തിൽ ഈ ബഹളം തുടർന്നു. പതിവ് മറുപടി പറഞ്ഞ് ഇക്ക രക്ഷപ്പെടും. ഒരുദിവസം രാവിലെ പാത്രങ്ങൾ വലിച്ചെറിയുന്ന ശബ്ദംകേട്ടാണ് ഞാൻ ഉണർന്നത്. കടം കൊടുത്തവർ വന്ന് ഇക്കയുടെ കടയിലെ ഭക്ഷണങ്ങളും പാത്രങ്ങളും എടുത്ത് പുറത്തേക്കെറിയുകയാണ്. ഇക്ക നിസ്സംഗനായി നോക്കിനില്ക്കുന്നു. ആ മുഖത്ത് യാതൊരു ഭാവഭേദവുമില്ല. എല്ലാം എടുത്തെറിഞ്ഞശേഷം അവർ പോയി. ഇക്ക തനിച്ചായി.

അന്നുച്ചയ്ക്ക് മടിച്ചുമടിച്ചാണ് ഞാൻ ഇക്കയുടെ ഹോട്ടലിലേക്കു ചെന്നത്. ഒന്നും സംഭവിക്കാത്ത മട്ടിൽ ചോറുമായി ഞങ്ങളെ കാത്തിരിക്കുകയാണ് ആ മനുഷ്യൻ! ഞങ്ങൾ പട്ടിണിയാവാതിരിക്കാൻ മറ്റെവിടെനിന്നോ കടംവാങ്ങി ചോറുവെച്ചിരിക്കുകയാണ്. ആ നിമിഷം, എനിക്കെന്റെ അപ്പനോടുള്ളതിനേക്കാൾ ബഹുമാനം തോന്നി അദ്ദേഹത്തോട്. സ്വയം കഷ്ടപ്പെട്ടുകൊണ്ട് എന്തിനാണ് ഞങ്ങൾക്കിങ്ങനെ വെച്ചുവിളമ്പുന്നത് എന്ന് അദ്ദേഹത്തിനോട് ചോദിക്കണമെന്നു തോന്നി, പക്ഷേ ചോദിച്ചില്ല. ഇക്ക നിസ്കരിക്കാൻപോകുന്നത് ഒരിക്കലും ഞാൻ കണ്ടിട്ടില്ല. എന്നാൽ ഞാനെന്റെ ജീവിതത്തിൽ കണ്ട ഏറ്റവും നല്ല മുസൽമാൻ അദ്ദേഹമായിരുന്നു.

ഇക്കയുടെ ഈയവസ്ഥ അറിഞ്ഞശേഷം മൂന്നുനേരവും അവിടെച്ചെന്ന് ഭക്ഷണം കഴിക്കുന്നതിൽ എനിക്ക് മടിതോന്നി. ഞാൻ വളരെ വൈകി ഉണർന്നെണീക്കാൻ തുടങ്ങി. അതുകൊണ്ട് രാവിലത്തെ ഭക്ഷണം ഒഴിവാക്കാൻപറ്റി. കുളിയൊക്കെ കഴിഞ്ഞ് ഉച്ചയ്ക്ക് ഒരുമണിയോടെ ഊണ് കഴിക്കാൻചെല്ലും. വയറ് നിറച്ചുണ്ണും. കൈയിൽ പൈസയില്ലാത്തതുകൊണ്ട് എങ്ങോട്ടും പോകാനില്ല. പിന്നെ ഒറ്റ ഉറക്കമാണ്. രാത്രി പതിനൊന്നര കഴിഞ്ഞു മാത്രമേ ഉണരൂ. ഉണർന്നിരുന്നാലല്ലേ വിശപ്പറിയൂ. രാത്രി കുറെ പച്ചവെള്ളം കുടിച്ച് വീണ്ടും കിടന്നുറങ്ങും. അങ്ങനെ ഒരുനേരം ഭക്ഷണവുമായി ഒരു ദിവസം തീരും.

ദിവസങ്ങൾ കഴിയുന്നതിനനുസരിച്ച് ഷർട്ടും മുണ്ടും കൂടുതൽ കൂടുതൽ മുഷിഞ്ഞുതുടങ്ങി. നിറം മങ്ങി. അപ്പോൾ ആരോ പറഞ്ഞു തിളച്ചവെള്ളത്തിൽ സോപ്പ് ചേർത്താൽ മതി നിറംവരാൻ. പറഞ്ഞതുപോലെ ചെയ്തു. മുക്കിപ്പുറത്തെടുത്തത് ഉരുകിയൊലിച്ചതുപോലുള്ള ഒരു കഷണം ടെറിലിൻ തുണിയായിരുന്നു. ഒറ്റ ഷർട്ട് മാത്രമുണ്ടായിരുന്ന ഞാൻ അതോടെ അർധനഗ്നനായി. പുറത്തിറങ്ങാൻപറ്റാത്ത അവസ്ഥയിലായി. രണ്ടുദിവസം മുറിക്കു പുറത്തിറങ്ങാതെയിരുന്നു. ഒരുവിധം ശരിയായപ്പോൾ മൂന്നാംദിവസം ആ ഷർട്ടിനുള്ളിൽതന്നെ കയറിക്കൂടി.

ഒരുനേരത്തെ ഭക്ഷണംകൊണ്ട് കഴിഞ്ഞുകൂടുകയാണെങ്കിലും ചിലപ്പോൾ

▲ *ഓർമയ്ക്കായി* എന്ന ചിത്രത്തിന്റെ റെക്കോർഡിങ്ങിനിടെ ഭരതനും ജോൺസനുമൊപ്പം

വിശപ്പ് സഹിക്കാതാകും. അങ്ങനെയൊരു ദിവസം ഞാൻ ഹോളിവുഡ് എന്ന ഹോട്ടലിലേക്ക് കയറിച്ചെന്നു. കാഷിലിരിക്കുന്ന ആളോട് ചോദിച്ചു:

'ഇവിടെ ജോലിക്ക് ആളെ എടുക്കുന്നുണ്ടോ?'

'ഇല്ല,' അയാൾ പറഞ്ഞു.

ഞാൻ വിശന്നുകൊണ്ടുതന്നെ തിരിച്ചുപോന്നു. അന്ന് അയാൾ 'ഉണ്ട്' എന്നാണ് പറഞ്ഞിരുന്നതെങ്കിൽ ഞാൻ ഒരു ഹോട്ടൽതൊഴിലാളിയായി മാറുമായിരുന്നു; ഒരുപക്ഷേ, എന്നെന്നേക്കുമായി. വിശന്നാൽ മനുഷ്യൻ എന്തും ചെയ്യും എന്ന് എനിക്കന്ന് മനസ്സിലായി.

സിനിമയിൽ ചാൻസ് കിട്ടുന്ന ലക്ഷണമില്ല. വിശപ്പടക്കാനും സാധിക്കുന്നില്ല. ഞാനാകെ തളർന്നുപോയി. രാത്രിയാവുമ്പോൾ വല്ലാത്ത ഒറ്റപ്പെടലാണ്. ഒന്നുമാവുന്നില്ലല്ലോ എന്നാലോചിച്ച് മനസ്സിൽ കരയും. കൂടെയുള്ളവരും ഗതിപിടിക്കുന്നില്ല എന്നതു മാത്രമായിരുന്നു ആകെയുള്ള ആശ്വാസം.

നാട്ടിൽനിന്ന് ചില ബന്ധുക്കൾ വരും. പർച്ചേസിങ്ങിനും മദ്രാസ് കാണാനുമൊക്കെയാണ് വരവ്. വരുന്ന കാര്യം നേരത്തേ അറിയിക്കും. ഞാൻ രാവിലെ തന്നെ സെൻട്രൽ റെയിൽവെസ്റ്റേഷനിൽ ചെന്ന് കാത്തുനില്ക്കും. പിന്നെ രണ്ടു ദിവസം അവരുടെ കൂടെയാണ്. രണ്ടുദിവസത്തെ ഭക്ഷണം അങ്ങനെ കഴിഞ്ഞുകിട്ടും.

റെയിൽവേസ്റ്റേഷനിൽ ഇങ്ങനെ കാത്തുനില്ക്കുമ്പോൾ ചില യുവാക്കൾ തോളിൽ സഞ്ചിയും തൂക്കി വന്നിറങ്ങുന്നതു കാണാം. ചുരുണ്ട തലമുടിയും കരവെച്ച മീശയുമായി പുത്തൻ ഷർട്ടിട്ട്, പൗഡർ പൂശിയ കോമളന്മാർ. ഒറ്റനോട്ടത്തിലറിയാം സിനിമയിൽ ചാൻസ് ചോദിക്കാൻ വന്നവനാണ് എന്ന കാര്യം. എനിക്കവന്റെ ചെകിടത്ത് ഒരടികൊടുക്കാനാണ് തോന്നുക. ഇതേ ആവശ്യത്തിനു വന്ന ഞാൻ പട്ടിണികിടന്ന് അലയാൻതുടങ്ങിയിട്ട് മാസങ്ങളായി. അപ്പോഴാണ് പുതിയൊരുത്തന്റെ അവതാരം.

എന്റെ നിഗമനം ഒരിക്കലും പിഴയ്ക്കാറില്ല. പിറ്റേന്നു രാവിലെ കരമീശ ഒന്നുകൂടി കറുപ്പിച്ച് കൂടുതൽ സുന്ദരനായി ഒരു ബാഗും തൂക്കിപ്പിടിച്ച് അവൻ ജമിനി സ്റ്റുഡിയോയുടെ മുന്നിൽ നില്ക്കുന്നുണ്ടാകും. അതുംകൂടി കാണുമ്പോൾ എനിക്ക് കലി മൂക്കും. താൻ ഇരക്കുന്ന സ്ഥലത്ത് പുതിയൊരു യാചകൻ വന്നാൽ മറ്റു യാചകർക്കുണ്ടാകുന്ന അതേ മനോഭാവമായിരുന്നു അത്.

ഇതുപോലെ എത്രയോപേർ മദിരാശിയിൽ വന്നിറങ്ങിയിരിക്കുന്നു. കോടമ്പാക്കത്തിന്റെ വഴികളിൽ അലഞ്ഞലഞ്ഞ് ഒടുവിൽ ഒന്നുമാവാതെ, വെറുമൊരു ജൂനിയർ ആർട്ടിസ്റ്റായി ഒടുങ്ങുന്നവരാണ് മിക്കവാറും പേരും. അത്തരക്കാരെയും ഞാൻ നിരവധി കണ്ടിട്ടുണ്ട്. അവരെല്ലാം ഇതുപോലെ കോമളസ്വരൂപന്മാരായിട്ടുതന്നെയാണ് വന്നിറങ്ങിയിട്ടുണ്ടാകുക. ഒടുവിലാവുമ്പോൾ ചുരുണ്ട മുടി ഇരുവശത്തും കൊഴിഞ്ഞുപോകും, മൂർദ്ധാവിൽ മാത്രം ഇത്തിരി ശേഷിക്കും. കവിളൊട്ടും. കള്ളുകുടിച്ചിട്ടാണ് എന്നാണ് എല്ലാവരും കരുതുക. എന്നാൽ, പട്ടിണിയും നിരാശയുമായിരിക്കും അയാളെ ഈയവസ്ഥയിൽ എത്തിച്ചിട്ടുണ്ടാകുക. അത്തരക്കാരെ കാണുമ്പോൾ അവരുടെ സ്ഥാനത്ത് ഞാൻ എന്നെത്തന്നെ

സങ്കല്പിക്കും. ഒടുവിലൊരുനാൾ ഞാനും ഈ വിധം...?

ഉമാ ലോഡ്ജിലെ മറ്റു മുറികളിൽ വരുന്ന മലയാളികളാണ് വിശപ്പു മാറ്റാനുള്ള മറ്റൊരാശ്രയം. ഇവരിലേക്കെത്താൻ പല ഘട്ടങ്ങൾ കടക്കണം. വാടകയ്ക്കു വന്നയാൾ മലയാളിയാണോ എന്ന് ആദ്യം അറിയണം. മുറിക്കു മുന്നിലൂടെ മലയാളം പാട്ട് മൂളിനടക്കുകയാണ് ആദ്യപടി. മലയാളിയാണെങ്കിൽ തീർച്ചയായും ശ്രദ്ധിക്കും. ഒന്നു നോക്കും, ഞാൻ ചിരിക്കും. മിക്കപ്പോഴും അയാളും ചിരിക്കും. അത് പതുക്കെപ്പതുക്കെ വളരും, സൗഹൃദമാവും. ഒടുവിൽ അയാളുടെ കൂടെ നഗരത്തിലേക്കിറങ്ങും. കക്ഷി പോകുന്നതുവരെ പിന്നെ ഭക്ഷണത്തെക്കുറിച്ച് വേവലാതിപ്പെടേണ്ട.

ലോഡ്ജിലെ തൊഴിൽരഹിതർക്കെല്ലാം ഈ പരിപാടിയുണ്ട്. വിശപ്പു സഹിക്കാതായപ്പോൾ ഞാനത് വളരെ വ്യാപകമാക്കി. കഴിയുന്നതും ഒറ്റയ്ക്കാണ് ഈ 'ഓപ്പറേഷൻ' നടത്തുക. പങ്കുകാരധികമുണ്ടായാൽ പൊല്ലാപ്പാണ്. കിട്ടിയ ഇരയുമായി പോകുമ്പോൾ ലോഡ്ജിന്റെ മുകൾനിലയിൽനിന്ന് മറ്റുള്ളവർ വിളിച്ചുചോദിക്കും:

'വീണുകിട്ടിയതാണോ വെടിവെച്ചിട്ടതാണോ?'

ഞങ്ങൾക്കു മാത്രമേ ആ ഗൂഢഭാഷയുടെ അർഥം മനസ്സിലാകുമായിരുന്നുള്ളൂ.

അങ്ങനെയൊരിക്കൽ ഒരു മുറിയിൽനിന്ന് അതിരാവിലെ ഞാനൊരു പാട്ട് കേട്ടു.

'പാർവണേന്ദുവിൻ ദേഹമടക്കി
പാതിരാവിൻ കല്ലറയിൽ...'

ഞാൻ പതുക്കെ മുറിയുടെ മുന്നിലേക്കു നീങ്ങി, *ചെമ്മീനിലെ* *'മാനസമൈനേ വരൂ'* എന്ന പാട്ടൊന്ന് മൂളി. അകത്തെ പാട്ടുകാരൻ തല പുറത്തിട്ടു നോക്കി, ഞാൻ ചിരിച്ചു. അയാളും. ആ മുറിയിൽ മറ്റൊരാൾകൂടിയുണ്ടായിരുന്നു.

'മലയാളിയാണോ?' ഞാൻ ചോദിച്ചു.

'അതെ.'

'പേരെന്താ?'

'ഷെയ്ക്ക്.'

'ഇത്?'

'സുഹൃത്താണ്. അബ്ദുറഹ്മാൻ.'

രണ്ടുപേരും മലപ്പുറത്തുകാരായിരുന്നു. പാട്ടുപാടാൻ ആഗ്രഹമുള്ളവരാണ് എന്ന് എനിക്ക് പെട്ടെന്നു മനസ്സിലായി. ഞാനൊരു കാച്ച് കാച്ചി:

'നമുക്ക് ദേവരാജൻ മാഷെ ഒന്നു കാണാം.'

'അറിയുമോ?' വിടർന്ന കണ്ണുകളോടെ ഷെയ്ക്ക് എന്നെ നോക്കി.

'പിന്നെ...' ഞാൻ പറഞ്ഞു.

സത്യത്തിൽ ദേവരാജൻമാഷെ ഞാൻ ദൂരെനിന്നുപോലും കണ്ടിട്ടില്ലായിരുന്നു. പിന്നെ ഒരാഴ്ച ഞാൻ അവരുടെ കൂടെ കറങ്ങി. ഒരുനേരമേ ഉള്ളൂവെങ്കിലും ഇക്കായ്ക്ക് 'വിശ്രമം'കൊടുത്തു. ഇല്ലെങ്കിൽ തമിഴന്മാർ ആ പാവത്തിനെ തല്ലി

ക്കൊല്ലും, തീർച്ച. അന്നാണ് ഞാൻ ആദ്യമായി ചൈനീസ് ഫുഡ് കഴിക്കുന്നത്.

അഞ്ചുദിവസം കഴിഞ്ഞപ്പോൾ തമിഴ്നാട് പോലീസ് ഷെയ്ക്കിന്റെ മുറിയിൽ എത്തി. കൂടെ മാന്യനായ, മധ്യവയസ്സു കഴിഞ്ഞ ഒരാളുമുണ്ടായിരുന്നു. വിദ്യാഭ്യാസമന്ത്രിയായിരുന്ന ചാക്കീരി അഹമ്മദ്കുട്ടിയായിരുന്നു അത്. അദ്ദേഹത്തിന്റെ മകനാണ് ഷെയ്ക്ക്. എന്തോ പ്രശ്നമുണ്ടായിട്ട് സുഹൃത്തിനെയും കൂട്ടി മദിരാശിയിലേക്ക് മുങ്ങിയതാണ്.

ചാക്കീരി എന്നെ രൂക്ഷമായി ഒന്നു നോക്കി. ആദ്യം ഒന്നു ഭയന്നെങ്കിലും ധൈര്യം സംഭരിച്ച് ഞാൻ പറഞ്ഞു:

'ഞാൻ ഉള്ളകാര്യം തുറന്നുപറയും ട്ടാ...'

ഒന്നുമുണ്ടായിരുന്നില്ല പറയാൻ. പക്ഷേ, ചാക്കീരി എന്തോ ഉണ്ട് എന്നു കരുതി അത് തമിഴ്നാട് പോലീസിനെ അറിയിക്കേണ്ട എന്നു കരുതി വേഗം മകനെയും സുഹൃത്തിനെയും കൂട്ടി പോയി. പാട്ടുപാടുന്ന എന്റെ 'ഇര' പറന്നു പോയി. പഴയതുപോലെ പാട്ടും ഞാനും പട്ടിണിയും മാത്രമായി.

വർഷങ്ങൾക്കുശേഷം ഞാനും മമ്മൂട്ടിയും ചേർന്നുള്ള ഒരു ദുബായ് പ്രോഗ്രാം. പരിപാടി കഴിഞ്ഞപ്പോൾ ഒരാൾ എന്നോട് വന്ന് ചോദിച്ചു:

'എന്നെ മനസ്സിലായോ?'

'ഇല്ല,' ഞാൻ പറഞ്ഞു.

'സൂക്ഷിച്ചു നോക്ക്.'

ഞാൻ സൂക്ഷിച്ചുനോക്കി. ആ കണ്ണുകൾക്കുള്ളിലൂടെ ഒരുപാടു കാലം ഞാൻ പിറകോട്ടു പോയി. മുഖം മുഖത്തോടു ചേർത്തു. ഒരു ചൈനീസ് ഫുഡ്ഡിന്റെ മണം.

'ഷെയ്ക്കേ...' ഞാൻ വിളിച്ചു.

ഞങ്ങൾ കെട്ടിപ്പിടിച്ചു. അയാൾ ദുബായിൽ സൂപ്പർമാർക്കറ്റ് നടത്തുകയാണ്. എനിക്കൊരു ടേപ്പ്റെക്കോഡർ തന്നു. പിന്നീട് ഞാൻ മലപ്പുറത്തുപോയപ്പോൾ ഷെയ്ക്കിന്റെയും അബ്ദുറഹ്മാന്റെയും വീട്ടിൽപോയി. ഇപ്പോഴും ഞങ്ങൾ നല്ല സുഹൃത്തുക്കളാണ്. ദരിദ്രകാലം എനിക്കു തന്ന നിധികൾ.

കുറെ അലഞ്ഞപ്പോൾ എനിക്ക് ചില സിനിമകളിൽ കുഞ്ഞുകുഞ്ഞു വേഷങ്ങൾ കിട്ടി. ചായകൊണ്ടുക്കൊടുക്കുന്നയാളായിട്ടും വേലക്കാരനായിട്ടും. ചില പാസിങ് ഷോട്ടുകൾ. വളരെ മാസങ്ങൾക്കുശേഷം ആ ബലത്തിൽ ഞാൻ വീട്ടിൽ പോയി. ഒരു സഹോദരി ഇരിങ്ങാലക്കുട സെന്റ് ജോസഫ് കോളേജിൽ പഠിക്കുന്നു. അനിയൻ എം.എ.യ്ക്കും. ഞാൻ തലകാണിച്ച സിനിമകളൊക്കെ നാട്ടിൽ വന്നിട്ടുണ്ട് എന്നെനിക്ക് അറിയാമായിരുന്നു. പക്ഷേ, അത് എന്റെ സഹോദരിക്കും സഹോദരനും നാണക്കേടാണ് സമ്മാനിച്ചത് എന്ന് പിന്നീട് ഞാനറിഞ്ഞു. കോളേജിലെ സുഹൃത്തുക്കൾ പറഞ്ഞുവത്രേ:

'ചായകൊടുക്കുന്ന സീനിൽ ആങ്ങളയെ കണ്ടു. പ്രേംനസീറോ സത്യനോ ആയി തിരിച്ചുവരുമോ?'

ഇതെന്നെ വല്ലാതെ വിഷമിപ്പിച്ചു. ചെന്നദിവസം അപ്പൻ ഒന്നും പറഞ്ഞില്ല. പിറ്റേന്നു രാവിലെ ചായകഴിഞ്ഞപ്പോൾ എന്നോടു പറഞ്ഞു:

'ഇന്നസെന്റേ ചായകൊണ്ടുക്കൊടുക്കലും കാപ്പികൊണ്ടുക്കൊടുക്കലുമൊക്കെ സിനിമയിൽ മാത്രമാണോ? അതോ ഇതുതന്നെയാണോ അവിടെ നിന്റെ പണി?'

ഞാൻ ഒന്നും മിണ്ടിയില്ല. ഒരു തമാശ പറയാൻപോലും എനിക്കു കഴിഞ്ഞില്ല. അപ്പോൾ അപ്പൻ പതിഞ്ഞ ശബ്ദത്തിൽ പറഞ്ഞു:

'നിവൃത്തിയില്ലെങ്കിൽ ഇങ്ങോട്ടുപോരേ, പട്ടിണികെടക്കരുത്.'

അത് ഞാൻ മാത്രമേ കേട്ടുള്ളൂ. ആ വാക്കുകൾ എന്റെ ക്ഷീണിച്ച ശരീരത്തെ വാത്സല്യത്തോടെ വന്നു പൊതിഞ്ഞു. എന്റെ അപ്പൻ ത്രികാലജ്ഞാനിയാണ് എന്നെനിക്കു തോന്നി. എന്നെ കണ്ടില്ലെങ്കിലും എല്ലാമറിയുന്നു. എന്റെയുള്ളിൽ കരച്ചിലിന്റെ കടൽ നിറഞ്ഞു.

തിരിച്ചുവന്നപ്പോൾ, പി.എ. തോമസ് എന്ന നിർമാതാവ് പടംചെയ്യുന്നു എന്നറിഞ്ഞു. സേതുമാധവന്റെയടുത്ത് പോകുകയാണ് എന്നു പറഞ്ഞു ഞാൻ അദ്ദേഹത്തിന്റെ വീട്ടിൽപ്പോയി.

'എന്റെ പേര് ഇന്നസെന്റ്' ഞാൻ പറഞ്ഞു.

അദ്ദേഹം ഒന്നും മിണ്ടിയില്ല. ആ മൗനം അത്ര നല്ല ലക്ഷണമായി എനിക്കു തോന്നിയില്ല. അറ്റകൈയ്ക്ക് ഒരു ക്രിസ്ത്യാനി കാർഡ് വീശാൻ ഞാൻ തീരുമാനിച്ചു.

'കത്തോലിക്കനാണ്' ഞാൻ

പറഞ്ഞു.

'അതേയോ' അദ്ദേഹം ചോദിച്ചു.

സംഗതി ഏറ്റു. അദ്ദേഹം സംസാരിച്ചുതുടങ്ങി. *'ജീസസ്'* എന്നാണ് സിനിമയുടെ പേര്. ചാൻസ് തരാം എന്നു പറഞ്ഞു.

'നമ്മുടെ ആളുകളും കയറിവരട്ടെ,' അദ്ദേഹം ചിരിച്ചുകൊണ്ടുതുടർന്നു.

ഷൂട്ടിങ് തുടങ്ങുന്ന ഒന്നാംതീയതി ഞാൻ രാവിലെ എഴുന്നേറ്റു കുളിച്ചു. വിൻസെന്റും രാധാകൃഷ്ണനും അപ്പോഴേക്കും കുളിച്ചുകഴിഞ്ഞിരുന്നു.

'നിങ്ങൾ എങ്ങോട്ടാ ഇത്ര രാവിലെ?' ഞാൻ ചോദിച്ചു.

'മാമ്പലത്ത് എന്റെയൊരു ആന്റി വന്നിട്ടുണ്ട്. ഇവനെക്കൂടി കൂട്ടി. ഉച്ചഭക്ഷണം കിട്ടുമല്ലോ.' വിൻസന്റ് പറഞ്ഞു.

'നീയെങ്ങോട്ടാ?' രാധാകൃഷ്ണന്റെ ചോദ്യം.

'രൂപവാണി പരമേശ്വരൻനായരെ ഒന്നു കാണണം.' പുലർച്ചെതന്നെ ഒരു പച്ചക്കള്ളം. ഇവർ കൂടെ വന്നാൽ എന്റെ റോൾകൂടെ പോകും.

ഷൂട്ടിങ് സ്ഥലത്ത് ഒരുപാടുപേർ മേയ്ക്കപ്പിട്ടിരിപ്പുണ്ടായിരുന്നു. കൂട്ടത്തിൽ രണ്ട് താടിക്കാരെയും കണ്ടു. താടിക്കുള്ളിലൂടെ കാണുമ്പോൾപ്പോലും എവിടെയോ കണ്ടുപരിചയമുള്ള മുഖങ്ങൾ. ഞാൻ അടുത്തുചെന്ന് വിളിച്ചു–

'വിൻസന്റേ...'

'ഞാൻ വിൻസന്റല്ല, ഒരു രാജാവാ' താടി പറഞ്ഞു. തൊട്ടടുത്ത് രാധാകൃഷ്ണനുമുണ്ട്. ഞാനും അവർക്കിടയിൽ ഒരു രാജാവായി. രാജസദസ്സിൽ ഞെളിഞ്ഞിരുന്നു.

ഞങ്ങൾക്കു മുന്നിൽ അന്ന് ഒരു സുന്ദരി നൃത്തംചെയ്തു:

സാക്ഷാൽ ജയലളിത!

ഇന്നും ജയലളിതയുടെ രൂപം ടെലിവിഷനിൽ തെളിയുമ്പോൾ എന്റെ മനസ്സിൽ ആ ചുവടുകൾ മുഴങ്ങും.

ആറുദിവസം *ജീസസിൽ* ഞാൻ രാജാവായി. പതിനഞ്ചുരൂപ കിട്ടി.

ശോഭനാ പരമേശ്വരൻ നായരുടെ ശുപാർശയിലാണ് എനിക്ക് രാമുകാര്യാട്ടിന്റെ *'നെല്ല്'* എന്ന സിനിമയിൽ അഭിനയിക്കാൻ അവസരം കിട്ടുന്നത്. തിരുനെല്ലിയിലായിരുന്നു ഷൂട്ടിങ്. 1500 രൂപയാണ് *നെല്ലിൽ* അഭിനയിച്ചതിനു കിട്ടിയ പ്രതിഫലം. ഉമാ ലോഡ്ജിൽ പന്ത്രണ്ടുമാസത്തെ വാടകയ്ക്ക് 360 രൂപ മതി. ബാക്കി വലിയൊരു തുക കൈയിലുണ്ട്. അതുപയോഗിച്ച് കൈയിൽക്കിട്ടുന്നതെല്ലാം വാങ്ങി ആഘോഷത്തോടെയാണ് അത്തവണ ഞാൻ വീട്ടിൽ പോയത്. ജീവിതം കൈവിട്ടുപോകും എന്നു തോന്നിയ സന്ദർഭത്തിൽ കിട്ടിയ കയറിൻതുമ്പായിരുന്നു അത്.

വർഷങ്ങൾക്കുശേഷം ഞാൻ നിർമാതാവായപ്പോൾ ഒരിക്കൽ ആലീസുമൊത്ത് മദിരാശിയിൽ പോയി. ഉമാ ലോഡ്ജിനു മുന്നിൽ ഇക്കയും കടയും അതുപോലെയുണ്ട്. കടയുടെ മുന്നിൽ പരിപ്പുവട നിരത്തിവെച്ചിരിക്കുന്നു. അതിനെ പൊതിഞ്ഞുകൊണ്ട് ഈച്ചകളുടെ പറ്റങ്ങൾ. ഇക്ക പരിപ്പുവടയും ചായയും കഴിക്കാൻ ക്ഷണിച്ചു. ഞാൻ ഈച്ചകളെ കൈകൊണ്ട് ആട്ടിമാറ്റി ഒരു പരിപ്പുവടയെടുത്ത് ആലീസിനു കൊടുത്തു.

'എനിക്ക് വയറിന് അസുഖമാണ് എന്നറിഞ്ഞൂടെ?' ആലീസ് അല്പം അമർഷത്തോടെ പറഞ്ഞു.

ആ വട ഞാൻ കഴിച്ചു. ഇക്കയോട് യാത്രപറഞ്ഞ് കാറിൽ മടങ്ങുമ്പോൾ ആലീസ് കയർത്തു:

'ഈച്ചപൊതിഞ്ഞ ആ പരിപ്പുവട വാങ്ങിക്കഴിക്കേണ്ട വല്ല കാര്യവുമുണ്ടോ നിങ്ങൾക്ക്? വയറിന് അസുഖം വരാൻ വേറെ വല്ലതും വേണോ?'

അപ്പോൾ ഞാൻ ആലീസിനോടു പറഞ്ഞു:

'ആലീസേ ആ വടയ്ക്കു ചുറ്റും പറന്ന ഈച്ചയെപ്പിടിച്ച് ചുട്ടുതന്നാൽ കഴിക്കുന്ന ഒരുകാലം എനിക്കുണ്ടായിരുന്നു. അന്നെനിക്ക് ഭക്ഷണം വിളമ്പിയ മനുഷ്യനാണത്. വൃത്തിയില്ലാത്ത ആഹാരം കഴിച്ച് അസുഖം വരികയാണെങ്കിൽ ഞാൻ എത്രയോ തവണ മരിക്കേണ്ടതാണ്. വൃത്തിയല്ല, വിശപ്പാണ് വലിയ സത്യം. വിശപ്പു മാത്രം.'

ഇപ്പോഴും ഞാനത് വിശ്വസിക്കുന്നു.

5

ഇരിങ്ങാലക്കുട

ഒ.വി. വിജയൻ *ഇരിങ്ങാലക്കുട* എന്നപേരിൽ ഒരു കഥയെഴുതിയിട്ടുണ്ട് എന്ന് സത്യൻ അന്തിക്കാടാണ് എന്നോട് പറഞ്ഞത്. ഇരിങ്ങാലക്കുടയിലൂടെ ഞങ്ങൾ ഒന്നിച്ചുള്ള ഏതോ ഒരു യാത്രയ്ക്കിടയിലാണ് സത്യൻ ഇത് പറഞ്ഞത് എന്നാണ് എന്റെ ഓർമ. ഞാൻ ആ കഥ വായിച്ചിട്ടില്ല. എന്റെ ഇരിങ്ങാലക്കുട ഒരു വലിയ കഥയായും അനുഭവമായും എനിക്കുമുന്നിൽ നിറഞ്ഞുനില്ക്കുന്നു.

സിനിമാനടനായി അല്പസ്വല്പം സമ്പാദ്യമൊക്കെയായപ്പോൾ മുതൽ പലരും ചോദിക്കാറുള്ള ചോദ്യമാണ്: 'എന്താ നാട്ടിൽത്തന്നെ താമസിക്കുന്നത്?' സിനിമയിൽ പച്ചപിടിച്ചാൽ മദിരാശിയിലൊരു വീട് എന്നത് പഴയകാലം തൊട്ടുള്ള പതിവായതുകൊണ്ടാണ് പലരും അങ്ങനെ ചോദിക്കുന്നത്. എന്നാൽ, സൗജന്യമായി ഒരു ബംഗ്ലാവ് പണിതുതന്നാലും എനിക്ക് ഇരിങ്ങാലക്കുടയുടെ അതിരുകൾ വിട്ട് ഭൂമിയിൽ ഒരിടത്തേക്കും എന്നന്നേക്കുമായി പോവാൻ സാധിക്കില്ല. കാരണം, ഞാൻ തോറ്റുതോറ്റിരുന്ന സ്കൂളുകൾ ഇവിടെയാണ്, തോല്ക്കാനായി മാത്രം അങ്ങോട്ടു ഞാൻ നടന്ന പലപല വഴികൾ ഇവിടെയാണ്. ജീവിതത്തിന്റെ ഗതിയെങ്ങോട്ട് എന്നറിയാതെ എന്റെ യൗവനം പിടച്ചിലോടെ അലഞ്ഞത് ഈ മണ്ണിലാണ്. പലപല വേഷങ്ങൾകെട്ടി പരാജയപ്പെട്ട് ഞാൻ തിരിച്ചുവന്നിറങ്ങി തലചായ്ച്ചത് ഇവിടെയാണ്. പിന്നെ, എന്റെ പ്രിയപ്പെട്ട അപ്പനും അമ്മയും

▲ കൂടൽമാണിക്യ ക്ഷേത്രം

ഉറങ്ങുന്നത് ഈ ദേശത്താണ്. പിന്നെ ഞാൻ എങ്ങോട്ടുപോകാൻ? പോയാൽ ത്തന്നെ എത്രദൂരം?

കാവുകളും കുളങ്ങളും കൂടൽമാണിക്യക്ഷേത്രവും കുരിശുചൂടി നില്ക്കുന്ന പള്ളികളും പൂരങ്ങളും പിണ്ടിപ്പെരുന്നാളും തഴച്ചുവളരുന്ന തൊടികളും കൃഷി നിറഞ്ഞ വയലുകളുമുള്ള ഒരു അദ്ഭുതദേശമായിരുന്നു എന്റെ കുട്ടിക്കാല ത്തെ ഇരിങ്ങാലക്കുട. വീട്ടിലിരുന്ന് ചെവിയോർത്താൽ വയലിൽ കന്നുപൂട്ടു ന്നതിന്റെ ശബ്ദംകേൾക്കാം. ഞാറ്റുപാട്ടിന്റെ നേരിയ ഈണം കേൾക്കാം. പാട ത്തെ ചെളിയുടെ മണം വരും. പച്ചനിറത്തിലുള്ള വരമ്പിൽ വെള്ളക്കൊക്കു കൾ നിരന്നിരിക്കും. ഇരുകരയിലും തെങ്ങിൻനിരകൾ. എല്ലാം ചേരുമ്പോൾ പാടത്ത് ഒരു നൃത്തമാണ് നടക്കുന്നത് എന്ന് എനിക്ക് തോന്നിയിട്ടുണ്ട്. ആ നൃത്തം ആസ്വദിച്ചുകൊണ്ട് ഞാൻ കല്ലേലിൽത്തോട്ടിൽപ്പോയി നീന്താൻ പഠിച്ചു. രാവിലെ ഏഴുമണിമുതൽ ഒമ്പതുവരെ കാഴ്ചകണ്ടാനന്ദിച്ചു.

എനിക്കോർമവെക്കുമ്പോൾ മങ്ങാടിക്കുന്നിന്റെ തൊട്ടുതാഴെയായിരുന്നു ഞങ്ങളുടെ വീട്. അപ്പനും ഇളയപ്പനും പിന്നീട് ഭാഗം പിരിഞ്ഞു. അപ്പോൾ അപ്പൻ വീടുപണി തുടങ്ങി. കുറച്ചുകാലം ഞങ്ങൾക്ക് വാടകപ്പുരയിൽ താമ സിക്കേണ്ടിവന്നു. ആ വീട്ടുമുറ്റത്ത് ചാഞ്ഞുകിടക്കുന്ന ഒരു പ്ലാവുണ്ടായിരുന്നു. വീട്ടിനകത്താകെ കുട്ടിക്കൂറ പൗഡറിന്റെ മണമായിരുന്നു. ഞായറാഴ്ച പള്ളി യിൽ പോവുന്നതിന്റെ മണം. ഞാൻ എന്തുകൊണ്ടോ പലപ്പോഴും വീടിനു പിറ കിൽ ചെന്നിരിക്കും. അപ്പോൾ, ഇരുട്ടിലൂടെ കുറുക്കന്മാർ ഓരിയിട്ടുകൊണ്ട് ഓടി പ്പോകുന്നത് അമ്മ കാണിച്ചുതരും. നേരം വെളുക്കുന്നതോടെ കുറുക്കന്മാരെല്ലാം മങ്ങാടിക്കുന്നിൽ കയറി ഒളിക്കും.

പിന്നെ ഞങ്ങൾ സ്വന്തം വീട്ടിലേക്കുമാറി. കോൺവെന്റിലേക്കും സ്കൂളി ലേക്കും ചേച്ചിയുടെ പാവാട പിടിച്ചു പോകും. അന്ന് സ്കൂളിൽ എന്തു ചടങ്ങു ണ്ടെങ്കിലും പ്രസംഗിക്കാൻ വരുന്നത് വികാരിയച്ചനായിരിക്കും. മാസത്തിൽ ഒ ന്നോ രണ്ടോ തവണയുണ്ടാകും ഇത്. അറുബോറൻ പ്രസംഗം കാഴ്ചവെച്ചിട്ടേ അച്ചൻ പോകൂ. അച്ചന് വേദികിട്ടാൻ നല്ല ബുദ്ധിമുട്ടുണ്ട് എന്നകാര്യം എനിക്ക് അന്നേ മനസ്സിലായി. അവിടെപ്പഠിച്ച നാലുകൊല്ലം ഞാൻ അദ്ദേഹത്തിന്റെ പ്രസം ഗങ്ങൾ കേട്ടു. ഒന്നും മനസ്സിലായില്ല. പിന്നീട് എട്ടാംക്ലാസ്സിൽ പഠിക്കുമ്പോഴും ഞാൻ ഈ അച്ചനെ കണ്ടു. പള്ളീലെ പ്രസംഗങ്ങൾ കേട്ടു. പക്ഷേ, ഒന്നും മന സ്സിലായില്ല.

പ്രസംഗം കഴിഞ്ഞാൽ നാടകമുണ്ട്. സ്ത്രീകൾ മാത്രമായിരിക്കും അഭിന യിക്കുന്നത്. ചെറിയ പെട്ടിവെച്ച് തുണിയൊക്കെയിട്ട് തിരിച്ച് മതാവിന്റെ പാട്ടു പാടിയുള്ള ഡാൻസ് നാടകത്തിനിടയിലുണ്ടാകും. ക്രിസ്തു മരിച്ചുകഴിഞ്ഞ് മാതാവ് ഡാൻസ് ചെയ്യുന്ന രംഗം കണ്ട് ഞാൻ ഞെട്ടിപ്പോയിട്ടുണ്ട്. ആ ഡാൻസിന്റെ ചലനങ്ങൾ മുഴുവൻ കൊഴപ്പമായിരുന്നു. വടക്കുമ്പാടൻ എന്ന് വീട്ടുപേരുള്ള സുന്ദരിയായ ഒരു സ്ത്രീയായിരുന്നു ആ ഡാൻസ് ചെയ്തിരുന്നത്. അവർ ഇ പ്പോൾ ഉണ്ടോ എന്നറിയില്ല. പെണ്ണുങ്ങൾ തന്നെ മണവാളനും മണവാട്ടിയുമായെ ത്തുന്ന ആ നാടകം കണ്ട ഒരാൾപോലും ഒരു സിനിമാനടനോ നാടകനടനോ

ആയിട്ടുണ്ടാവില്ല, തീർച്ച. അഭിനയം എന്ന കലയെ അവർ അത്ര വെറുത്തിരിക്കും.

നാടകം മൊത്തത്തിൽ ബോറടിയായിരുന്നെങ്കിലും അതിൽ പെണ്ണുകാണാൻ വരുന്ന ഒരു സീനുണ്ട്. അതെനിക്കിഷ്ടമായിരുന്നു. 'എന്നാൽ ഇനി ചെറുക്കൻ കാപ്പികുടിക്യാ' എന്നു പറഞ്ഞുകഴിയുമ്പോഴേക്കും ആവിപറക്കുന്ന പുട്ടിന്റെ ഒരട്ടി സ്റ്റേജിൽ കൊണ്ടുവന്നുവെക്കും. നാടകരംഗത്തേക്കാൾ ഒരു ചായപ്പീടികപോലെയാണ് അപ്പോൾ എനിക്ക് വേദിയെ തോന്നിയിരുന്നത്. വിശന്ന് പൊരിഞ്ഞിരിക്കുകയായിരിക്കും ഞാൻ. വീട്ടിൽപ്പോയാലും വലുതായിട്ടൊന്നും ഉണ്ടാവില്ല. പുട്ടിന്റെ ആ കാഴ്ചകണ്ട് എന്റെ വായിൽ വെള്ളംനിറയും.

ഓരോ തവണയും നാടകം കഴിഞ്ഞാൽ അല്പസമയം ഞാൻ അവിടെത്തന്നെ നില്ക്കും. ഈ പുട്ടൊക്കെ ഇവർ എന്തുചെയ്യും ദൈവമേ? എന്നതായിരുന്നു എന്റെ ഏറ്റവും വലിയ സംശയം. ഭക്ഷണത്തോട് അന്നും ഇന്നും എനിക്ക് അത്യാർത്തിയില്ല. പക്ഷേ, പട്ടിണി വലിയൊരു പ്രശ്നംതന്നെയായിരുന്നു.

ഹിന്ദുസംസ്കാരത്തിൽ വളർന്നവരാണ് ഇരിങ്ങാലക്കുടയിലെ ക്രിസ്ത്യാനികൾ എന്ന് പൊതുവേ പറയാം. ക്ഷേത്രവുമായി ബന്ധപ്പെട്ട കാഴ്ചകളും ശബ്ദങ്ങളുമായിരുന്നു ചുറ്റും. തച്ചുടകൈമളെ കുളിപ്പിക്കാൻ കൊണ്ടുപോകുന്ന കാഴ്ച, കൂടൽമാണിക്യക്ഷേത്രത്തിലെ ശംഖുവിളിയും നേംവെടിയും പള്ളിവേട്ടയും ആറാട്ടും... നിരന്നു കത്തുന്ന പന്തങ്ങൾ, അവയിൽ എണ്ണപകരുമ്പോഴുള്ള മണം. പന്തത്തിന്റെ വെളിച്ചത്തിൽ തിളങ്ങുന്ന നെറ്റിപ്പട്ടങ്ങൾ... ഇവയെല്ലാം എന്നും ചുറ്റിലുമുണ്ടായിരുന്നു. കൂടൽമാണിക്യക്ഷേത്രത്തിന്റെ ഏറ്റവും അകത്ത് ക്രിസ്ത്യാനികൾക്ക് കയറാൻ പാടില്ല. പക്ഷേ, ഞാനും എന്റെ സുഹൃത്തുംകൂടി ചിലപ്പോൾ പോകും. ക്ഷേത്രത്തിൽ കടക്കുന്നതിനു മുൻപ് ഞങ്ങൾ പേരുമാറ്റും. നീ രാമൻ, ഞാൻ കൃഷ്ണൻ. നിന്റച്ഛൻ പ്രഭാകരൻ, എന്റച്ഛൻ രാഘവൻ.

▲ പിണ്ടിപ്പെരുന്നാൾ പ്രദർശനം

അമ്പലത്തിൽ കയറിയ ഉടൻ ഞങ്ങൾ പരസ്പരം ചോദിക്കും:

'രാമാ നിനക്ക് സുഖല്ലേ?'

'അതേടാ കൃഷ്ണാ, നിന്റച്ഛൻ പ്രഭാകരനെ കാണാറില്ലല്ലോ.'

'നിന്റച്ഛൻ രാഘവനോ?'

ഒരിക്കൽ ഈ സംഭാഷണത്തിനിടെ ഇരുട്ടിൽനിന്ന് ഒരു ചിരി കേട്ടു. കെ.വി. രാമനാഥൻ മാഷായിരുന്നു അത്. ഞങ്ങളുടെ സംസാരം കേട്ട് അദ്ദേഹത്തിന് ചിരിപൊട്ടിയതാണ്. ഇപ്പോഴും മാഷ് കാണുമ്പോൾ നേരിയ ചിരിയോടെ ചോദിക്കും:

'അച്ഛൻ പ്രഭാകരന് സുഖല്ലേ?'

ഇരിങ്ങാലക്കുടയിലെ ഉത്സവങ്ങളും പള്ളിപ്പെരുന്നാളും ദൂരെനിന്ന് കാണാൻ മാത്രമേ എന്റെ കുട്ടിക്കാലത്ത് യോഗമുണ്ടായിരുന്നുള്ളൂ. കാശില്ലാത്തതുകൊണ്ട് ഒന്നും വാങ്ങിയ ഓർമ എനിക്കില്ല. എല്ലാം കണ്ടുകണ്ടങ്ങനെ നടക്കും. കൂടൽമാണിക്യക്ഷേത്രത്തിലെ ഉത്സവത്തിന്റെയും പടിഞ്ഞാറെപ്പള്ളിയും കിഴക്കെപ്പള്ളിയും ചേർന്ന പിണ്ടിപ്പെരുന്നാളിന്റെയും ചേലൂർ പള്ളിയിലെയും കാട്ടൂർ പള്ളിയിലെയും പെരുന്നാളിന്റെയും വഴികളെല്ലാം എനിക്ക് പരിചിതമായിരുന്നു. അങ്ങനെ നടക്കുമ്പോൾ പാമ്പുകളിക്കാരനെക്കാണും, അവിടെ കുറേ നില്ക്കും. തൊട്ടപ്പുറത്ത് പാത്രം പൊട്ടിയാൽ ഒട്ടിക്കുന്ന സാധനം വില്ക്കുന്നയാൾ. അവിടെയും കുറേ നില്ക്കും. ഇതിൽപ്പലർക്കും എന്നെ കണ്ടുകണ്ട് പരിചയമായിരിക്കും. മിക്കവരും ചിരിക്കും. കാശുകൊടുക്കാൻ നേരത്ത് വലിയുന്നവനാണ് ഇവൻ എന്നറിഞ്ഞുകൊണ്ടാണ് ആ ചിരി.

അങ്ങനെ നടക്കുമ്പോൾ ഒരു സ്ഥലത്ത് തുണികൊണ്ട് മറച്ച ഒരു മുറി കണ്ടു. അതിനുള്ളിൽ ഒരു പാട്ടവിളക്ക് കത്തിയിരുന്നു. പണക്കാരായവർ പുറത്ത് കാത്തുനില്ക്കുന്നു. കൈരേഖനോക്കുന്ന സ്ഥലമാണ്. പെട്ടെന്നാണ് ഒരാൾ മറപൊളിച്ച് പുറത്തേക്കു തെറിച്ചുവീണത്. അയാൾ കൈരേഖക്കാരന്റെ കഴുത്തിന് കുത്തിപ്പിടിച്ചിരുന്നു. സൂക്ഷിച്ചുനോക്കിയപ്പോൾ എനിക്ക് പരിചയമുള്ള മുഖമാണ്; വാസു. പൊർത്തുശ്ശേരിയിലെ കള്ള്ഷാപ്പിൽ കൂട്ടാൻകച്ചവടം ചെയ്യുന്നയാൾ. വാസു നിന്ന് കിതയ്ക്കുകയാണ്. രംഗം ഒന്നയഞ്ഞപ്പോഴാണ് കാര്യം മനസ്സിലായത്. വാസു കൈരേഖനോക്കാൻ കയറിയതായിരുന്നു. രേഖ നോക്കിനോക്കി അയാൾ പറഞ്ഞു: 'ഈ രേഖയുള്ളയാൾ പെണ്ണുപിടിയനാണ്, പണം കടം വാങ്ങിയാൽ കൊടുക്കില്ല...' പറഞ്ഞുകഴിഞ്ഞതും വാസുവിന്റെ അടി കഴിഞ്ഞു. എസ്.ഐ. വന്നു. കൈരേഖക്കാരനെ വിളിച്ചുനിർത്തി ചോദിച്ചു: 'നീയെവിടുന്നാടാ കൈരേഖാശാസ്ത്രം പഠിച്ചത്?'

അയാൾ എന്തോ മറുപടി പറഞ്ഞു, പിന്നെ എസ്.ഐ.യുടെ പിറകേ ജീപ്പിൽ കയറിപ്പോയി.

സ്വയം സുഖിക്കുന്ന കാര്യങ്ങൾ കേൾക്കാനാണ് എപ്പോഴും മനുഷ്യനിഷ്ടം എന്ന് എനിക്ക് മനസ്സിലായത് അന്നാണ്. സത്യത്തെ നേരിടാൻ അവനു പേടിയും മടിയുമാണ്.

മാപ്രാണത്തെ കട പൂട്ടിയതിനുശേഷം അപ്പൻ ഇരിങ്ങാലക്കുടയിൽ

ബസ്റ്റാൻഡിനടുത്ത് ഒരു കട തുടങ്ങിയിരുന്നു. 'സെന്റ് ത്രേസ്യാ സ്റ്റോഴ്സ് ' എന്നായിരുന്നു അതിന്റെ പേര്. അരി, പലചരക്ക് സാധനങ്ങൾ എന്നിവയായിരുന്നു വില്പനവസ്തുക്കൾ. വീട്ടിൽ ഞാൻ ഒറ്റപ്പെട്ടുതുടങ്ങി എന്ന് തോന്നിത്തുടങ്ങിയപ്പോൾ മുതൽ അപ്പൻ എന്നെ കടയിലേക്ക് കൊണ്ടുപോകാൻ തുടങ്ങി. അപ്പന്റെ ആ കട പക്ഷേ, വിജയമായില്ല. കാരണം, ഞങ്ങളുടേത് വലിയ കുടുംബമായിരുന്നു. വീട്ടിൽ നല്ല ചെലവുണ്ട്. കടയിലെ സാധനങ്ങൾ മിക്കതും വീട്ടിലേക്കുതന്നെയാണ് കൊണ്ടുപോവുക. ഒരു സ്ഥലത്ത് സ്റ്റോക്കുചെയ്തിട്ട് മറ്റൊരിടത്തേക്ക് കൊണ്ടുപോകുന്നു എന്നു മാത്രം. ഇത് മനസ്സിലായപ്പോൾ ഒരു ദിവസം ഞാൻ അപ്പനോടു ചോദിച്ചു:

'ഇങ്ങനെയൊരു കട എന്തിനാ അപ്പാ നമ്മക്ക്?' അപ്പോൾ അപ്പൻ പറഞ്ഞു:

'സാധനങ്ങൾ മുഴുവൻ വാങ്ങി വീട്ടിൽ കൊണ്ടുവെച്ചാൽ പെട്ടെന്ന് തീരും. ഇതൊരു സ്റ്റോർ റൂമായിട്ട് കണ്ടാ മതി.'

കട ശോഷിച്ചതാണെങ്കിലും അവിടത്തെ ഇരിപ്പ് എനിക്കുതന്ന സന്തോഷം ചില്ലറയല്ല. കട അടിച്ചുവാരാനും കുടിക്കാനുള്ള വെള്ളം കൊണ്ടുവെക്കാനുമായി അപ്പുക്കുട്ടൻനായർ എന്നൊരാളുണ്ടായിരുന്നു. അയാൾ മറ്റേതോ നാട്ടുകാരനായിരുന്നു. അപ്പുക്കുട്ടൻ നായരുടെ ശരീരത്തിൽ നിറയെ മസിലായിരുന്നു. അയാൾ ജിമ്മിന് പോകുന്നുണ്ടോ എന്നെനിക്ക് ഒരു സംശയമുണ്ടായിരുന്നു. പക്ഷേ, ചോദിക്കാൻ പേടിയും. ഒരു ദിവസം അപ്പനോട് ഞാനെന്റെ സംശയം ചോദിച്ചു. അപ്പോൾ അപ്പൻ പറഞ്ഞു:

'അപ്പുക്കുട്ടൻനായരെ മസിലോടുകൂടിയാടാ പ്രസവിച്ചത്!'

അപ്പന് ജീവിതത്തിൽ ഒരു പണികൊടുത്തയാൾ അപ്പുക്കുട്ടൻനായരായിരിക്കും. അയാളെ ഒന്ന് കളിപ്പിക്കാൻ ഒരു ദിവസം അപ്പൻ ഒരു കത്തെഴുതി കൈയിൽ കൊടുത്തു. കത്തിന്റെ ഉള്ളടക്കം ഇതായിരുന്നു:

'എന്റെ സ്വദേശം നെയ്യാറ്റിൻകരയാണ്. ഞാൻ ഒരു മരംവെട്ടുകാരനായിരുന്നു.

▲ അയ്യങ്കാവ് മൈതാനം

എനിക്ക് നാല് പെൺമക്കളും രണ്ട് ആൺകുട്ടികളുമാണ്. ഒരിക്കൽ മരംവെട്ടുന്ന സമയത്ത് മരത്തിന്റെ കൊമ്പുവീണ് എന്റെ നടുവൊടിഞ്ഞു. ജോലിചെയ്യാൻ വയ്യാതായി. നിങ്ങളെപ്പോലുള്ളവരുടെ സഹായമാണ് എനിക്കാശ്രയം.'

തൊട്ടിപ്പുറത്ത് അപ്പന്റെ ഒപ്പുമുണ്ടാകും. ഈ കാർഡുമായി അപ്പുക്കുട്ടൻ നായർ വീടുകൾ കയറിയിറങ്ങും. ആളുകൾ അത് വായിച്ച് പൊട്ടിച്ചിരിക്കും. കാരണം, അയാൾ വളരെക്കാലമായി ഇരിങ്ങാലക്കുടയിലുള്ളയാളാണ്. മാത്ര മല്ല, നല്ല ആരോഗ്യവാനും. ആ മനുഷ്യനാണ് ഈ സങ്കടക്കത്തുമായി വീട് കയ റിയിറങ്ങുന്നത്.

നാടുമുഴുവൻ, അപ്പനടക്കം അപ്പുക്കുട്ടൻനായരുടെ ഈ കത്ത് വായിച്ച് ചി രിച്ചുകൊണ്ടിരിക്കെ ഒരു ദിവസം അയാൾ ഈ കത്ത് അപ്പനുതന്നെ കൊണ്ടു ചെന്നുകൊടുത്തു! എല്ലാ വീടുകളിലും കൊടുക്കുന്നപോലെ. താൻതന്നെ എഴു തിക്കൊടുത്ത കത്ത് തന്റെതന്നെ കൈയിൽ തിരിച്ചെത്തിയതുകണ്ട് അപ്പൻ ത രിച്ചിരുന്നുപോയി. ഇനി ഈ കത്തുമായി നടക്കേണ്ട കാര്യമില്ല എന്ന് അയാളെ താക്കീതുചെയ്യുകയും ചെയ്തു.

പഠനം നിർത്തി ഞാൻ അങ്ങാടി നിരങ്ങി നടക്കുന്നത് കാണുമ്പോൾ ഇടയ് ക്ക് അപ്പൻ പറയും:

'എടാ, ഈ അപ്പുക്കുട്ടൻനായർ മിടുക്കനാ. ഒരു പണീം എടുക്കാതെ ജീവി ക്കണത് കണ്ടാ. നിനക്കൊരു മാതൃകാപുരുഷൻ, ഒരു ഗുരു.'

കമ്യൂണിസം കൈയിലുള്ളതുകൊണ്ട് അപ്പന് റഷ്യൻ പുസ്തകങ്ങൾ പല തും കിട്ടുമായിരുന്നു. നോവലും കഥകളും നിറഞ്ഞ പുസ്തകങ്ങൾ. അവ മുഴു വൻ അരിച്ചുപെറുക്കി വായിച്ച് അപ്പൻ എനിക്കായി ചില കഥകൾ കൊത്തിയെ ടുക്കും. ഇരിങ്ങാലക്കുടയിലെ വഴികളിലൂടെ നടന്നും അയ്യങ്കാവ് മൈതാന ത്തിന്റെ ഒരു മൂലയ്ക്ക് ചെന്നിരുന്നും ഇവ അപ്പൻ പറഞ്ഞുതരും. വീട്ടിലേക്കുള്ള സാധനം കൊടുത്തുകഴിഞ്ഞാൽപ്പിന്നെ കടകൊണ്ട് ഒരു കാര്യവുമില്ലാതായി. ഉച്ചയോടെ അപ്പൻ കട പൂട്ടും. അത് കഴിഞ്ഞുള്ള നടത്തത്തിനിടെയാണ് കഥ പറച്ചിൽ. അങ്ങനെയൊരു നടത്തത്തിനിടെ അപ്പൻ പറഞ്ഞ ഒരു കഥ ഇപ്പോഴും എനിക്കോർമയുണ്ട്:

'അച്ഛനും അമ്മയും മകനുമടങ്ങുന്ന ഒരു റഷ്യൻ കുടുംബം. മകൻ ഒരു പണി യുമെടുക്കില്ല, മഹാ മടിയനാണ്...'

ഇത്രയും കേട്ടപ്പോൾ ഞാൻ ചോദിച്ചു: 'ഈ കഥ എന്റെ ചേട്ടന്മാർക്കൊക്കെ പറഞ്ഞുകൊടുത്തിട്ടുണ്ടോ?'

'ഇല്ല. ഇത് നിനക്ക് സ്പെഷലായിട്ടുള്ളതാ.' അപ്പൻ പറയും. എന്നിട്ട് കഥ തുടർന്നു–

'ഒറ്റ മകനേയുള്ളൂ. അവൻ പണിയെടുക്കാതെ നടക്കുന്നതിൽ അപ്പന് വലി യ സങ്കടവും പ്രതിഷേധവുമുണ്ടായിരുന്നു. അതുകൊണ്ട് തന്റെ സമ്പാദ്യമെ ല്ലാം ഒരു അനാഥാലയത്തിന് എഴുതിവെക്കാൻ തീരുമാനിച്ചു. പണിയെടുത്ത് കാശുമായി വന്നാൽ മാത്രം തീരുമാനം മാറ്റാം...'

കഥ അവിടെ നിർത്തി അപ്പൻ ഒരു കടത്തിണ്ണയിലേക്ക് കയറിനിന്ന്

എന്നോടു ചോദിച്ചു:

'ഇതിൽ നീ ആരുടെ ഭാഗത്താ?'

'അവന്റെ', ഞാൻ പറഞ്ഞു.

'ഏ? അതെന്താ ഇന്നസെന്റേ അങ്ങനെ?' അപ്പൻ ഉള്ളിൽ ഒരാളലോടെ ചോദിച്ചു–

'അയാൾക്ക് ഒരു മോനല്ലേയുള്ളൂ അപ്പാ. നമ്മടെപോലെ എട്ടെണ്ണമൊന്നുമില്ലല്ലോ? വെറുതെ അനാഥാലയത്തിനു കൊടുക്കാതെ അവന് കൊടുത്തൂടേ? എന്നാൽ അവന് പണിയെടുക്കാതിരിക്കാലോ?'

എന്റെ മറുപടികേട്ട അപ്പന്റെ ആവേശം പാതി തളർന്നു. എന്നാലും കഥ തുടർന്നു–

'അങ്ങനെ ആ മകൻ പണിക്കെന്നുപറഞ്ഞ് രാവിലെ പുറത്തുപോയിത്തുടങ്ങി. പോവുമ്പോൾത്തന്നെ അമ്മ ഒരു റൂബിൾ മകന്റെ കൈയിൽ കൊടുക്കും. വൈകുന്നേരം മകൻ അത് തിരിച്ച് അപ്പന് കൊണ്ടുചെന്ന് കൊടുക്കും. അപ്പനതു വാങ്ങി നേരെ മുന്നിൽ ആളിക്കത്തുന്ന ഉലയിലേക്കിടും. മകൻ ഒന്നും മിണ്ടില്ല. പിറ്റേന്ന് അമ്മ മകന് രണ്ട് റൂബിൾ കൊടുത്തു. അതും വൈകുന്നേരം അപ്പൻ ഉലയിലിട്ടു. ഇനി പണം തരില്ല എന്ന് അമ്മ മകനോട് പറഞ്ഞു: 'അധ്വാനത്തിന്റെ വിയർപ്പു പുരണ്ട പണത്തിന്റെ ഗന്ധം അപ്പന് വേഗം മനസ്സിലാകും.'

പിറ്റേന്ന് മകൻ ഒരു വീട്ടിൽച്ചെന്ന് വൈകുന്നേരംവരെ വിറകുവെട്ടി. അവർ അവന് വൈകുന്നേരം മൂന്ന് റൂബിൾ കൊടുത്തു. അതുമായി അവൻ അപ്പന്റെ മുന്നിലെത്തി. അപ്പൻ അതുവാങ്ങി പതിവുപോലെ തീയിലേക്കിട്ടു. എന്നാൽ ഇത്തവണ മകൻ ആളിക്കത്തുന്ന തീയിലേക്ക് കൈയിട്ട് അത് എടുത്തു. അപ്പോൾ അപ്പന് മനസ്സിലായി ഇത് മകൻ അധ്വാനിച്ചുണ്ടാക്കിയ പണമാണ്.'

കഥ പറഞ്ഞ്, അയ്യങ്കാവ് മൈതാനത്തിന്റെ ഒരു മൂലയിലിരുന്ന് അപ്പൻ എന്നോടു ചോദിച്ചു:

'എങ്ങനെയുണ്ട് കഥ?'

'എനിക്കിഷ്ടമായില്ല.' ഞാൻ പറഞ്ഞു. എന്റെ മറുപടി കേട്ട് അപ്പൻ മിഴിച്ചിരുന്നു.

എങ്കിലും പിന്നെയും പിന്നെയും അപ്പൻ എനിക്ക് കഥപറഞ്ഞുതന്നുകൊണ്ടേയിരുന്നു. ഇന്നും ഇരിങ്ങാലക്കുടയിലൂടെ നടക്കുമ്പോൾ, ഞാൻ അപ്പന്റെ കാല്പാടുകൾ തേടാറുണ്ട്. അതിനു പിറകിൽ എന്റെയും കാലടികൾ പതിഞ്ഞിട്ടുണ്ടായിരിക്കും. ചില ഉച്ചനേരങ്ങളിൽ അയ്യങ്കാവ് മൈതാനത്തിനടുത്തൂടെ കടന്നുപോരുമ്പോൾ 'ഈ കഥ നിനക്കിഷ്ടായോ?' എന്ന അപ്പന്റെ ചോദ്യം കാറ്റിലെവിടെയോ കലർന്നുകിടക്കുന്നതുപോലെ തോന്നും.

6

വോളിബോൾ കോച്ച്

നന്നാവണം എന്ന് എനിക്ക് നല്ല ആഗ്രഹമുണ്ടെങ്കിലും എങ്ങനെ നന്നാവണം എന്ന് എനിക്കൊരു പിടിയും കിട്ടിയില്ല. ഒറ്റയ്ക്കിരുന്ന് ആലോചിച്ചാലോചിച്ച് തല പുകയുമ്പോൾ ഞാൻ ഇരിങ്ങാലക്കുടയുടെ വഴികളിലേക്കിറങ്ങും. നട ന്നുനടന്ന് അങ്ങാടിയിലെത്തും. അവിടെ കൊറിയൻ ജോസിന്റെ സൈക്കിൾ ക്കടയായിരുന്നു എന്റെ താവളം.

ജോസേട്ടന്റെ സൈക്കിൾ ഭയങ്കര കൊഴപ്പംപിടിച്ചതായിരുന്നു. ചവിട്ടിക്കയ റാൻ ബുദ്ധിമുട്ടുള്ളതായിരുന്നു എല്ലാം. സ്വർഗവും നരകവും ഉള്ളതാണെ ങ്കിൽ നരകത്തിൽ ജോസേട്ടന്റെ സൈക്കിൾ വാങ്ങിവെക്കും എന്നെനിക്ക് അന്നു തന്നെ തോന്നിയിരുന്നു. പാപം ചെയ്ത് അവിടെയെത്തുന്നവരെക്കൊണ്ട് ഒറ്റ റൗണ്ട് എടുപ്പിച്ചാൽ മതി, അവരുടെ എല്ലാ പാപവും തീരും. ഞാനിത് ജോസേ ട്ടനോട് പറഞ്ഞപ്പോൾ, അദ്ദേഹം പൊട്ടിച്ചിരിച്ചു.

▲ ബ്രദേഴ്സ് വോളിബോൾ ടീം കോച്ചും മാനേജരുമായി (ഇരിക്കുന്നവരിൽ മധ്യത്തിൽ) ഇന്നസെന്റ്

രസകരമായ ചില നാടകങ്ങൾ ജോസേട്ടന്റെ കടയിൽ നടക്കുന്നതിന് ഞാൻ സാക്ഷിയായിട്ടുണ്ട്. പിശുക്കനാണെങ്കിലും ജോസേട്ടൻ വല്ലവർക്കും കടം കൊടുക്കും. പണം തിരിച്ച് ചോദിക്കുക ജോസേട്ടനല്ല, സഹോദരൻ ജോർജാണ്. അവനെക്കൊണ്ട് ജോസേട്ടൻ ചോദിപ്പിക്കുന്നതാണ്. ആ വാദപ്രതിവാദം ഏകദേശം ഇങ്ങനെയാണ്.

ജോർജ്: കൊറച്ച് കാശ് തരാൻ ണ്ടല്ലോ ചേട്ടാ.

കടംവാങ്ങിയ ആൾ: ഞാൻ മരിച്ചൊന്നും പോണില്ലല്ലോ, തരും.

ജോർജ്: അങ്ങനെ പറഞ്ഞാപ്പറ്റില്ല ചേട്ടാ, കാശ് തന്നിട്ട് പോയാ മതി.

അയാൾ മുഷിഞ്ഞുകൊണ്ട് പണമെടുത്തുകൊടുക്കും. എന്നിട്ട്, ഇതൊന്നും ഞാനറിയില്ലെന്ന മട്ടിൽ നില്ക്കുന്ന ജോസേട്ടനോട് ചെന്ന് പരാതി പറയും.

'എന്തായാലും ഇത് വളരെ മോശമായിപ്പോയി ജോസേ, നിന്റെ അനിയൻ ഇങ്ങനെ പെരുമാറും എന്ന് ഞാൻ കരുതീതല്ല.'

ഇതുകേട്ടയുടനെ ജോസേട്ടൻ ജോർജിനെ ചീത്തപറഞ്ഞുതുടങ്ങി:

'എടാ ഇതാരാന്ന് നിനക്കറിയോ? ഞങ്ങള് തമ്മിലുള്ള ബന്ധം നിനക്കറിയോ...' എന്നിട്ട് മറ്റേയാളുടെ ചുമലിൽത്തട്ടിപ്പറയും:

'പോട്ടെ, എന്താ ചെയ്യാ. പുതിയ പിള്ളേരല്ലേ?' അപ്പോൾ അയാൾ പറഞ്ഞു.

'എന്നാ ആ കാശിങ്ങ് തന്നേക്ക് ജോസേ...'

അപ്പോൾ ജോസേട്ടന്റെ മുഖം മഴക്കാർ നിറഞ്ഞതുപോലെ മങ്ങും. എന്നിട്ടു പറയും:

'ഇത്തവണ പോട്ടെ. അടുത്തതവണ മുതൽ നമുക്ക് നോക്കാം.'

മനുഷ്യന്റെ ജീവിതത്തിലെ ധർമസങ്കടങ്ങളും ഒരേസമയം നല്ലവനായി നില്ക്കാനും കാര്യം സാധിച്ചെടുക്കാനും അവൻ നടത്തുന്ന പെടാപ്പാടുകളും രസകരമായി ഞാൻ കാണുന്നത് കൊറിയൻ ജോസേട്ടന്റെ കടയിൽനിന്നാണ്.

കുറേക്കൂടി വളർന്നപ്പോൾ തൊഴിലൊന്നുമായില്ലെങ്കിലും ഇരിങ്ങാലക്കുട അങ്ങാടിയിൽ എനിക്ക് ഒരുപാട് സുഹൃത്തുക്കളുണ്ടായി. അക്കരക്കാരൻ ജോസ്, അബ്ദുൾകലാം, ബാലചന്ദ്രൻ, രവിമാഷ്, ചക്കച്ചാംപറമ്പിൽ ജോയ്, ഹുസൈൻ, പോളി അങ്ങനെ ഒരുപാടുപേർ. ഇതിൽ മിക്കവർക്കും ജോലിയുണ്ട്. സമപ്രായമായിട്ടും ഞാൻ മാത്രമാണ് ഒരേർപ്പാടുമില്ലാതെ നടന്നിരുന്നത്. എനിക്കതിൽ സങ്കടമുണ്ടായിരുന്നെങ്കിലും ഞാൻ നിസ്സഹായനായിരുന്നു. കൊളംബോ ഹോട്ടലിൽ ഞങ്ങൾക്കൊരു മുറിയുണ്ടായിരുന്നു. അവിടെയാണ് താവളം. വലിയവലിയ കാര്യങ്ങളാണ് അവിടെയിരുന്ന് ചർച്ചചെയ്യുക: ഇന്ത്യാ-ചൈനാ യുദ്ധം, ചൈനയ്ക്ക് ആ സ്ഥലം വിട്ടുകൊടുത്താൽ പ്രശ്നം തീരുമോ? അതെങ്ങനെയാ വെറുതെ സ്ഥലമങ്ങോട്ട് വിട്ടുകൊടുക്കുക...? ഞങ്ങളുടെചർച്ച കേട്ട് ഹോട്ടലുകാരൻ അന്തംവിട്ടുനില്ക്കും. ഇരിങ്ങാലക്കുടയിലുള്ള ഇവരുടെ കൈയിലാണോ ഇതൊക്കെ കിടക്കുന്നത് എന്നമട്ടിൽ.

ചർച്ചയേക്കാളും എന്റെ പ്രശ്നം വിശപ്പായിരുന്നു. പാതിപ്പട്ടിണിയിലായിരിക്കും പകൽ കടന്നുപോയിട്ടുണ്ടാവുക. വീട്ടിൽപ്പോയിരിക്കാൻ വയ്യ. ഈയൊരവസരമേ ഭക്ഷണം കഴിക്കാനായുള്ളൂ. ഞാൻ നന്നായി കഴിക്കും. ആരെങ്കിലും

പൈസ കൊടുക്കും. അതിൽ എനിക്ക് യാതൊരു ലജ്ജയും തോന്നിയിരുന്നില്ല. എന്റെ സാന്നിധ്യവും എന്റെ ഫലിതവും അവർ ഇഷ്ടപ്പെട്ടിരുന്നു. അത് ഞാൻ അവർക്ക് ആവോളം നല്കി. പകരം എന്റെ വിശപ്പ് അവർ മാറ്റിത്തന്നു. ഉള്ളവൻ ഇല്ലാത്തവന് കൊടുക്കുന്നു.

ദാവൺഗരെയിലെ തീപ്പെട്ടിക്കമ്പനിയുടെ ഉടമ എന്ന ബലത്തിലാണ് ഞാൻ ആലീസിനെ വിവാഹംകഴിച്ചത്. എന്നാൽ കമ്പനി പൊളിഞ്ഞപ്പോൾ എന്റെ ജീവിതത്തിന്റെ കപ്പലിലും തുളവീണു. അഷ്ടിക്കു തികയാത്ത അല്ലറച്ചില്ലറ ബിസിനസ്സുകളുമായി ഞാൻ അലഞ്ഞുനടന്നു. ആ സമയത്താണ് എന്റെ വീടിനടുത്ത് പുതിയ ചില താമസക്കാർ വന്നത്. അവർ യുവാക്കളായിരുന്നു. സെബാസ്റ്റ്യൻ, മോഹൻ, ജോയ്, ഡാനിയേൽ, രഘു, ദേവസ്യക്കുട്ടി എന്നിങ്ങനെയായിരുന്നു അവരുടെ പേരുകൾ. എന്തോ പ്രശ്നംകാരണം ക്രൈസ്റ്റ് കോളേജ് ഹോസ്റ്റലിൽനിന്ന് പുറത്താക്കിയതായിരുന്നു അവരെ. എല്ലാവരും നല്ല വോളിബോൾ കളിക്കാരാണ്. പൈസയ്ക്ക് കളിക്കാൻ പോകും. കിട്ടുന്ന പൈസയ്ക്ക് ബിരിയാണിയും ഐസ്ക്രീമും വാങ്ങിക്കഴിക്കും. നല്ല പരിചയമായപ്പോൾ ഒരുദിവസം ഞാൻ അവരോടു ചോദിച്ചു:

'ഒരു കളിക്ക് നിങ്ങൾക്ക് എന്തു കിട്ടും?'

'പരമാവധി ഇരുന്നൂറ് രൂപ.' ആരോ പറഞ്ഞു. ആ പറച്ചിലിൽ ഒരു ദയനീയതയുണ്ടായിരുന്നു.

'ഒരു കളിക്ക് രണ്ടായിരം രൂപ ഞാൻ വാങ്ങിത്തരാം, വേണോ?' ഞാൻ ചോദിച്ചു.

അന്തംവിട്ട് അവരുടെ കണ്ണുതള്ളിപ്പോയി. അങ്ങനെ ഞാൻ 'ബ്രദേഴ്സ്' എന്ന അവരുടെ ടീമിന്റെ കോച്ചും മാനേജരുമായി!

ജീവിതത്തിൽ അന്നുവരെ ഞാൻ വോളിബോൾ കളി കാണുകയോ കളിക്കുകയോ ചെയ്തിട്ടില്ല. പക്ഷേ, അപ്പൻ പറഞ്ഞ ഒരു വാചകം എന്റെ മനസ്സിലുണ്ടായിരുന്നു.

'ഏത് കാര്യത്തിലും പേടുകൾ ഉണ്ടാവും. അവയെ ആദ്യംതന്നെ തിരഞ്ഞ് മാറ്റി തിരിച്ചറിയണം.'

എതിർടീമിലെ പേടുകളെ തിരയാനാണ് ഞാൻ എന്റെ ടീമിനോട് ആദ്യം പറഞ്ഞത്. അത് തിരഞ്ഞുകഴിഞ്ഞാൽ പിന്നെ അവരുടെ പിഴവുകളിലൂടെ കളി ജയിക്കാം. അപ്പനിൽനിന്ന് ഞാൻ പഠിച്ചെടുത്ത തന്ത്രം ടീമിന്റെ വിജയമന്ത്രമായി. ഞങ്ങൾ തുടരെത്തുടരെ ടൂർണമെന്റുകൾ വിജയിച്ചുതുടങ്ങി. കളിച്ചുകളിച്ച് ഒരു കളിയുടെ റേറ്റ് രണ്ടായിരം വരെയെത്തി. എല്ലാവർക്കും സന്തോഷമായി. ഓരോ കളിക്കും ഇരുന്നൂറ് രൂപ എനിക്കുകിട്ടും. വിവാഹം കഴിച്ച് തൊഴിലില്ലാതെ നടന്നിരുന്ന എന്നെ സംബന്ധിച്ച് അത് വലിയൊരു സഹായമായിരുന്നു. ബ്രദേഴ്സ് ടീം ഓരോ കളി ജയിക്കുമ്പോഴും എനിക്ക് കഞ്ഞിക്കുള്ള വകയുണ്ടായി. ആ സംഘത്തിലെ ജോയ് ഇപ്പോൾ യൂണിവേഴ്സിറ്റി കോച്ചാണ്. ദേവസ്യക്കുട്ടിയുടെ മകൾ വോളിബോൾ താരവും. കാലമേറെ കടന്നുപോയെങ്കിലും അപ്രതീക്ഷിതമായി ഒരു കളിക്കളത്തിൽ ചെന്നുപെട്ടതിന്റെ ഓർമകൾ മരിക്കുന്നില്ല. എന്റെ ജീവിതത്തിലെ 'കാലത്തിന്റെ കളികൾ' ഇതാണ്.

ഇരിങ്ങാലക്കുട എന്ന ദേശവുമായുള്ള ആത്മബന്ധം തന്നെയാണ് അവിടെ മുനിസിപ്പൽ കൗൺസിലറായി മത്സരിക്കാൻ എനിക്ക് വഴിയൊരുക്കിയത്. തൊഴിലൊന്നുമില്ലാതെ അലഞ്ഞുനടക്കുന്നതുകൊണ്ട് എന്നെ എല്ലാവർക്കുമറിയാം. വിവരമില്ലെങ്കിലും അപകടകാരിയല്ല എന്നും അറിയാം. അല്പം ഫലിതവുമുണ്ട്. പഞ്ചായത്ത് തിരഞ്ഞെടുപ്പുകളിലും മുനിസിപ്പൽ തിരഞ്ഞെടുപ്പുകളിലും നില്ക്കുന്നവരെല്ലാം ഇങ്ങനെത്തന്നെ ആയിരിക്കും, ഒരു പണിയുമില്ലാത്തവർ.

തിരഞ്ഞെടുപ്പിനു നില്ക്കാൻ പ്രേരിപ്പിച്ചുകൊണ്ട് എന്റെ സുഹൃത്തുക്കൾ ചോദിച്ചു:

'ഒന്നുമില്ലേലും ഇന്നസെന്റേ നീയത്രകാലം സ്കൂളിൽ പഠിച്ചതല്ലേ? നിന്റെ ക്ലാസ്സിൽ പഠിച്ചവർതന്നെ എത്രയുണ്ട്? അവരുടെയൊക്കെ വീട്ടിൽ നീയൊരു ഓളമാണ്.'

ഒരുപക്ഷേ, അത് ശരിയായിരിക്കാം എന്നെനിക്കും തോന്നി. ക്ലാസ്സിൽ തോറ്റു തോറ്റിരുന്നതുകൊണ്ട് എന്തെങ്കിലും ഗുണമുണ്ടാവുകയാണെങ്കിൽ ആവട്ടെ.

അപ്പൻ എതിർത്തില്ല. പല കൗൺസിലർമാരെയും കണ്ടയാളായിരുന്നു അദ്ദേഹം. അതിലും ഭേദമാണ് ഞാൻ എന്ന് തോന്നിയിട്ടുണ്ടാകും. അമ്മയ്ക്ക് ഒന്നും പിടികിട്ടിയില്ല. ഒരു പുതിയ അടവുമായി ഇറങ്ങിയിട്ടുണ്ട് എന്നുമാത്രം തോന്നി.

എന്തെങ്കിലും ബിസിനസ് തുടങ്ങാൻവേണ്ടി ആലീസിന്റെ ആഭരണങ്ങൾ പണയംവെച്ചിരുന്നു. ആ പണം ഞാൻ തിരഞ്ഞെടുപ്പു ചെലവിലേക്ക് വകമാറ്റി.

വോട്ടുചോദിച്ച് ഞാൻ ഇരിങ്ങാലക്കുടയുടെ ഇടവഴികളിലൂടെയും പാടവരമ്പുകളിലൂടെയും വീട്ടുതൊടികളിലൂടെയും നടന്നു (ഇന്നും എനിക്കാ വഴികളെല്ലാം ഓർമയിലുണ്ട്, ഒരു വളവുപോലും തെറ്റാതെ). ഒരു വീട്ടിലും ഒരാളോടും ഞാൻ 'എനിക്കു വോട്ടുചെയ്യണം' എന്ന് കൈകൂപ്പി കേണുപറഞ്ഞില്ല. അത് എനിക്ക് നാണക്കേടാണ്. ഞാൻ എന്തിനാണ് വന്നതെന്ന് അവർക്കറിയാം. വീടിന്റെ ഉമ്മറത്തുനിന്ന് ഞാൻ ഉറക്കെ സംസാരിക്കും. അകത്തുള്ള സ്ത്രീകൾകൂടി കേൾക്കാൻവേണ്ടിയായിരുന്നു ഇത്. അവരില്ലെങ്കിലും അവരുടെ ആരെങ്കിലും എന്റെകൂടെ പഠിച്ചിട്ടുണ്ടാകും എന്ന കാര്യം തീർച്ചയായിരുന്നു. ഏട്ടനോ അനിയനോ ആരെങ്കിലും. എന്റെ സംസാരത്തിന് പിറകേ അകത്തുനിന്നും ചിരികേട്ടാൽ എനിക്കറിയാം: വോട്ട് അഞ്ച്.

തിരഞ്ഞെടുപ്പിൽ കോൺഗ്രസ് എന്നെ പിന്തുണച്ചു. എന്റെ സുഹൃത്തുക്കളായ കമ്യൂണിസ്റ്റുകാരും എനിക്കൊപ്പം നിന്നു. അങ്ങനെ ഞാൻ ജയിച്ചു. ഒരു മീറ്റിങ്ങിന് 25 രൂപ വീതം എനിക്ക് കിട്ടിത്തുടങ്ങി. സ്വന്തമായി വരുമാനമില്ലാത്തവൻ എന്ന നാണക്കേട് നീങ്ങി.

ഇലക്ഷനിൽ മത്സരിച്ചിട്ട് ജീവിതത്തിന് എന്തു ഗുണംകിട്ടി എന്ന് ഞാൻ സ്വയം ചോദിച്ചിട്ടുണ്ട്. പെരുമാറ്റശുദ്ധിയായിരുന്നു എനിക്ക് ലഭിച്ച ഏറ്റവും വലിയ ഗുണം. അത് ഒരു കലയാണ് എന്നെനിക്ക് മനസ്സിലായി. നമ്മൾ ആർക്കും ഒന്നും കൊടുക്കേണ്ടാ, ഉണ്ടെങ്കിൽ മാത്രം കൊടുത്താൽ മതി. പക്ഷേ, നന്നായി പെരുമാറണം.

മറ്റെല്ലാറ്റിലുമുപരി, ആരുമല്ലാതിരുന്നിട്ടും, അജ്ഞാതനായിട്ടും എന്റെ ദേശത്തിന് എന്നെ വേണമെന്നും അത് എന്നെ സ്നേഹിക്കുന്നുവെന്നും എനിക്ക് മനസ്സിലാക്കിത്തന്നത് തിരഞ്ഞെടുപ്പാണ്. ഗതികിട്ടാതെ നടക്കുന്ന കാലത്ത് ഈ തണലിന്റെ ആശ്വാസം ചെറുതായിരുന്നില്ല.

7

ശാബന്നൂരിലെ ഷൗക്കാർ

ചില ചിത്രങ്ങളിൽ ചെറിയ ചെറിയ വേഷങ്ങൾ കിട്ടി എന്നതൊഴിച്ചാൽ കോട മ്പാക്കം എനിക്കൊന്നും നൽകിയില്ല. ആ സിനിമകളെല്ലാം മൂന്നും നാലും തവണ കണ്ടാൽ മാത്രമേ എനിക്ക് എന്നെത്തന്നെ തിരിച്ചറിയാൻ സാധിക്കുമായിരു ന്നുള്ളൂ. പട്ടിണികിടന്ന് അലഞ്ഞും മറ്റുള്ളവരുടെ ഔദാര്യം പറ്റിയും എനിക്ക് മടുത്തുതുടങ്ങി. ജീവിതം വഴിമുട്ടുകയാണല്ലോ എന്ന തോന്നൽ ഉള്ളിൽ കിട ന്നുപെരുകി. അതുവരെ അനുഭവപ്പെട്ടിട്ടില്ലാത്ത ഒരു വിഷാദം പതുക്കെപ്പതു ക്കെ എന്നെ വലയം ചെയ്യുന്നത് എനിക്കുതന്നെ മനസ്സിലായിത്തുടങ്ങി. 'മടങ്ങി പ്പോയ്ക്കോളൂ' എന്ന് മദിരാശി പറയുന്നതുപോലെ തോന്നും, എപ്പോഴും.

ആ സമയത്താണ് എനിക്ക് ജ്യേഷ്ഠൻ സ്റ്റാൻസിലാവോസിന്റെ ഒരു എഴു ത്തുകിട്ടുന്നത്. അദ്ദേഹം അപ്പോൾ കർണാടകയിലെ ദാവൻഗരെയിൽ ഒരു തീപ്പെ ട്ടിക്കമ്പനി നടത്തുകയാണ്. അങ്ങോട്ടുചെന്ന് കമ്പനി നടത്തിപ്പിൽ ജ്യേഷ്ഠനെ സഹായിക്കാനായിരുന്നു കത്തിന്റെ ഉള്ളടക്കം. കത്തുകിട്ടിയതോടെ രോഗി ഇച്ഛിച്ചതും വൈദ്യൻ കല്പിച്ചതും ഒന്നായതുപോലെയായി. ഞാൻ പോകാൻ തീരുമാനിച്ചു. ആകെയുള്ള വസ്ത്രങ്ങൾ തകരപ്പെട്ടിയിൽ കുത്തിനിറച്ച് തയ്യാ റായി. പോവുന്നതിനു മുൻപ് ഞാൻ രാമു കാര്യാട്ടിനെ ചെന്നുകണ്ടു. മദിരാശി വിടുകയാണ് എന്നു പറഞ്ഞു. അദ്ദേഹം എന്റെ മുഖത്തുനോക്കി ഒരുപാട് നേ രം മിണ്ടാതിരുന്നു. തുടർന്ന്, മരത്തിന്റെ മേശവലിപ്പ് വലിച്ചുതുറന്ന് കുറേനേ രം പരതി. അതിൽനിന്നും നുള്ളിപ്പെറുക്കി ഇരുപത്തഞ്ചു രൂപ എടുത്ത് എനി ക്കുതന്നു. എന്റെ അവസ്ഥ അദ്ദേഹത്തിന് നന്നായറിയാമായിരുന്നു. ആ കണ്ടു മുട്ടലിൽനിന്ന് എനിക്ക് ഒരു കാര്യം മനസ്സിലായി: രാമു കാര്യാട്ടിന്റെ അവസ്ഥ യും ദരിദ്രമായിരുന്നു. എനിക്കൊരു ഇരുപത്തഞ്ചു രൂപ തരാൻ അദ്ദേഹം ഏറെ പണിപ്പെട്ടത് എന്റെ മുന്നിൽവെച്ചാണ്. രാമു കാര്യാട്ടിന്റെ സ്ഥിതി ഇതാണെ ങ്കിൽ ഞാൻ എത്രയും വേഗം ഇവിടം വിടണം. ഇതൊരു അടയാളമാണ്.

ആ ദിവസങ്ങളിലാണ് എനിക്കൊരു പനി തുടങ്ങിയത്. കഷ്ടിച്ച് യാത്രയ് ക്കുള്ള പണമേ കൈയിലുള്ളൂ. അതുകൊണ്ട് പനിയെ അതിന്റെ വഴിക്കുവിട്ട് ഉള്ളകാശുകൊണ്ട് ബാംഗ്ലൂരിലേക്ക് ടിക്കറ്റെടുത്ത് ഒരു രാത്രി ഞാൻ വണ്ടികയറി. രണ്ടുവർഷം കൊണ്ട് എന്നെ പട്ടിണിയുടെ പരമാവധിവരെ കാണിച്ചു തരികയും പലതും പഠിപ്പിക്കുകയും ചെയ്ത മദിരാശി പുറത്ത് ഇരുട്ടിൽ മറഞ്ഞു. ആ നഗ രത്തെ ഞാനൊന്ന് തിരിഞ്ഞുനോക്കുകപോലും ചെയ്തില്ല.

രാവിലെ ബാംഗ്ലൂരിൽ ഇറങ്ങിയപ്പോഴേക്കും പനി മൂർച്ഛിച്ചിരുന്നു. ഞാൻ കിടുകിടാ വിറച്ചുതുടങ്ങി. നല്ല തണുപ്പുകാലവും. തകരപ്പെട്ടി ഒരു മൂലയിൽ വെച്ച് ഞാൻ അതിന്മേലിരുന്നു. ദാവൻഗരെയിലേക്കുള്ള വണ്ടിക്ക് ഇനിയും സമയമുണ്ട്. തളർച്ചയ്ക്കൊപ്പം തലചുറ്റൽ കൂടിയായപ്പോൾ റെയിൽവേ സ്റ്റേഷനിൽ നിറയെ നിഴലുകളാണെന്ന് എനിക്കു തോന്നി.

കുറച്ചുനേരം കഴിഞ്ഞപ്പോൾ എങ്ങനെയോ ഏന്തിവലിഞ്ഞ് ക്യൂവിൽ ചെന്നുനിന്ന് ദാവൻഗരെയ്ക്കുള്ള ടിക്കറ്റെടുത്തു. കമ്പാർട്ട്മെന്റിൽ നിറയെ ആളുകളായിരുന്നു. മോടിയിൽ വസ്ത്രംധരിച്ചവർ. പൂക്കൾ ചൂടിയവർ, പത്രം വായിക്കുന്നവർ. എനിക്ക് മനസ്സിലാവാത്ത കന്നട ഭാഷയിൽ അവർ എന്തൊക്കെയോ പറഞ്ഞുകൊണ്ടിരുന്നു. തകരപ്പെട്ടി കാലിനടിയിൽവെച്ച് ഞാൻ ഒരു മൂലയിൽ ചടഞ്ഞുകൂടി. തളർച്ചകൊണ്ട് തല മുന്നോട്ടുതൂങ്ങി. എനിക്ക് കിടക്കണമെന്നു തോന്നി. എന്നാൽ നേരാംവണ്ണം നിൽക്കാൻപോലും സാധിക്കാത്ത ആ കമ്പാർട്ട്മെന്റിൽ ആരും എന്നെ ശ്രദ്ധിച്ചതേയില്ല.

അല്പം കഴിഞ്ഞപ്പോൾ, എന്റെ മുന്നിലിരുന്ന ഒരു സ്ത്രീ മറ്റുള്ളവരോട് ഇത്തിരി പരിഭ്രാന്തി കലർന്ന ശബ്ദത്തിൽ എന്തോ പറയുന്നതുകേട്ടു. ആ സംസാരത്തിൽ 'ജ്വരം' എന്നൊരു വാക്കുണ്ടായിരുന്നു. അതുകേട്ടപ്പോൾ അവർ പറയുന്നത് എന്നെക്കുറിച്ചാണ് എന്ന് ഞാൻ ഊഹിച്ചു. അടുത്ത നിമിഷം ഒരു കൈ എന്റെ നെറ്റിയിൽ വന്നുതൊട്ടു. ആ കൈത്തലത്തിന് നല്ല തണുപ്പും വല്ലാത്തൊരു മൃദുലതയുമുണ്ടായിരുന്നു. നേരത്തെ സംസാരിച്ചിരുന്ന സ്ത്രീയായിരുന്നു അത്. ആ സ്പർശം എനിക്ക് പറഞ്ഞറിയിക്കാനാവാത്ത ആശ്വാസം തന്നു.

അടുത്തിരിക്കുന്നവരോട് പറഞ്ഞ് അവർ എനിക്ക് കിടക്കാൻ അല്പം സ്ഥലമുണ്ടാക്കിത്തന്നു. എന്നെ കിടത്തിയതിനുശേഷം കൈയിലുണ്ടായിരുന്ന ഷാളുകൊണ്ട് പുതപ്പിച്ചു. ആ ഷാളിന് ഏതോ വാസനത്തൈലത്തിന്റെയും മുല്ലപ്പൂവിന്റെയും സുഗന്ധമുണ്ടായിരുന്നു. ഞാൻ അതിനുള്ളിൽ ചുരുണ്ടുകൂടിക്കിടന്നു.

ഭാഷയൊന്നും അറിയില്ലെങ്കിലും ഒരാളെ കണ്ടാൽ അയാൾ ഏതുതരക്കാരനാണ് എന്ന് മനസ്സിലാക്കാനുള്ള കഴിവ് മദിരാശി എനിക്ക് തന്നിരുന്നു. കള്ളനാണോ കടംതരുന്നവനാണോ കഷ്ടപ്പെടുന്നവനാണോ ചതിക്കുന്നവനാണോ എന്നെല്ലാം എനിക്ക് പെട്ടെന്ന് മനസ്സിലായിരുന്നു. സ്വയം രക്ഷപ്പെടാനും മുന്നോട്ട് ജീവിക്കാനും ഓരോ ജീവിക്കും ദൈവം ഓരോ സിദ്ധി കൊടുക്കുന്നതുപോലെ ഒന്ന്. എന്നെ സഹായിച്ച ആ സ്ത്രീ തൊഴിലിൽ ഒരു വേശ്യയാണ് എന്ന് തളർന്ന് മയങ്ങിയ കണ്ണുകളിലൂടെ നോക്കിയിട്ടും എനിക്ക് മനസ്സിലായി. ഇടയ്ക്കിടയ്ക്ക് വന്നുപോകുന്ന പൊലീസുകാരോടും ചായക്കച്ചവടക്കാരോടും മുറിഹിന്ദിയിൽ അവർ സംസാരിക്കുന്നത് കേട്ടപ്പോൾ കാര്യം എനിക്കുറച്ചു. പ്രത്യേകതരത്തിൽ ചിരിച്ചുകൊണ്ട് അവർ പറയും:

'ഞാനിന്നലെ ബാംഗ്ലൂരിലായിരുന്നു. ഒരാളെ കാണാൻ വന്നതാണ്. നന്നായിരുന്നു...'

അതുകേട്ട് അവരെല്ലാം അർഥംവെച്ച് ചിരിക്കും. ആ ചിരിയിൽ ആ സ്ത്രീയും പങ്കുചേരും.

മയങ്ങിപ്പോയ എന്നെ ദാവൻഗരെയിൽ വണ്ടിയെത്തിയപ്പോൾ അവർ വിളിച്ചുണർത്തി. അവർക്കും അവിടെത്തന്നെയായിരുന്നു ഇറങ്ങേണ്ടത്. എന്റെ തകരപ്പെട്ടിയുമെടുത്ത് ആ സ്ത്രീ മുന്നിൽ നടന്നു. എങ്ങോട്ടാണ് എനിക്ക് പോകേണ്ടതെന്ന് മുറിഹിന്ദിയിൽ ചോദിച്ചു. സ്ഥലം പറഞ്ഞപ്പോൾ സ്റ്റേഷനുമുന്നിൽ നിന്ന് ഒരു കുതിരവണ്ടി പിടിച്ച് അവർ എന്നെ അതിൽ കയറ്റിയിരുത്തി. ഞാൻ, പുതച്ചിരുന്ന ഷാൾ മടക്കി തിരിച്ചുകൊടുത്തു. അത് തിരിച്ചുവാങ്ങി അവർ ആൾക്കൂട്ടത്തിന്റെ തിരക്കുകളിലേക്ക് പോയി. ഞാനാരെന്നോ എവിടത്തുകാരനാണെന്നോ, തൊഴിലെന്തെന്നോ എന്നൊന്നും ചോദിക്കാതെ, ഒന്നു പരിചയപ്പെടുകകൂടി ചെയ്യാതെ. നന്ദിപറയാനുള്ള കന്നടപോലും എനിക്കറിയില്ലായിരുന്നു.

കുതിരവണ്ടിയിൽ തളർന്നിരിക്കുമ്പോൾ ഞാൻ ആലോചിച്ചത് മനുഷ്യനെക്കുറിച്ചായിരുന്നു. ആ തീവണ്ടിമുറിയിൽ മാന്യന്മാരെന്ന് നാം പറയുന്ന എത്രയോ പേരുണ്ടായിരുന്നു. അവരാരും തളർന്നുകിടക്കുന്ന ഒരു സഹജീവിയെക്കുറിച്ച് ഒരു നിമിഷംപോലും ആലോചിച്ചതേയില്ല. അതേസമയം സമൂഹം പരിഹാസത്തോടെയും പുച്ഛത്തോടെയും കാണുന്ന ഒരു വേശ്യ സ്നേഹവും കരുണയും എന്താണെന്ന് കാണിച്ചുതരുന്നു!! സമൂഹത്തിന്റെ കാഴ്ചപ്പാടുകളും കണക്കുകൂട്ടലുകളും അപ്പാടെ തെറ്റാണ് എന്ന് എനിക്ക് അന്ന് മനസ്സിലായി.

ജ്യേഷ്ഠനും എന്റെ ചെറിയമ്മയുടെ മകനും പാർട്ട്ണർമാരായിട്ടായിരുന്നു തീപ്പെട്ടിക്കമ്പനി നടത്തിയിരുന്നത്. ചെറിയമ്മയുടെ മറ്റൊരു മകനും അവർക്കൊപ്പമുണ്ടായിരുന്നു. അയാൾ ദാവൻഗരെ മെഡിക്കൽ കോളേജിൽ മെഡിസിന് പഠിക്കുകയാണ്. മൂന്നുപേരും ചേർന്ന് മെഡിക്കൽ കോളേജ് ഹോസ്റ്റലിനടുത്ത് വീടെടുത്തായിരുന്നു താമസം.

ഇരിങ്ങാലക്കുടയിൽ ഇന്നസെന്റ് മാച്ച്ഫാക്ടറി നടത്തിയപ്പോഴുള്ള തൊഴിൽപരിചയം കാരണം തീപ്പെട്ടിയുണ്ടാക്കുന്ന എല്ലാ മേഖലയും എനിക്കറിയാമായിരുന്നു. മരുന്ന് കുഴയ്ക്കുന്നതു മുതൽ പാക്ക് ചെയ്യുന്നതുവരെയുള്ള എല്ലാ കാര്യങ്ങളും തമിഴ്നാട്ടിൽനിന്ന് കൂലിക്ക് കൊണ്ടുവരുന്ന ഒരു ഫോർമാനേക്കാളും ഭംഗിയായി ഞാൻ ചെയ്യും. ഇത് നന്നായറിയാമായിരുന്ന ജ്യേഷ്ഠൻ അദ്ദേഹത്തിന്റെ വലംകൈയാകാനായിരുന്നു എന്നെ വരുത്തിയത്. മാത്രമല്ല, മദിരാശിയിൽ ഞാൻ ഗതികെടുകയാണെന്നും അദ്ദേഹത്തിനറിയാമായിരുന്നു.

എന്നാൽ ദാവൻഗരെയിൽ കുതിരവണ്ടി ഇറങ്ങിയ എന്നെ കണ്ടപ്പോൾ അവർ ഞെട്ടിപ്പോയി. ഒന്ന് നിവർന്നുനില്ക്കാൻ പോലും പറ്റാത്ത അവസ്ഥ. ഭിക്ഷക്കാരനെ പട്ടികടിച്ചതുപോലെ എന്നു പറയാറില്ലേ. അതുതന്നെ. അവരെന്നെ മെഡിക്കൽ കോളേജിലെ ഡോ. ദേവരാജനെ കാണിച്ചു. എനിക്ക് പാരഫൈറ്റ് ടൈഫോയ്ഡ് ആയിരുന്നു. അദ്ദേഹം എന്നെ ആശുപത്രിയിൽ അഡ്മിറ്റ് ചെയ്തു. അങ്ങനെ സഹായത്തിനു വിളിച്ചയാളെ സഹായിക്കലായി ജ്യേഷ്ഠന്റെയും മറ്റുള്ളവരുടെയും ജോലി. കമ്പനിയുടെ തിരക്കുകൾക്കിടയിൽ എനിക്ക് കഞ്ഞി വാങ്ങിക്കൊണ്ടുതന്നും മരുന്നെടുത്തു തന്നും അവർ വലഞ്ഞു.

മനസ്സിൽ എനിക്ക് സങ്കടമുണ്ടായിരുന്നു. പക്ഷേ, മറ്റു വഴിയില്ലായിരുന്നു. എവിടെയും എല്ലാവർക്കും ഭാരമായിപ്പോകുന്നല്ലോ ഞാൻ എന്ന തോന്നൽ രോഗക്കിടക്കയിൽ എന്നെ വല്ലാതെ തളർത്തി. ആ തോന്നൽ എപ്പോഴൊക്കെയോ എന്നെ കരയിച്ചു.

രണ്ടാഴ്ചയോളം ഞാൻ ആശുപത്രിയിൽ കിടന്നു. ഒരുവിധം ജീവൻ വെച്ചപ്പോൾ ജ്യേഷ്ഠൻ താമസിക്കുന്ന വീട്ടിലേക്കു പോന്നു. അവിടെ വിശ്രമിക്കുമ്പോഴാണ് ഞാൻ എത്തിപ്പെട്ട സ്ഥലത്തെ വ്യക്തമായി കാണുകയും മനസ്സിലാക്കുകയും ചെയ്യുന്നത്. ജ്യേഷ്ഠനും പാർട്ട്ണറും അയാളുടെ അനിയനുമെല്ലാം പോയിക്കഴിഞ്ഞാൽ ഞാൻ പുറത്ത് വരാന്തയിൽ വന്നിരിക്കും. എന്റെ മുന്നിൽ അപരിചിതമായ ഒരു ദേശം. ദാവൻഗരെ പട്ടണത്തിനു പുറത്തെ ശാബന്നൂർ എന്ന ദേശമായിരുന്നു അത്. അവിടെ ബസവരാജ് എന്നയാളുടെ സ്ഥലത്താണ് തീപ്പെട്ടിക്കമ്പനി നടത്തുന്നത്. 'ശാബന്നൂർ മാച്ച് ഫാക്ടറി' എന്നായിരുന്നു കമ്പനിയുടെ പേര്.

വളരെ ദരിദ്രമായ ഒരു ഗ്രാമമായിരുന്നു ശാബന്നൂർ. നിരനിരയായി നില്ക്കുന്ന മരങ്ങളും അവിടവിടെ കുടിലുകളുടെ കൂട്ടങ്ങളും. അലഞ്ഞു നടക്കുന്ന കന്നുകാലികളും നായ്ക്കളും അർധനഗ്നരായ കുട്ടികളും. തലയിൽ വെള്ളവും വിറകുകെട്ടും വെച്ചും കന്നുകാലികളെയോ ആട്ടിൻപറ്റങ്ങളെയോ തെളിച്ചും നടന്നുപോകുന്ന ഗ്രാമീണർ. ഒരിടത്തു മാത്രം പ്രത്യേകമായി സംഘംചേർന്ന് പാർക്കുന്ന കൂട്ടരെ കണ്ടു. അവരാരാണ് എന്ന് ജ്യേഷ്ഠനോട് ചോദിച്ചപ്പോൾ അദ്ദേഹം പറഞ്ഞു:

'അത് ഗൗഡരുടെ പണിക്കാരാണ്. സ്വന്തം ആവശ്യത്തിനായി മറ്റൊരു ഗ്രാമത്തിൽ നിന്ന് വിലയ്ക്കുവാങ്ങി ഇവിടെ കൊണ്ടുവന്ന് പാർപ്പിച്ചിരിക്കുകയാണ്.'

അവരിൽച്ചിലർ ഞങ്ങളുടെ കമ്പനിയിൽ പണിക്കുവരുന്നുണ്ടെന്നും അതിൽ ഗൗഡർക്ക് അതൃപ്തിയുണ്ടെന്നും ജ്യേഷ്ഠൻ പറഞ്ഞു.

എഴുതാനോ വായിക്കാനോ അറിയാത്തവരായിരുന്നു മിക്കവരും. ആരെങ്കിലും ഉപേക്ഷിച്ച സിഗരറ്റ് കൂടിനുള്ളിൽ ബീഡി നിറച്ച് കൊണ്ടുനടക്കുന്നതു കാണാം. ആ ഗ്രാമത്തിന്റെ അതിരുകൾക്കപ്പുറത്തെക്കുറിച്ച് അവർക്കാർക്കും ഒന്നും അറിയില്ലായിരുന്നു.

ഒരു ദിവസം വൈകുന്നേരം ഞാൻ മുറ്റത്തു നില്ക്കുമ്പോൾ ചിലർ അങ്ങോട്ടു വന്നു. പുതിയ ഷൗക്കാറെ പരിചയപ്പെടാൻ വന്നവരാണ്. അതിൽ ഒരാൾ ചോദിച്ചു:

'നമ്മ ഊരെല്ലി?' (നിങ്ങളുടെ നാട് എവിടെയാണ്?)

'നന്ന ഊര് കേരള.' (എന്റെ നാട് കേരളത്തിലാണ്.)

'കാഷ്മീർ അദ്റ മേലെയാ?' (കശ്മീരിനും അപ്പുറത്താണോ?)

അതുകേട്ടപ്പോൾ എന്റെ ശരീരത്തിൽ 'ശേഷിച്ച തളർച്ച' ഉരുകിയൊലിച്ചു പോയി. ഇവരുടെ കൂടെയാണ് ഞാനിനി ജീവിക്കേണ്ടത്. സിനിമ സ്വപ്നം കണ്ട എന്റെ ജീവിതം അപരിചിതമായ ഒരു ദരിദ്രഗ്രാമത്തിലെ തീപ്പെട്ടിക്കമ്പനിയിൽ ഒടുങ്ങാൻ പോകുന്നു. അതോർത്തപ്പോൾ എനിക്കുറക്കെ കരയാൻ തോന്നി.

പക്ഷേ, എങ്ങനെയോ ഞാനത് ഉള്ളിലൊതുക്കി.

ആരോഗ്യം വീണ്ടെടുത്തപ്പോൾ ഞാൻ കമ്പനിയിൽ പോയിത്തുടങ്ങി. അവിടത്തെ പണിക്കാരുമായി പരിചയപ്പെട്ടു. ഫസലൂൻ, ബസിര, സാനു, ഖയദൂൻ, കാർത്തുമ്പി, സുബ്രമണി, മുഹമ്മദാലി.... എല്ലാവരും പാവങ്ങൾ, അന്നന്നത്തെ വിശപ്പു മാറ്റാൻ അധ്വാനിക്കുന്നവർ.

പാവങ്ങളും ശുദ്ധരുമാണെങ്കിലും ഒരക്ഷരം പറഞ്ഞാൽ മനസ്സിലാവാത്തവരായിരുന്നു എല്ലാവരും. ഇതെന്നെ വല്ലാതെ അരിശംപിടിപ്പിച്ചു. ഉള്ളിൽ കലങ്ങിക്കിടന്നിരുന്ന നിരാശ കൂടിച്ചേർന്നപ്പോൾ അരിശം ഇരട്ടിച്ചു. എന്നാൽ, പിന്നെപ്പിന്നെ അവരിൽ ഞാൻ എന്നെത്തന്നെ കണ്ടുതുടങ്ങി. ഞാൻ പറഞ്ഞുകൊടുക്കുന്നതൊന്നും മനസ്സിലാവാതെ, മിഴിച്ചുനില്ക്കുന്ന അവരുടെ മുഖത്തു നോക്കുമ്പോൾ എന്റെ സ്കൂൾകാലംതന്നെ ഓർമവരും. എന്റെ അധ്യാപകരും എന്നെപ്പറ്റി ഇങ്ങനെത്തന്നെയായിരിക്കുമല്ലോ ദൈവമേ വിചാരിച്ചിട്ടുണ്ടാവുക! ഞാൻ കാരണം അന്ന് അവർ അനുഭവിച്ചത് എനിക്ക് മനസ്സിലാക്കിത്തരികയായിരുന്നുവോ ദൈവം? നിങ്ങൾ കൊടുത്തതെല്ലാം ഇത്തിരി വൈകിയാണെങ്കിലും തിരിച്ചുകിട്ടുമെന്ന് അന്നെനിക്ക് മനസ്സിലായി.

കമ്പനി നടത്തിപ്പുമായും നാട്ടുകാരുമായും ഞാനൊന്ന് ഇണങ്ങിയെന്ന് മനസ്സിലായപ്പോൾ ജ്യേഷ്ഠൻ നാട്ടിലേക്ക് മടങ്ങാനുള്ള താത്പര്യം പ്രകടിപ്പിച്ചു. അദ്ദേഹത്തിന്റെ ഭാര്യ അവിടെ ടീച്ചറായിരുന്നു. അവർക്കൊരിക്കലും ഇവിടെ വന്നുനിൽക്കാൻ സാധിക്കില്ല. കുടുംബജീവിതം തകരാതിരിക്കണമെങ്കിൽ ജ്യേഷ്ഠൻ പോയേ തീരൂ. അദ്ദേഹം പോയി. അല്പദിവസം കഴിഞ്ഞപ്പോൾ പാർട്ണറും പോയി. മെഡിസിന് പഠിച്ചിരുന്ന സഹോദരൻ നാലു മാസം കഴിഞ്ഞപ്പോൾ കോഴ്സ് പൂർത്തിയാക്കി മടങ്ങി. അങ്ങനെ ശാബന്നൂരിൽ ഞാൻ തനിച്ചായി. കമ്പനി എന്റെ തലയിലായി.

അപരിചിതദേശത്ത് ഒറ്റയ്ക്കാവുമ്പോൾ പകലുകൾപോലും നിങ്ങളെ പേടിപ്പിക്കും. അതുവരെ കണ്ട നാടായിരിക്കില്ല പിന്നെ മുന്നിൽ. നിരാശകൊണ്ടും വിഷാദംകൊണ്ടും നനഞ്ഞ മനസ്സുകൂടിയായപ്പോൾ എനിക്ക് ഒറ്റപ്പെടൽ സഹിക്കാനായില്ല. 'ഡിപ്രഷൻ' എന്നുപറയുന്ന അവസ്ഥ അരിച്ചരിച്ച് എന്നിലേക്കു കയറി. ജീവിതം യാന്ത്രികമായി. ഉച്ചകളും രാത്രികളും എനിക്ക് സഹിക്കാൻ കഴിയാതായി.

GIVO

8

കുറ്റവും ശിക്ഷയും

പോകുന്നതിനു മുൻപ് ജ്യേഷ്ഠൻ എനിക്ക് ദാവൻഗരെയിലെ മലയാളി സമാജത്തെ പരിചയപ്പെടുത്തിത്തന്നിരുന്നു. അവരുമായിച്ചേർന്ന് ചില കലാപ്രവർത്തനങ്ങളിൽ മുഴുകി ഞാനെന്റെ മാനസികയാതനകൾ മറക്കാൻ ശ്രമിച്ചു. പക്ഷേ, അത്തരം താത്കാലിക ആഘോഷങ്ങളൊന്നും എനിക്ക് മരുന്നായില്ല. വീട്ടിലെത്തുമ്പോഴേക്കും ഞാൻ പഴയ അവസ്ഥയിലേക്കുതന്നെ എത്തിയിട്ടുണ്ടാകും.

ഒരവസ്ഥയെ, അതെത്രതന്നെ ദുരന്തപൂർണമാണെങ്കിലുംശരി, അതിന്റെ ആഴത്തിൽ മനസ്സിലാക്കി അതുമായി സമരസപ്പെട്ടാൽ പിന്നെ മനസ്സതിനെ വിധിയായി കണ്ട് സമാധാനിക്കും. മറ്റു വഴികളൊന്നുമില്ല എന്ന് ബോധ്യമാവുമ്പോഴാണ് ഈയവസ്ഥയിൽ മനസ്സെത്തുക. തനിച്ചായിത്തനിച്ചായി ദിവസം കുറേ കഴിഞ്ഞപ്പോൾ ഞാൻ ഏകദേശം ഈയവസ്ഥയിൽ എത്തി. സിനിമ കോടമ്പാക്കത്തുവെച്ചുതന്നെ തീർന്നു. ജീവിതം ഈ തീപ്പെട്ടിക്കമ്പനിയിലും തീരാൻ പോകുന്നു. അത് ബോധ്യമായപ്പോൾ പ്രത്യേകിച്ചങ്ങനെ ആഗ്രഹങ്ങളോ ലക്ഷ്യങ്ങളോ ഇല്ലാതെ ഞാൻ ജീവിതം തുടർന്നു.

അതിരാവിലെ കമ്പനിയിൽ പോകും. രാത്രി തുടങ്ങുമ്പോഴേക്കും തിരിച്ചെത്തും. ഭക്ഷണം കഴിച്ച് കിടക്കും. ദീർഘമായ രാത്രിയിൽ സുഖമായ ഉറക്കം. മനസ്സിൽ ചിന്തകളും സ്വപ്നങ്ങളും പദ്ധതികളുമുണ്ടാകുമ്പോഴാണ് മനുഷ്യന് ഉറക്കം നഷ്ടപ്പെടുന്നത്. ജീവിതം തീർന്നുവെന്ന് ബോധ്യമായ ഒരാൾക്ക് പിന്നെ എന്ത് ചിന്ത? എന്ത് സ്വപ്നം? എന്റെ മനസ്സ് ശൂന്യമായിരുന്നു. എനിക്ക് ചുറ്റുമുള്ളവരെല്ലാം കന്നടക്കാരായതുകൊണ്ട് മലയാളഭാഷ ഉപയോഗിക്കേണ്ട ആവശ്യമേയില്ലാതായി. അങ്ങനെ ഞാൻ ഭാഷയും മറന്നുതുടങ്ങി. അവസാന വെളിച്ചവും അണയുകയാണ്.

ഏത് സങ്കടക്കടലിൽപ്പെട്ട് മുങ്ങിച്ചാവാൻ പോകുമ്പോഴും ചിരിയുടെ ഒരു ചെറിയ മരപ്പലകയിൽ എനിക്ക് പിടിത്തം കിട്ടാറുണ്ട്. മരണത്തിനും ഭ്രാന്തിനുമിടയിലെ കടലിടുക്കുകൾ ഞാൻ കടന്നുപോന്നത് അങ്ങനെയാണ്. ചിലപ്പോൾ അത് ഞാൻ സ്വയം ചെയ്ത വേലത്തരങ്ങളാകാം. അല്ലെങ്കിൽ മറ്റുള്ളവരുടെ മണ്ടത്തരങ്ങളാകാം. മറ്റുചിലപ്പോൾ ഞാൻ തന്നെ അകപ്പെട്ടുപോകുന്ന എന്തെങ്കിലും ഗുലുമാലുകളാകാം.

തീപ്പെട്ടിക്കമ്പനി നടത്തിപ്പെന്നാൽ ശരിക്കും തീകൊണ്ടുള്ള കളിയാണ്. ഗവൺമെന്റും അധികൃതരുമായുള്ള ഇടപെടലുകൾ നിരന്തരം വേണം. എപ്പോഴും

പലപല പരിശോധനകളുണ്ടാകും. ശരിയാണെങ്കിലും തെറ്റാണെങ്കിലും കൈക്കൂലി നിർബന്ധമാണ്. അന്യനാട്ടിലാണെങ്കിൽ പറയുകയും വേണ്ട.

അഞ്ചോ പത്തോ തീപ്പെട്ടികൾ ഒന്നിച്ച് ഒരു ബണ്ടിലാക്കിയിട്ടാണ് മാർക്കറ്റുകളിലേക്കയയ്ക്കുക. പൊതിയിൽ സെൻട്രൽ എക്സൈസിന്റെ സീൽ വെക്കണം. അതിന് അവരെ കൂട്ടിക്കൊണ്ടുവരണം. ഓരോ വരവിനും കഴുത്തറുപ്പൻ കൈക്കൂലിയാണ് ചോദിക്കുക. തീപ്പെട്ടിവിറ്റുള്ള പണം മുഴുവൻ സീലടിപ്പിക്കാൻ മാത്രമേ തികയൂ എന്ന അവസ്ഥ വന്നു. ഞാനാകെ ഗതികെട്ടു.

അറ്റകൈയ്ക്ക് ഒരുദിവസം സെൻട്രൽ എക്സൈസുകാർ വന്നപ്പോൾ അവരുടെ ഒരു സീൽ ഞാൻ മോഷ്ടിച്ചു. ജോലി കഴിഞ്ഞ് കൈക്കൂലി വാങ്ങിപ്പോകാൻ നോക്കുമ്പോൾ ഒരു സീൽ കുറവ്. അവർ പലയിടത്തും തിരഞ്ഞു. തിരയാൻ ഞാനും കൂടി. ഒടുവിൽ, കെട്ടുകൾ എടുത്തുമാറ്റുമ്പോൾ കിട്ടുകയാണെങ്കിൽ എത്തിച്ചുതരാം എന്ന് ഞാൻ മര്യാദയോടെ പറഞ്ഞ് അവരെ തിരിച്ചയച്ചു. ആ സീൽ ഞാൻ വീട്ടിൽ കൊണ്ടുവന്ന് ഭദ്രമായി സൂക്ഷിച്ചു.

ഒന്നുരണ്ടുതവണ ആ സീൽ ഉപയോഗിച്ച് ഞാൻ കാര്യം നടത്തി. പ്രശ്നമൊന്നുമുണ്ടായില്ല. മറ്റുചില തീപ്പെട്ടിക്കമ്പനിക്കാർക്ക് കാശുവാങ്ങി സീല് കുത്തിക്കൊടുക്കുകയും ചെയ്തു. സെൻട്രൽ എക്സൈസുകാരുടെ പിറകെ നടക്കാതെ കാര്യം സാധിക്കുന്നതിൽ അവർക്കും സന്തോഷം. ഒരു ദിവസം ഞാൻ പുറത്തെവിടെയോ പോയ സമയത്ത് പരിശോധനയ്ക്ക് ഒരു ഓഫീസർ അവിടെയെത്തി. ഞാൻ പുറത്തുപോയതാണെന്നും രാത്രിയേ വരികയുള്ളൂവെന്നും എന്റെ സഹായി മുനിയപ്പ അയാളോട് പറഞ്ഞു. അയാൾ ആ വിവരം ഒരു വെള്ളക്കടലാസിൽ എഴുതി മുനിയപ്പയ്ക്ക് കൊടുത്തിട്ട് അതിന് താഴെ കമ്പനി സീൽ വെച്ചുതരാൻ പറഞ്ഞു. മുനിയപ്പ പറഞ്ഞതുപോലെ ചെയ്തു.

രാത്രി ഞാൻ വന്നപ്പോൾ മുനിയപ്പ ആവേശത്തോടെ കാര്യം പറഞ്ഞു. എല്ലാം കേട്ടുകഴിഞ്ഞപ്പോൾ അല്പം പരുങ്ങിക്കൊണ്ട് ഞാൻ അവനോട് ചോദിച്ചു:

ഏത് സീലാ നീ കുത്തിക്കൊടുത്തത്?

അപ്പോൾ അവൻ യാതൊരു കൂസലുമില്ലാതെ പറഞ്ഞു:

'നാനു ഷൗക്കാറിനു മനൈയിനൂ തക്കോംബന്തൂ സീലന്നു ഹാക്കി കൊത്തിദു.'

വീട്ടിൽപോയി എടുത്തുകൊണ്ടുവന്ന സീലാണ് ഞാൻകുത്തിക്കൊടുത്തത്!!

അത് കേട്ടതും ഞാൻ മുറിയിലുണ്ടായിരുന്ന കസേരയിലേക്ക് ഒരുവശം ചരിഞ്ഞ് ഇരുന്നു. എന്റെ കണ്ണിലാകെ ഇരുട്ടു കയറി, മേലാകെ വിയർത്തുകുളിച്ചു. തലയ്ക്കുള്ളിൽ ഒരു കടന്നൽക്കൂട് ചിതറിയതുപോലെ. അടിയന്തരാവസ്ഥാകാലമാണ്! പിടിക്കപ്പെടാൻ പറ്റിയ സമയം! അല്പനേരം ഞാൻ അങ്ങനെത്തന്നെയിരുന്നു. കണ്ണൊന്നു തെളിഞ്ഞപ്പോൾ ഒരു ഗ്ലാസ് വെള്ളവുമായി മുന്നിൽ മുനിയപ്പ നില്ക്കുന്നു. ഷൗക്കാറിന് കാര്യമായിട്ട് എന്തോ പറ്റിയിട്ടുണ്ട് എന്നവന് മനസ്സിലായി. അതവനോട് വിശദീകരിച്ചിട്ട് യാതൊരു കാര്യവുമില്ലാത്തതിനാൽ ആ വെള്ളം വാങ്ങിക്കുടിച്ച് ഞാൻ ഒരു പകലിന്റെ മുഴുവൻ മുഷിച്ചിലും നിറഞ്ഞ വസ്ത്രത്താലേ കിടന്നു.

അന്നുരാത്രി ഞാൻ ഉറങ്ങിയില്ല. ഏതൊക്കെയോ സിനിമകളിൽ കണ്ട ജയിൽ രംഗങ്ങളെല്ലാം എന്റെ മനസ്സിലൂടെ കടന്നുപോയി. അഴികൾക്കുപിറകിൽ ഒരു പ്രതിയായി ഞാൻ സ്വയം സങ്കല്പിച്ചു നോക്കി. അപ്പനും അമ്മയും സഹോദരങ്ങളുമെല്ലാം കാണാൻ വരുന്നതും കരയുന്നതുമായ ഒരുപാട് രംഗങ്ങൾ...

പിറ്റേന്ന് ഒരു ഞായറാഴ്ചയായിരുന്നു. വെളുക്കുന്നതിനു മുൻപ് ഞാൻ ആ ഉദ്യോഗസ്ഥന്റെ വീട് തേടിയിറങ്ങി. അകവും പുറവും പൊള്ളിയലഞ്ഞ് ഉച്ചയോടെ കണ്ടുപിടിക്കാൻ സാധിച്ചു. ഒരു ബി.ജെ. എക്സ്റ്റൻഷനിലായിരുന്നു അയാൾ താമസം. ബെല്ലടിച്ചപ്പോൾ ഒരു സ്ത്രീയാണ് തുറന്നത്. അവർ പറഞ്ഞു:

'അവറു സ്നാനമാടുത്തിദാരെ, കുത്ത്കോളീ.' (അവർ കുളിക്കുകയാണ് ഇരിക്കൂ).

ഞാൻ കാത്തിരുന്നു. അല്പം കഴിഞ്ഞപ്പോൾ കക്ഷി വന്നു. അദ്ദേഹത്തെ കണ്ടതും ഞാൻ കരഞ്ഞുതുടങ്ങി. പൊട്ടിപ്പൊട്ടിക്കരയുകയായിരുന്നു. എന്തിനാണ് അങ്ങനെ കരഞ്ഞത് എന്ന് ഇപ്പോഴും എനിക്കറിയില്ല. കേരളീയനാണെന്നും പി. ജി. വരെ പഠിച്ചിട്ടും ജോലി കിട്ടാത്തതുകൊണ്ട് ഈ കുഗ്രാമത്തിൽ വന്ന് കമ്പനി നടത്തുകയാണെന്നും പറഞ്ഞു. അപ്പോൾ അകത്തുനിന്ന് ഒരു സ്ത്രീശബ്ദം:

'കേരളത്തിലെവിടെ?'

ആശ്ചര്യം; ആശ്വാസം. എന്റെ കരച്ചിൽ സ്വിച്ചിട്ടതുപോലെ നിന്നു. നേരത്തെ വാതിൽ തുറന്നുതന്ന സ്ത്രീയാണ്.

'ഇരിങ്ങാലക്കുട' – ഞാൻ പറഞ്ഞു.

'ഇരിങ്ങാലക്കുട എവിടെ?' വീണ്ടും ചോദ്യം.

അവർ ഹിന്ദുക്കളാണെന്ന് വീട്ടിൽ ചെന്നപ്പോൾത്തന്നെ എനിക്ക് മനസ്സിലായിരുന്നു. നാട്ടിൽ എന്റെ വീട് പള്ളിയുടെ അടുത്തായിരുന്നെങ്കിലും ഞാൻ പറഞ്ഞു:

'കൂടൽമാണിക്യക്ഷേത്രത്തിന്റെ തൊട്ടടുത്ത്. കൂടൽമാണിക്യത്ത് ഭരതനാണല്ലോ പ്രതിഷ്ഠ!'

അതുകേട്ടതും അവർ പുറത്തുവന്ന് ഭർത്താവിനെ കന്നടയിൽ നല്ല ചീത്തവിളി തുടങ്ങി. 'ഇത്തരം ചെറിയ കമ്പനിയുടെ മേലെയാണോ താങ്കൾ കുതിര കയറുന്നത്?' എന്നു ചോദിച്ചാണ് ചീത്ത. ചെന്നപ്പോഴാണ് ചെറിയ കമ്പനിയാണെന്ന് മനസ്സിലായത് എന്നും ഒരു നടപടിയും എടുത്തിട്ടില്ല എന്നും അദ്ദേഹം പറഞ്ഞു. എനിക്കാശ്വാസമായി. ഏറ്റവും രസകരമായ കാര്യം മുനിയപ്പ അടിച്ചുകൊടുത്ത സീൽ സെൻട്രൽ എക്സൈസിന്റേതാണ് എന്ന കാര്യം അയാൾ ശ്രദ്ധിച്ചിട്ടേയില്ലായിരുന്നു എന്നതാണ്. ഇനി ശ്രദ്ധിച്ചാലും ഭാര്യയെ പേടിച്ച് മിണ്ടുകയുമില്ല.

ആ സ്ത്രീ കാഞ്ഞങ്ങാട്ടുകാരിയാണ്. അയാൾ മംഗലാപുരത്തുകാരനും. കൂർഗിൽ പഠിക്കുമ്പോൾ പ്രണയിച്ചു കെട്ടിയതാണ്. അന്ന് എനിക്ക് അവർ വയറുനിറച്ച് ഭക്ഷണം തന്നു. ഞാൻ സന്തോഷത്തോടെയും സമാധാനത്തോടെയും തിരിച്ചുപോന്നു. തിരിച്ചെത്തിയ ഉടനെ ഞാൻ ആ സീലെടുത്ത് കത്തിച്ചുകളഞ്ഞു. മഷിപുരണ്ട സീൽ കത്തുന്ന ഗന്ധം ഇപ്പോഴും ഒരു പേടിയോടെ എന്റെ മൂക്കിലുണ്ട്.

കമ്പനിയിൽ 'നോസ്മോക്കിങ്' എന്ന ബോർഡ് വെക്കാൻ എത്രയോ തവണ അധികൃതർ നിർദേശിച്ചതായിരുന്നു. അവർ പോവുന്നതോടെ ഞാനതു മറക്കും. ഒരു ദിവസം അവർ വന്നു പറഞ്ഞു: 'ഇന്ന് നിങ്ങൾ ബോർഡ് വെച്ചു കഴിഞ്ഞേ ഞങ്ങൾ പോകുന്നുള്ളൂ.' കമ്പനി നില്ക്കുന്ന സ്ഥലത്തിന്റെ ഉടമസ്ഥനായ ബസവരാജും അപ്പോൾ എന്റെയൊപ്പം ഉണ്ടായിരുന്നു. എഴുതാൻ പറ്റിയ ഒരു മരപ്പലക കൊണ്ടുവന്നുതരാൻ ഞാൻ ബസവരാജിനോടു പറഞ്ഞു. അയാൾ പലക തേടി വീട്ടിലേക്കു പോയി. ഞങ്ങൾ ബസവരാജിനെയും കാത്തുനിന്നു. മിനുട്ടുകൾ കഴിഞ്ഞ് മണിക്കൂറായി, പിന്നീടത് മണിക്കൂറുകളായി. ബസവരാജും പലകയും വന്നില്ല. പരിശോധനയ്ക്കു വന്നവർ ക്ഷോഭിച്ച് മടങ്ങി. എനിക്കും നന്നായി ദേഷ്യം വന്നു. നടന്നുപോകാവുന്ന ദൂരമേയുള്ളൂ ബസവരാജിന്റെ വീട്ടിലേക്ക്. എന്നിട്ടും...

അന്ന് രാത്രിയായിട്ടും ബസവരാജ് വന്നില്ല. ഇരട്ടിച്ച ദേഷ്യവും അതിലേറെ അത്ഭുതവുമായി ഞാൻ കിടന്നുറങ്ങി. പിറ്റേന്ന് രാവിലെ ഞാൻ പല്ലുതേക്കുമ്പോൾ ദൂരെ നാട്ടുവഴിയിലൂടെ ബസവരാജ് വരുന്നു. മുറ്റത്തെത്തിയതും ഞാനയാളെ എന്തൊക്കെയോ പറഞ്ഞു. എന്നിട്ട്, ഒടുവിൽ ചോദിച്ചു: 'എവിടെയായിരുന്നു നീ?' അപ്പോൾ ബസവരാജ് പറഞ്ഞു:

'മനയല്ലി മരതക്കട്ടികൈ ഇല്ലതു കാരണ നാനു ബസ്സല്ലി നന്ന ഗ്രാമക്കൈ ഹോഗി അല്ലിന്ത ഇതന്നു തക്കോണ്ടു ബന്തിതു.' (വീട്ടിൽ മരപ്പലക ഇല്ലാത്തതു കാരണം ഞാൻ ബസ്സുകയറി എന്റെ ഗ്രാമത്തിലേക്കു പോയി പലകയുമായി വന്നതാണ്).

ഞാൻ ഒന്നും മിണ്ടാതെ ബസവരാജിന്റെ കണ്ണുകളിലേക്കു നോക്കി. അയാൾ തിരിച്ചും. ആ നില്പിൽത്തന്നെ ഞാൻ അയാൾ ഉടുമുണ്ടിനിടയിൽ ഒളിപ്പിച്ചുവെച്ച് കൊണ്ടുവന്നിരുന്ന ആ പലക വാങ്ങി. എന്നിട്ട് തൃശ്ശൂർ ഭാഷയിൽ പറഞ്ഞു:

'ശരിട്ടാ.'

ഒന്നും മനസ്സിലായില്ലെങ്കിലും അതുകേട്ട് അവൻ ചിരിച്ചു. ആ ചിരികണ്ട് ഞാൻ പകച്ചുനിന്നു.

കമ്പനിയിൽവെച്ച് പാക്ക് ചെയ്ത തീപ്പെട്ടി ഒരു കാളവണ്ടിയിൽക്കയറ്റി ഞങ്ങൾ താമസിക്കുന്ന വീട്ടിൽ കൊണ്ടുവന്നു സൂക്ഷിക്കാറാണ് പതിവ്. അവിടെനിന്ന് ആവശ്യത്തിനനുസരിച്ച് അങ്ങാടിയിലേക്ക് കൊണ്ടുപോകും. ഒരുതവണ ഒരു രാത്രി ഞാൻ തീപ്പെട്ടിയുമായി വീട്ടിലെത്തി. കെട്ടിറക്കിക്കഴിഞ്ഞപ്പോൾ എണ്ണം തികയുന്നില്ല. കമ്പനിയിൽനിന്നും കൃത്യമായി എണ്ണിക്കെട്ടിവെച്ചതാണ്. എത്ര ആലോചിച്ചിട്ടും ഒരു എത്തുംപിടിയും കിട്ടിയില്ല.

ഒടുവിൽ, രാത്രി ഒൻപതുമണിയോടെ ഞാൻ ഒരു ടോർച്ചുമെടുത്ത് വന്ന വഴി മുഴുവൻ തിരയാനിറങ്ങി. കമ്പനിയിൽനിന്നും വീട്ടിലേക്കുള്ള രണ്ടരക്കിലോമീറ്ററിനിടയിൽ മൂന്നോ നാലോ ചെറ്റപ്പുരകൾ മാത്രമേയുള്ളൂ. വഴിയോട് ഏറ്റവും ചേർന്നുകിടക്കുന്നത് ചന്ദ്രപ്പ എന്ന പന്ത്രണ്ടുവയസ്സുകാരന്റെ വീടാണ്. എല്ലിച്ചുനീണ്ട ആ കുട്ടി വല്ലപ്പോഴും കമ്പനിയിൽ വരാറുണ്ട്. അത്യാവശ്യസാധനങ്ങൾ വല്ലതും വാങ്ങണമെങ്കിൽ ഞാൻ അവനെയാണ് വിടാറ്. അവനും

അവന്റെ അനിയത്തിയും മാത്രമേ ആ വീട്ടിലുണ്ടായിരുന്നുള്ളൂ. അച്ഛനും അമ്മയും അയൽഗ്രാമത്തിൽ ജോലിക്ക് പോയിട്ട് തിരിച്ചുവന്നിട്ടില്ല.

ഞാൻ അവനോട് ചോദിച്ചു: 'നീ ബങ്കിപ്പട്ടണ പാക്കറ്റ് നോഡിതു?' (തീപ്പെട്ടിപ്പാക്കറ്റ് നീ കണ്ടിരുന്നോ?)

'ഇൽറി, ഇൽറി' (ഇല്ല, ഇല്ല) -അവൻ പറഞ്ഞു. ഞങ്ങൾ മടങ്ങി.

പിറ്റേദിവസമായപ്പോഴേക്കും തീപ്പെട്ടി കാണാതായ കാര്യം തീപടർന്നതുപോലെ ഗ്രാമം മുഴുവൻ അറിഞ്ഞു. കുഗ്രാമങ്ങളിൽ എന്തും വാർത്തയാണ്. പരസ്പരം പറഞ്ഞിരിക്കാനൊരു കഥയാണ്. കാണാതായതും മോഷണം പോയതുമായ സാധനങ്ങളെക്കുറിച്ച് പറഞ്ഞുനടക്കരുത് എന്ന് എന്റെ അപ്പൻ എന്നോട് പറഞ്ഞിട്ടുണ്ട്. 'പോയത് പോയതാണ്. അത് നിങ്ങളുടെ ശ്രദ്ധക്കുറവുകൊണ്ട് സംഭവിച്ചതാണ്. മേലിൽ ശ്രദ്ധിക്കുക.' അപ്പന്റെ വാക്കുകൾ ഓർമയിലുള്ളതുകൊണ്ട് നാട്ടുകാരുടെ ചോദ്യങ്ങളെയും ചർച്ചകളെയുമൊന്നും ഞാൻ പ്രോത്സാഹിപ്പിച്ചില്ല.

ആഴ്ചയൊന്നുകഴിഞ്ഞപ്പോൾ ഒരുദിവസം ഉച്ചയ്ക്ക് ഒരു ആൾക്കൂട്ടം കമ്പനിമുറ്റത്ത് വന്നു. അവർ തകരംകൊണ്ടുള്ള ചെണ്ട കൊട്ടിക്കൊണ്ടാണ് വന്നത്. അവർക്ക് നടുവിൽ ചന്ദ്രപ്പയുണ്ട് നിൽക്കുന്നു! അവന്റെ തലയിൽ കാണാതായ തീപ്പെട്ടിപ്പാക്കറ്റുകൾ വെച്ചിട്ടുണ്ട്. മുഖത്ത് അടികിട്ടിയ പാടുണ്ട്. കണ്ണുകൾ വലിയൊരു കരച്ചിൽ കഴിഞ്ഞ് തോർന്നിരിക്കുന്നു.

തീപ്പെട്ടി മാർക്കറ്റിൽ വിൽക്കാൻ ശ്രമിച്ചപ്പോഴാണ് ചന്ദ്രപ്പയെ പിടിച്ചത് എന്ന് കൂട്ടത്തിലെ പ്രധാനി പറഞ്ഞു. എന്താണ് ഇവനെ ചെയ്യേണ്ടത് എന്ന് ഷൗക്കാർ പറഞ്ഞാൽമതി എന്നുപറഞ്ഞ് അയാൾ അവനുനേരെ കൈയോങ്ങി.

പറഞ്ഞ ആളെ എനിക്ക് നന്നായറിയാമായിരുന്നു. കമ്പനിയിലെ ബസിര എന്ന പെൺകുട്ടിയെ ഒളിഞ്ഞുനിന്ന് നോക്കി ലൈനടിക്കാൻ ശ്രമിച്ചതിന് അവനെ ഞാൻ ഒരിക്കൽ താക്കീത് ചെയ്തതാണ്. അവൻ പക്ഷേ, ചില്ലറക്കാരനല്ലായിരുന്നു. കരിമ്പും കപ്പലണ്ടിയും വിറ്റുകിട്ടുന്ന പണംകൊണ്ട് പല ദേശങ്ങൾ കണ്ടുവന്നവനായിരുന്നു. ബോംബെയിലൊക്കെ നല്ല പരിചയമാണ്. ആ ഒരു ഊക്കിൽ ഞാനൊരു വരത്തനാണ് എന്നു പറഞ്ഞ് അന്ന് അവൻ എന്നോട് ഉടക്കി. ഒടുവിൽ തീപ്പെട്ടിക്ക് സീലടിക്കാൻ വരുന്ന സെൻട്രൽ എക്സൈസുകാരെ ചൂണ്ടിക്കാട്ടി പോലീസുകാരാണെന്ന് പറഞ്ഞ് പറ്റിച്ചാണ് അവനെ ഞാൻ അടക്കിയത്. അധികം കളിച്ചാൽ അവരോട് പറഞ്ഞ് ഞാൻ നിന്നെ അഴിയെണ്ണിക്കും എന്ന് കടുപ്പത്തിൽ പറഞ്ഞു. സെൻട്രൽ എക്സൈസുകാരുടെ കാക്കിവസ്ത്രവും എനിക്കവരോടുള്ള അടുപ്പവുമൊക്കെ കണ്ടപ്പോൾ അവൻ ഒതുങ്ങി. കണ്ണിലേക്ക് തറപ്പിച്ചുനോക്കിയപ്പോൾ അതൊക്കെ ഓർത്തിട്ടാവണം അവൻ ഒന്ന് ചൂളിച്ചെറുതായി.

ചന്ദ്രപ്പ അപ്പോഴും ആ സംഘത്തിന് നടുവിൽ കരച്ചിലടക്കി നിൽക്കുകയാണ്. ഞാൻ അവനെ മാത്രം അകത്തേക്ക് വിളിച്ചു. മുറിയിൽ ഞാനും അവനും മാത്രമായി. പുറത്ത് അപ്പോഴും ആളും ആരവവും കൂടുകയാണ്.

തീപ്പെട്ടി നീ എടുത്തതാണോ എന്ന് ഞാൻ അവനോട് ചോദിച്ചു.

'അല്ല' –അവൻ പറഞ്ഞു. അവനത് റോഡിൽനിന്നും കിട്ടിയതായിരുന്നു.

'റോഡിൽനിന്നും കിട്ടിയതാണെങ്കിലും നിനക്കറിയില്ലേ അത് ഞങ്ങളുടേതാണെന്ന്. രാത്രി ഞാൻ അവിടെ വന്ന് ചോദിച്ചതുമല്ലേ? എന്നിട്ടും എന്തിനാ നീ അത് മറച്ചുവെച്ചത്?

എന്റെ ചോദ്യം കേട്ടപ്പോഴേക്കും അതുവരെ അവന്റെയുള്ളിൽ കെട്ടിനിന്നിരുന്ന കരച്ചിൽ പൊട്ടിച്ചിതറിപ്പുറത്തേക്കൊഴുകി. ആ കരച്ചിലിനിടയിലൂടെ അവൻ പറഞ്ഞു:

'വിശന്നിട്ടാ ഷൗക്കാറേ.'

ഞാൻ നിന്ന നിൽപ്പിൽ ഉരുകി ഭൂമിക്കടിയിലേക്ക് പോയി. അവന്റെ അച്ഛനും അമ്മയും അയൽഗ്രാമത്തിൽ പണിക്കുപോയിട്ട് രണ്ടാഴ്ചയാവാറായിട്ടും വന്നിട്ടില്ല. വീട്ടിൽ അവനും അനിയത്തിയും മാത്രമേയുള്ളൂ. വിശപ്പ് സഹിക്കാൻ വയ്യാതായപ്പോൾ അവൻ വീണുകിട്ടിയ തീപ്പെട്ടിയുമായി അങ്ങാടിയിലേക്ക് പോയതാണ്.

മദിരാശിയിലെ പട്ടിണിക്കാലം എന്റെ മനസ്സിൽ പെട്ടെന്ന് കത്തിത്തെളിഞ്ഞു. ഇക്കയും പച്ചവെള്ളം കുടിച്ച് കഴിഞ്ഞ രാത്രികളും. ഞാൻ ചന്ദ്രപ്പയെ ചേർത്തുപിടിച്ചു.

പുറത്തുവന്ന്, തീപ്പെട്ടി ചന്ദ്രപ്പയ്ക്ക് വീണുകിട്ടിയതാണെന്നും അവൻ മോഷ്ടിച്ചതല്ല എന്നും ആൾക്കൂട്ടത്തോട് പറഞ്ഞു. അതു കേട്ടപ്പോൾ അവർ നിരാശരായി പിരിഞ്ഞുപോയി. ഞാൻ പത്തുരൂപയെടുത്ത് ചന്ദ്രപ്പയ്ക്ക് കൊടുത്തു. ഒരു നിധി കിട്ടിയതുപോലെ അവനതുംകൊണ്ട് അനിയത്തിയുടെയടുത്തേക്ക് ഓടിപ്പോയി.

ആ പന്ത്രണ്ടുവയസ്സുകാരന് അന്ന് ഞാൻ മാപ്പുകൊടുത്തത് ഞാനൊരു സത്യക്രിസ്ത്യാനി ആയതുകൊണ്ടോ ഏതെങ്കിലും മതശാസനങ്ങൾ പഠിച്ചതുകൊണ്ടോ അല്ല. വിശപ്പ് എന്താണ് എന്ന് നന്നായറിഞ്ഞതുകൊണ്ടാണ്. മദിരാശിയിൽ ഒരു മുടിനാരിഴയ്ക്കപ്പുറം ഞാനും ഇങ്ങനെയൊക്കെയായിപ്പോകുമായിരുന്നു. ഞാൻ എങ്ങനെയോ പിടിച്ചുനിന്നു. ഈ പാവം കുട്ടിക്ക് അതിന് സാധിച്ചില്ല.

ദാവൻഗരെ ടൗണിൽവെച്ചാണ് ഞാൻ കെ.ടി.സി.യുടെ സ്ഥാപകനായ പി.വി. സാമിയെ കാണുന്നത്. അദ്ദേഹത്തിന് അന്നവിടെ ഓഫീസുണ്ടായിരുന്നു. തലയിൽ നേരിയ കുറ്റിരോമങ്ങളും വട്ടമുഖവും തിളങ്ങുന്ന കണ്ണുകളുമുള്ള അദ്ദേഹം എവിടെയൊക്കെയോ എന്റെ അപ്പനെ ഓർമിപ്പിച്ചു. മലയാളിയാണ് എന്നറിഞ്ഞപ്പോൾ അദ്ദേഹത്തിന് എന്നോട് ഒരു പ്രത്യേക വാത്സല്യമുണ്ടായി. എനിക്കദ്ദേഹം അരികൊണ്ടുള്ള അട വാങ്ങിത്തന്നു. ബിസിനസ്സിനെക്കുറിച്ച് ചോദിച്ചു, ഉപദേശങ്ങൾ തന്നു.

ആ പരിചയത്തിന്റെ ബലത്തിൽ, ശിവകാശിയിൽ നിന്ന് കമ്പനിയിലേക്കുള്ള അസംസ്കൃതവസ്തുക്കളുടെ കൊണ്ടുവരൽ ഞാൻ കെ.ടി.സി. മുഖേനയാക്കി. പൊട്ടാസ്യവും സൾഫറുമെല്ലാം ബ്ലാക്ക് മാംഗനീസ്, റെഡ് മാംഗനീസ് എന്ന് പുറത്ത് എഴുതിയാണ് കൊണ്ടുവരിക. ഒ.എൽ. തോമസ് എന്നൊരു കള്ളപ്പേരുമുണ്ടാക്കി. കാര്യങ്ങൾ സുഗമമായി നടന്നു.

ഒരു ദിവസം കെ.ടി.സി.യിൽ നിന്ന് ഒരാൾ വന്നു പറഞ്ഞു: 'നിങ്ങൾക്കുള്ള സാധനം വന്നിട്ടുണ്ട്. പക്ഷേ, അത് ലോറിയിൽക്കിടന്ന് പുകയുകയാണ്.'

സ്ഥലത്തെത്തുന്നതിനു മുൻപുതന്നെ എനിക്ക് സംഗതിയുടെ കിടപ്പ് പിടികിട്ടി. ഓഫീസിലെത്തിയപ്പോഴേക്കും ലോറിയിൽനിന്നും നന്നായി പുക വന്നു തുടങ്ങിയിരുന്നു. കണ്ണുമടച്ച് ഞാനൊരു കാച്ച് കാച്ചി: ഈ സാധനം എന്റേതല്ല. വിലാസമൊക്കെ ശരിയാണ്. പക്ഷേ, ഞാൻ കൊണ്ടുവരാറുള്ളത് ബ്ലാക്ക് മാംഗനീസും റെഡ് മാംഗനീസും ആണ്. ഏതോ തീപ്പെട്ടിക്കമ്പനിക്കാരൻ എന്നെ ചതിച്ചതാണ്.

അവർ വിശ്വസിച്ചു. ഞാനും അവിടെയുണ്ടായിരുന്ന രണ്ടുപേരും ചേർന്ന് ആ സാധനങ്ങൾ ഒരു കുഴിവെട്ടി അതിലിട്ട് മണ്ണിട്ട്മൂടി.

ഒരാഴ്ച കഴിഞ്ഞപ്പോൾ സാമി വന്നു. എന്നെ വിളിപ്പിച്ചു. ഉള്ളിൽ ഒരു വിറയലോടെ ഞാൻ അദ്ദേഹത്തിന്റെമുന്നിൽ ചെന്നുനിന്നു. എന്നാൽ സാമി ബിസിനസ്സിലുണ്ടാകാവുന്ന ചതികളെക്കുറിച്ചും സത്യസന്ധതകൊണ്ട് അതിനെ മറികടക്കേണ്ട രീതികളെക്കുറിച്ചും എനിക്കൊരു ക്ലാസ് എടുക്കുകയാണ് ചെയ്തത്. എല്ലാം കഴിഞ്ഞ് പിരിയുമ്പോൾ സാമി പറഞ്ഞു: 'കൃത്യസമയത്ത് ഇന്നസെന്റ് എത്തിയതു നന്നായി. ഇല്ലെങ്കിൽ ഓഫീസടക്കം കത്തിപ്പോകുമായിരുന്നു. ഇനിയും ഇത്തരം സന്ദർഭങ്ങൾ ഉണ്ടാകുമ്പോൾ വന്ന് സഹായിക്കണം, അതു കേട്ടതിനുശേഷം ഞാൻ അദ്ദേഹത്തിന്റെ മുഖത്തുനോക്കിയിട്ടില്ല. മുഖത്തു നോക്കാൻ എനിക്ക് ധൈര്യം വന്നില്ല. തിരിച്ചുപോരുമ്പോൾ ഞാനാലോചിച്ചു: ഞാൻ തീപ്പെട്ടിക്കമ്പനിയാണ് നടത്തുന്നത് എന്ന് സാമിക്കറിയാം. പണിക്കാർക്ക് മനസ്സിലായില്ലെങ്കിലും കൊണ്ടുവന്നതും കത്തിയതും എന്റെ സാധനങ്ങളാണെന്നും ബുദ്ധിമാനായ സാമിക്ക് മനസ്സിലായിട്ടുണ്ടാകും. എന്നിട്ടും എന്തിനാണ് സാമി എന്നോടിങ്ങനെ പറഞ്ഞത്? അപ്പോൾ എനിക്കൊരു കാര്യം മനസ്സിലായി. സാമിക്ക് എല്ലാം മനസ്സിലായിട്ടുണ്ട്. ആ തിരിച്ചറിവിൽ തരിച്ചുനിൽക്കുമ്പോൾ ഞാൻ വീണ്ടും എന്റെ അപ്പനെ ഓർത്തു.

വർഷങ്ങൾക്കുശേഷം സാമിയുടെ മക്കളായ പി.വി. ചന്ദ്രനെയും പി.വി. ഗംഗാധരനെയും പരിചയപ്പെട്ടപ്പോൾ എനിക്കൊരു പരുങ്ങലുണ്ടായിരുന്നു. എന്റെ കള്ളത്തരം ഉള്ളാലെ കണ്ടുപിടിച്ച് അദ്ദേഹം മക്കളോട് എന്നെ സൂക്ഷിക്കണം എന്ന് പറഞ്ഞുവെച്ചിട്ടുണ്ടാവുമോ? എന്നാൽ സാമിയെക്കാളും പാവമായിരുന്നു മക്കൾ. നല്ലവനായ നിങ്ങളുടെ അച്ഛനെ ചെറിയരീതിയിൽ ഒന്നു പറ്റിക്കേണ്ടിവന്നതിൽ ക്ഷമിക്കുക. എല്ലാം അന്യദേശത്ത് ഒറ്റയ്ക്കായിപ്പോയ ഒരു മനുഷ്യന്റെ ഗതികേടുകളായിരുന്നു.

9

'മൈലപ്പ തീരോഗിദാരെ'

എല്ലാവരും പോയപ്പോഴും ശാബന്നൂരിൽ എനിക്കു കൂട്ടായി അല്പമെങ്കിലും ആശ്വാസം തന്നത് മൈലപ്പയായിരുന്നു. കമ്പനിയിലെ പണിക്കാരനായിരുന്നു മൈലപ്പ. അവന്റെ ഭാര്യ നീലൗവ്വയും കമ്പനിയിൽ പണിക്കു വരുന്നുണ്ട്. കറുത്തു മെലിഞ്ഞ് വാരിയെല്ലുകൾ മുഴുവൻ തെളിഞ്ഞ് പല്ലുന്തി വിരൂപരൂപമായിരുന്നു മൈലപ്പയുടേത്. പാവമായിരുന്നു, ഒരുപാട് സ്നേഹമുള്ളവനും.

അർഘനഹള്ളി എന്ന ഗ്രാമത്തിലാണ് മൈലപ്പ ജനിച്ചത്. അവനെയും കുടുംബത്തെയും ഗൗഡർ വിലയ്ക്കുവാങ്ങിക്കൊണ്ടുവന്ന് അടിമകളെപ്പോലെ പാർപ്പിച്ചിരിക്കുകയാണ്. കമ്പനിയിൽ മൈലപ്പയും ഭാര്യയും ജോലിക്കുവരുന്നത് ഗൗഡർക്ക് ഇഷ്ടമായിരുന്നില്ല. ഞാനുമായി ഉടക്കേണ്ട എന്നു കരുതി മിണ്ടാതിരിക്കുകയാണ്.

എന്റെ ഒറ്റപ്പെടൽ എങ്ങനെയോ മൈലപ്പ മനസ്സിലാക്കിയിരുന്നു. കമ്പനിപ്പണി കഴിഞ്ഞ് അവൻ ഞാൻ താമസിക്കുന്ന വീട്ടിൽ വരും. വളരെ വൈകിയേ പോവൂ. ഞാനവന് അല്പം മദ്യവും ഭക്ഷണവും കൊടുക്കും. ചിലപ്പോൾ അവൻ ആ പ്രദേശത്തു കിട്ടുന്ന ഒരു പ്രത്യേകതരം കിളിയെ കെണിവെച്ചു പിടിച്ചുവരും. ഞങ്ങൾ അതിനെ ഇറച്ചിയാക്കി പാകംചെയ്തു കഴിക്കും. വാസനകൊണ്ടുതന്നെ എരിവുണ്ടാക്കാൻ പറ്റുന്ന പച്ചമുളക് മൈലപ്പ കടിച്ചുചവച്ചു തിന്നും. ഞാനങ്ങനെ ചെയ്യാൻ ശ്രമിച്ചാൽ തടയും: ഷൗക്കാറിനത് പറ്റില്ല, വേണ്ട. എനിക്കെന്തെങ്കിലും ഒരു ചെറിയ മുറിവുപറ്റിയാൽ മതി, എവിടെയൊക്കെയോ അലഞ്ഞുതിരിഞ്ഞ് മൈലപ്പ പച്ചമരുന്നുകളുമായി വരും. അത് പാകപ്പെടുത്തി മുറിവിൽ വെച്ചുകെട്ടും.

മദ്യപിച്ച ചില രാത്രികളിൽ നിലാവുണ്ടെങ്കിൽ ഞാനും മൈലപ്പയും ചേർന്ന് ഒരു കുതിരവണ്ടി പിടിച്ച് ഗ്രാമത്തിന്റെ ഉൾവഴികളിലൂടെയും വയലോരങ്ങളിലൂടെയും അലയും. അപ്പോൾ അവൻ കന്നടയിലുള്ള നാടൻപാട്ടുകൾ ഉറക്കെപ്പാടും. കുറേ പാടിത്തളരുമ്പോൾ മലയാളത്തിലുള്ള പാട്ടുകൾ പാടാൻ എന്നോടു പറയും. ചിലതൊക്കെ ഞാനും പാടും. കന്നട പാട്ടുകൾ എന്നെക്കൊണ്ട് പാടിച്ച് പൊട്ടിച്ചിരിക്കും. തിരിച്ച് എന്നെ വീട്ടിലാക്കി ഞാൻ കിടന്നതിനു ശേഷമേ മൈലപ്പ പോകൂ. അങ്ങനെ ഞങ്ങൾ വല്ലാതെ അടുത്തുപോയി.

ഒരു ദിവസം പെട്ടെന്ന് മൈലപ്പയെ കാണാതായി. ബസവരാജിനോട് ചോദിച്ചപ്പോൾ കൃത്യമായ ഉത്തരം കിട്ടിയില്ല. മറ്റു പലരോടും അന്വേഷിച്ചപ്പോൾ

വിവരമറിഞ്ഞു: ഗൗഡർ അവനെ നാടുകടത്തിയതാണ്. നീലൗവ്വയുമായി ഗൗഡർ ശാരീരികബന്ധത്തിലേർപ്പെടുന്നത് കണ്ടപ്പോൾ കോപിച്ച് ചോദ്യംചെയ്തതാണ് മൈലപ്പ ചെയ്തകുറ്റം. അവനെ എങ്ങോട്ടാണ് നാടുകടത്തിയത് എന്നാർക്കുമറിയില്ല. നീലൗവ്വ വ്യക്തമായ മറുപടി തന്നില്ല.

എനിക്ക് സഹിക്കാനാവാത്ത സങ്കടം വന്നു. രാത്രി വീട്ടിൽ വന്നുകയറുമ്പോൾ വല്ലാതെ ഒറ്റപ്പെടുന്നതുപോലെ. ഭക്ഷണം കഴിച്ച് കിടക്കുമ്പോൾ മൈലപ്പയുടെ ചിരി മനസ്സിൽ തെളിയും. അവന്റെ പാട്ടുകൾ ഓർമവരും. വരില്ല എന്നറിയാമായിരുന്നിട്ടും ഞാനവന് ഭക്ഷണം കരുതുമായിരുന്നു. മറക്കാൻ പറ്റാത്തവിധം ഞാനവനെ സ്നേഹിച്ചുപോയി.

ഒരുദിവസം രാത്രി ഞാൻ കമ്പനിയിൽനിന്ന് വരുമ്പോൾ വീട്ടിലേക്കുള്ള വഴിയിൽ ഇരുട്ടിൽ ഒരനക്കം. ടോർച്ചടിച്ചപ്പോൾ കരിമ്പടംകൊണ്ട് മൂടിപ്പുതച്ച് ഒരാൾ നില്ക്കുന്നു. എന്നെക്കണ്ടപ്പോൾ അയാൾ ചിരിച്ചു, എന്നിട്ട് പതുക്കെ വിളിച്ചു: 'ഷൗക്കാർ–' മൈലപ്പ! അടുത്തു ചെന്നപ്പോൾ അവനിൽനിന്ന് വല്ലാത്ത ഒരു മണം വന്നു. ഇരിങ്ങാലക്കുടയിലെ വയലിലൂടെ നടക്കുമ്പോൾ അനുഭവിച്ച പരിചിതമായ ഒരു കടുംമണം അപ്പോൾ എനിക്കോർമവന്നു.

മൈലപ്പ എന്റെകൂടെ വീട്ടിലേക്കു വന്നു. വഴിയിൽ, എന്റെ ചോദ്യങ്ങൾക്കൊന്നിനും അവൻ ഉത്തരം തന്നില്ല. പ്രത്യേക ശബ്ദത്തിൽ മൂളുക മാത്രം ചെയ്തു. എന്റെ പഴയ മൈലപ്പയല്ല അത് എന്നെനിക്ക് മനസ്സിലായി. അതിനിടെ ഒരു തവണ നിലൗവ്വ പണിക്കു വരുന്നുണ്ടോ എന്ന് അവൻ പതിഞ്ഞ ശബ്ദത്തിൽ ചോദിച്ചു. ഉണ്ട് എന്ന് ഞാൻ പറഞ്ഞപ്പോൾ അവൻ പറഞ്ഞു:

നിലൗവ്വ പാപദവറു, നിലൗവ്വ പാപദവറു. (നീലൗവ്വ പാവമാ, നീലൗവ്വ പാവമാ.)

അതുകേട്ടപ്പോൾ എന്റെ നെഞ്ച് വിങ്ങി. അവനറിയാം തന്റെ ഭാര്യ ഇഷ്ടത്തോടെയല്ല ഗൗഡർക്ക് വഴങ്ങിയത് എന്ന്. അവൾ നിസ്സഹായയായിരുന്നു; താനും. എനിക്കിത്ര സങ്കടമുണ്ടായിട്ടുണ്ടെങ്കിൽ എന്തുമാത്രം വേദനയായിരിക്കണം മൈലപ്പയുടെ ശോഷിച്ച നെഞ്ചിൻകൂട്ടിൽ കിടന്ന് തിളയ്ക്കുന്നുണ്ടാവുക!

വീട്ടിലെത്തി എന്റെ കഞ്ഞിയിൽനിന്ന് ഒരു പങ്ക് ഞാൻ മൈലപ്പയ്ക്കു കൊടുത്തു. പച്ചമുളക് അടുത്ത് വെച്ചുകൊടുത്തെങ്കിലും അവൻ അത് തൊട്ടില്ല. ഒന്നും മിണ്ടിയില്ല. കഞ്ഞികുടിച്ച് മുഴുമിക്കുന്നതിനു മുൻപ് മൈലപ്പ ഛർദിച്ചു. ആ ഛർദിയിൽ നിന്ന് ഏതോ കീടനാശിനിയുടെ രൂക്ഷമായ ഗന്ധം മുറിയാകെ പ്പടർന്നു. എനിക്ക് തലചുറ്റുന്നതുപോലെ തോന്നി. മൈലപ്പ എന്റെ ചുമലിലേക്ക് തളർന്നുവീണു. വീണ്ടും വീണ്ടും ഛർദിച്ചു. തൊട്ടപ്പുറത്ത് കുടിൽകെട്ടി താമസിക്കുന്ന രണ്ടുപേരെ വിളിച്ചുണർത്തി ഞാൻ മൈലപ്പയെയുംകൊണ്ട് മെഡിക്കൽ കോളേജിലേക്ക് ഓടി. രാത്രി പന്ത്രണ്ട് മണിവരെ ഞാൻ ആ ആശുപത്രി വരാന്തയിൽ കരഞ്ഞുകൊണ്ട് കാത്തിരുന്നു. പന്ത്രണ്ടരയായപ്പോൾ ഒരു നഴ്സ് വന്ന് പറഞ്ഞു:

മൈലപ്പ തീരോഗിദാരെ.

എന്റെ മൈലപ്പ മരിച്ചു. രാത്രിതന്നെ മൈലപ്പയുടെ ശരീരം മോർച്ചറിയിലേക്ക് മാറ്റി. അന്ന് രാത്രി ഞാൻ വീട്ടിലേക്ക് വന്നില്ല. ആശുപത്രി വരാന്തയിൽത്തന്നെ കിടന്നുറങ്ങി.

പിറ്റേന്ന് രാവിലെ ഞാൻ മൈലപ്പയുടെ ജ്യേഷ്ഠന്റെ വീട്ടിലെത്തി. നീലൗവ്വയും മൈലപ്പയുടെ അമ്മയുമെല്ലാം അവിടെയായിരുന്നു. ഞാൻ മടിച്ചുമടിച്ച് വേദനയോടെ എങ്ങനയോ കാര്യം പറഞ്ഞൊപ്പിച്ചു. എന്നാൽ, ആരും ഒന്ന് ഞെട്ടിയതുപോലുമില്ല. നീലൗവ്വ എന്റെ കണ്ണിലേക്ക് നിസ്സഹായയായി നോക്കി. മൈലപ്പയുടെ ജ്യേഷ്ഠന്റെ കുട്ടി ജനിച്ചതിന്റെ ആഘോഷത്തിലായിരുന്നു അവരെല്ലാം. അതുകഴിഞ്ഞേ ഇനി എന്തിനും പറ്റൂ എന്ന് അവർ പറഞ്ഞു. ഞാൻ തിരിച്ചുപോന്നു. പിന്നീട് എന്നോ വന്ന് അവർ മൈലപ്പയുടെ മൃതദേഹം മോർച്ചറിയിൽ നിന്ന് വാങ്ങിക്കൊണ്ടുപോയി എന്ന് ഞാൻ കേട്ടു. ശാബന്നൂരിലെ ഏതോ മൂലയിൽ അവർ അവനെ കുഴിച്ചിട്ടിരിക്കാം. ആർക്കുവേണ്ടിയാണ് മൈലപ്പ ജീവിച്ചത്? ആർക്കുവേണ്ടിയാണ് മരിച്ചത്? എനിക്കറിയില്ല.

ഒരാഴ്ച കഴിഞ്ഞപ്പോൾ നീലൗവ്വ കമ്പനിയിൽ വന്നുതുടങ്ങി; ചിരിച്ചുചിരിച്ചുകൊണ്ട്.

ഇപ്പോഴും ചില രാത്രികളിൽ എന്റെ സ്വപ്നങ്ങളിൽ മൈലപ്പ വരാറുണ്ട്. അവന്റെ പാട്ട് ഞാൻ കേൾക്കാറുണ്ട്. പച്ചമുളക് കാണുമ്പോഴും കന്നട നാടൻ പാട്ടുകൾ കേൾക്കുമ്പോഴും കീടനാശിനിയുടെ മണം വരുമ്പോഴും ഞാൻ അവനെ ഓർക്കാറുണ്ട്. വർഷം നാല്പതാവാറായിട്ടും മനസ്സിൽ മൈലപ്പ മരിക്കുന്നില്ല.

മൈലപ്പയുടെ മരണം എന്നെ തളർത്തുക മാത്രമല്ല വീണ്ടും ഏകാന്തതയിലേക്ക് വലിച്ചുതാഴ്ത്തി. പരിചയക്കാർ ഉണ്ടെങ്കിലും സ്നേഹത്തിന്റെ സ്പർശം നഷ്ടപ്പെട്ടു. കമ്പനി മെല്ലെ മെല്ലെ ശോഷിച്ചു തുടങ്ങിയിരുന്നു. മറ്റു കമ്പനികൾക്ക് മുന്നിൽ മത്സരിച്ച് പിടിച്ചുനിൽക്കാൻ സാധിച്ചില്ല. മത്സരിക്കാൻ പറ്റിയ മാനസികാവസ്ഥയുമായിരുന്നില്ല എന്റേത്. ഉണ്ടാക്കുന്ന തീപ്പെട്ടി മുഴുവൻ നാഗരാജ്ഷെട്ടി എന്നൊരാൾ ബൾക്കായി എടുക്കാം എന്ന് പറഞ്ഞു. ഒരുതവണ ഞാൻ അയാൾക്ക് വിറ്റു. പക്ഷേ, കണക്കുവന്നുനോക്കുമ്പോൾ എനിക്കായിരുന്നു നഷ്ടം. അതുകൂടിയായപ്പോൾ എനിക്കു തീർത്തും മടുത്തു.

അസംസ്കൃതവസ്തുക്കൾ വാങ്ങാനും കൂലികൊടുക്കാനും മറ്റുമുള്ള പണംപോലും വില്പനയിൽനിന്ന് കിട്ടാതായി. അതിനിടെ തീപ്പെട്ടിക്കമ്പനി ആസ്തിയാക്കി കാണിച്ച് ഞാനൊരു കല്യാണം കഴിച്ചു. ആലീസ് എന്നായിരുന്നു ഭാര്യയുടെ പേര്. കല്യാണം കഴിഞ്ഞപ്പോൾ അവളും എന്റെ കൂടെ പോന്നു. സ്വന്തം വിശപ്പുതന്നെ മാറ്റാൻ പറ്റാത്ത അവസ്ഥയിലേക്ക് കാര്യങ്ങൾ എത്തിത്തുടങ്ങി എന്ന് മനസ്സിലായപ്പോൾ ഞാൻ ആലീസിനെ നാട്ടിലേക്കയച്ചു. അവിടെയാണെങ്കിൽ മൂന്നുനേരം ഭക്ഷണമെങ്കിലും കിട്ടും.

ഞാൻ താമസിക്കുന്നതിന്റെ തൊട്ടടുത്തായിരുന്നു മെഡിക്കൽ കോളേജ് ഹോസ്റ്റൽ. ഹോസ്റ്റലിലെ പിള്ളേരുമായി എനിക്ക് പരിചയമുണ്ടായിരുന്നു. മെഡിക്കൽ കോളേജിലെ വാർഡനും എന്റെ പരിചയക്കാരനാണ്. ഇതറിയാവുന്ന

ഒരു വിദ്യാർഥി ഒരുദിവസം വിചിത്രമായ ഒരാവശ്യവുമായി എന്റെയടുത്തുവന്നു. പരീക്ഷ പാസ്സാവാൻ അവർക്ക് ക്ലിനിക്കൽ എക്സാമുണ്ട്. ജനറൽ വാർഡിലെ രോഗികളുടെ അടുത്തുചെന്ന് ലക്ഷണങ്ങൾ കേട്ട് രോഗം നിശ്ചയിക്കണം. ഒപ്പം പരിശോധകനുമുണ്ടാകും. ഓരോ രോഗിയുടെയും രോഗം എന്താണെന്ന് നേരത്തെയറിഞ്ഞാൽ കാര്യം എളുപ്പമാകും. അതിന് ഞാൻ സഹായിക്കണം. പ്രതിഫലം തരാം. ശ്രമിക്കാം എന്ന് ഞാൻ പറഞ്ഞു. ശ്രമിച്ചു തുടങ്ങി.

വാർഡന് ഞാൻ ആദ്യം പത്തുരൂപ കൈമടക്കും. പിന്നെ ഓരോ രോഗിയുടെയടുത്തും പരിചയം ഭാവിച്ച് ചെന്ന് രോഗം മനസ്സിലാക്കിവെക്കും.

ബെഡ് നമ്പർ 64– ക്ഷയം

ബെഡ് നമ്പർ 69– വയറിളക്കം

ബെഡ് നമ്പർ 73– ജോണ്ടിസ്-

അത് പരീക്ഷക്കാരായ പയ്യന്മാർക്ക് പറഞ്ഞുകൊടുക്കും. അവർ എനിക്ക് ഇരുന്നൂറ്റമ്പത് രൂപ തരും. കൊള്ളാവുന്ന ഏർപ്പാടാണ് എന്നെനിക്കുതോന്നി. ഞാനത് തുടർന്നു. പതുക്കെപ്പതുക്കെ പയ്യന്മാരുടെ രീതി മാറി. ഡോ. ദേവരാജൻ വഴി എനിക്ക് ചില പ്രൊഫസർമാരെ പരിചയമുണ്ടായിരുന്നു. കൈക്കൂലി വാങ്ങുന്നവർ. പരീക്ഷയിൽ പാസ്സാക്കാൻ കൈക്കൂലി കൊടുക്കാൻ പയ്യന്മാർ എന്നെ ഏല്പിച്ചു. 1500 രൂപയാണ് റേറ്റ്. കൊടുത്താൽ അവർ പാസ്സാക്കും. എന്നിട്ട് വിവരം തരും: തന്റെ കാൻഡിഡേറ്റിനെ ജയിപ്പിച്ചിട്ടുണ്ട്. ശരിക്കും റിസൾട്ട് വരുന്നതുവരെ അയാളോട് അറിഞ്ഞഭാവം നടിക്കരുത് എന്ന് പറയണം. എനിക്കും കിട്ടും ഈ ഇടപാടിൽ ഒരു പങ്ക്. തട്ടിമുട്ടി ജീവിച്ചുപോകാനുള്ളത് അങ്ങനെ കിട്ടി.

അങ്ങനെയിരിക്കെ ഒരിക്കൽ ഒരുത്തൻ പാസ്സായ വിവരം അറിഞ്ഞയുടനെ ഒരു ഗംഭീര പാർട്ടി നടത്തി. അതോടെ ആ കച്ചവടം നിന്നു. എന്റെ 'അപൂർവ പുറംവരുമാനം' അടഞ്ഞു.

ഞാൻ പതുക്കെപ്പതുക്കെ പട്ടിണിയിലേക്ക് കടന്നുകയറി. മദിരാശി ദിനങ്ങൾ തിരിച്ചുവന്ന അവസ്ഥ. വേണമെങ്കിൽ എനിക്ക് ഏത് നിമിഷവും കമ്പനി പൂട്ടാം. നാടുവിടാം. പക്ഷേ, ഈ കമ്പനിയെ ഉപജീവിച്ചുകഴിയുന്ന കുറേ പാവങ്ങളുണ്ട്. അവരുടെ കാര്യം എന്താവും? അതാലോചിക്കുമ്പോൾ വലിയ സങ്കടം വരും. ഞാനാകെ ധർമസങ്കടത്തിലായി. പട്ടിണികിടന്നാണെങ്കിലും പോകുംവരെ പോകട്ടെ എന്ന് ഞാൻ കരുതി. ഇത്തിരി പുണ്യമെങ്കിലും കിട്ടുമല്ലോ.

ഒരുദിവസം രാത്രി ബസവരാജ് സൈക്കിളിൽ ഞാൻ താമസിക്കുന്ന വീട്ടിൽ വന്നു. സൈക്കിളിനു പിറകിൽ ഒരു തുണിസഞ്ചി നിറയെ അരിയും മറ്റൊരു സഞ്ചിയിൽ പലചരക്കു സാധനങ്ങളുമുണ്ടായിരുന്നു. അയാൾ അതെടുത്ത് മുറിയുടെ ഒരു മൂലയ്ക്ക് വെച്ച് സംസാരം തുടങ്ങി. പല കാര്യങ്ങൾ പറഞ്ഞ് നേരം വൈകി, പലതും ഞാൻ കേട്ടില്ല. എന്റെ മനസ്സ് മറ്റേതോ ലോകങ്ങളിലായിരുന്നു.

ഒടുവിലയാൾ പോകാൻ എഴുന്നേറ്റു. സഞ്ചിയുടെ കാര്യം ഞാനയാളെ ഓർമിപ്പിച്ചു.

'അത് ഷൗക്കാറിനുള്ളതാണ്' അയാൾ പറഞ്ഞു. കൊയ്ത്തുകഴിഞ്ഞാൽ ആ ഗ്രാമത്തിൽ അങ്ങനെയൊരു പതിവുണ്ട്. കുറച്ച് അരി അവർ പ്രിയപ്പെട്ട ആർക്കെങ്കിലും പങ്കിട്ടുനൽകും. എനിക്ക് സന്തോഷം തോന്നി. തുടർന്ന് പലചരക്ക് സാധനങ്ങളുടെ സഞ്ചിയുടെ കാര്യം ഞാൻ ബസവരാജിനെ ഓർമിപ്പിച്ചു. അപ്പോഴും അയാൾ പറഞ്ഞു: 'അതും ഷൗക്കാറിനുള്ളതാണ്!'

അതുകേട്ടപ്പോൾ ഞാനൊന്ന് ഞെട്ടി. എന്റെ ദാരിദ്ര്യവും പട്ടിണിയും ഇയാൾ അറിഞ്ഞിരിക്കുന്നു. എന്റെ ഉള്ളിൽ ഒരിക്കൽക്കൂടി സങ്കടവും നിസ്സഹായതയും പെരുകി. നാളെ ഇത് ഗ്രാമം മുഴുവൻ അറിയും, എല്ലാവരും എന്നെ ദയനീയമായി സഹതാപത്തോടെ നോക്കാൻ തുടങ്ങും. എനിക്കതാലോചിച്ചപ്പോൾത്തന്നെ തലകറങ്ങാൻ തുടങ്ങി. അപ്പോൾത്തന്നെ ഞാൻ പലരോടും കടംവാങ്ങൽ തുടങ്ങിയിരുന്നു. അത് ഭിക്ഷാടനത്തിലേക്കും ഒടുവിൽ മോഷണത്തിലേക്കും നീളാൻ അധികനാളുകൾ വേണ്ടിവരില്ല.

ബസവരാജ് കൊണ്ടുവന്ന അരിയും പലവ്യഞ്ജനങ്ങളും, മദിരാശിയിൽ വച്ച് മരത്തിന്റെ മേശ പരതിപ്പരതി രാമുകാര്യാട്ട് എടുത്തുതന്ന 25 രൂപപോലെത്തന്നെ എനിക്ക് അടയാളമായി. ശാബന്നൂരിനോട് വിടപറയാൻ സമയമായിരിക്കുന്നു. അത് ആ ഗ്രാമത്തിലെ എന്റെ അവസാനരാത്രിയായിരുന്നു.

പലരോടും കടം വാങ്ങിയതുകാരണം പകൽവെളിച്ചത്തിൽ എനിക്ക് ശാബന്നൂരിൽനിന്നും ദാവൺഗരെയിൽനിന്നും മടങ്ങിപ്പോരാൻ സാധിക്കില്ലായിരുന്നു. അതുകൊണ്ട് പിറ്റേന്ന് രാത്രി ആരോടും ഒരു വാക്കുപോലും പറയാതെ ഞാൻ അവിടെനിന്ന് മുങ്ങി. രാത്രിയിലൂടെ പതുങ്ങിപ്പതുങ്ങി ഞാൻ രക്ഷപ്പെടുമ്പോൾ ഗ്രാമം മുഴുവനും ഉറങ്ങുകയായിരുന്നു: ബയദൂൻ, ബസിര, സാനു, കാർത്തുമ്പി, നീലൗവ്വ, മുനിയപ്പ, ചന്ദ്രപ്പ, സുബ്രഹ്മണി, മുഹമ്മദാലി, ബസവരാജ്- എല്ലാവരും ഒന്നുമറിയാതെ- എല്ലാവരോടും ഞാൻ മനസ്സുകൊണ്ട് മാപ്പുപറഞ്ഞു. സ്വയം ശപിച്ചു. എപ്പോഴൊക്കെയോ അടക്കിപ്പിടിച്ച് കരഞ്ഞു. എനിക്ക് ഒളിച്ചോടാൻ വേണ്ടിയിട്ടെന്നതുപോലെ ആ രാത്രിക്ക് ഇരുട്ട് അല്പം കൂടുതലായിരുന്നു.

10

മരണക്കിടക്കയിലെ ഗന്ധർവൻ

ശ്മശാനവും ആശുപത്രിയും വാർധക്യവും കാണുമ്പോഴെങ്കിലും സ്വന്തം നിസ്സാരതയെക്കുറിച്ച് ബോധ്യം വരാത്തയാൾക്ക് കാര്യമായിട്ടെന്തെങ്കിലും കുഴപ്പമുണ്ട് എന്നുവേണം കരുതാൻ. വെറുമൊരാളലിൽ ഒരുപിടിച്ചാരമായി മാറുന്ന, അല്ലെങ്കിൽ വെള്ളപുതച്ച് ആറടി പച്ചമണ്ണിലേക്കിറക്കിവെക്കുന്ന മനുഷ്യന്റെ അന്ത്യാവസ്ഥയും രോഗത്തിനും മരണത്തിനുമിടയിലൂടെ ഇഴയുന്ന ആശുപത്രി രംഗങ്ങളും പരസഹായമില്ലാതെ ഒന്നെഴുന്നേറ്റിരിക്കാൻപോലും സാധിക്കാത്ത വാർധക്യത്തെയും നേർക്കുനേർ കണ്ടുനിൽക്കുമ്പോൾ വിവേകിയായ മനുഷ്യൻ സുഗന്ധദ്രവ്യങ്ങൾകൊണ്ട് പൊതിഞ്ഞ് സ്വർണം ചാർത്തിയ സ്വന്തം ശരീരത്തിലേക്ക് ഒന്ന് നോക്കും. ആ നോട്ടത്തിൽ കിട്ടുന്ന വെളിച്ചം തുടർന്നങ്ങോട്ടുള്ള ജീവിതത്തെ ഒരുപാട് സഹായിക്കും. എന്നെ സഹായിച്ചിട്ടുണ്ട്. ദാവൺഗരെയിലെ തീപ്പെട്ടിക്കമ്പനി തകർന്ന് ആരും കാണാതെ ഇരുട്ടിന്റെ മറവിൽ ഒളിച്ചോടി നാട്ടിലെത്തിയതിനുശേഷം കാര്യമായൊരു ഏർപ്പാടുമില്ലാതെ ഞാൻ പഴയതുപോലെ വീടും അങ്ങാടിയുമായി കഴിഞ്ഞു. പക്ഷേ, പണ്ടത്തെപ്പോലെ അത് ഒരു പതിവാക്കാൻ പറ്റില്ലായിരുന്നു. കാരണം, ഇപ്പോൾ ഞാൻ ഒറ്റയ്ക്കല്ല. എനിക്കൊരു ഭാര്യയുണ്ട്, ആലീസ്. അവളെ നോക്കണം. ആണും പെണ്ണും കെട്ടവനാവാൻ വയ്യ. ഡൽഹിയിലും ബോംബെയിലും ചെന്ന് ചെരുപ്പ്, ലേഡീസ് ബാഗ് തുടങ്ങിയ സ്റ്റേഷനറി സാധനങ്ങൾ ബൾക്കായി മേടിച്ചുകൊണ്ടുവന്ന് നാട്ടിൽ വിൽക്കുന്ന പരിപാടി അങ്ങനെ തുടങ്ങിയതാണ്. ലാഭമായാലും നഷ്ടമായാലും ഇപ്പോൾ എനിക്കൊരു തൊഴിലുണ്ട്.

ആ സമയത്താണ് ആലീസ് ഗർഭിണിയായത്. വീട്ടിൽ പെട്ടെന്ന് ഒരു സന്തോഷവും വെളിച്ചവും വന്നു. അച്ഛനാവാൻ പോകുന്നതിന്റെ ആദ്യസുഖം ഞാനും അനുഭവിച്ചു. അതിൽ രഹസ്യമായി ആനന്ദിക്കുകയും ചെയ്തു. അതോടൊപ്പം, ഇനിയുള്ള ദിവസങ്ങളിലും തുടർന്നങ്ങോട്ടുള്ള ജീവിതത്തിലും ഞാൻ പഴയ ഇന്നസെന്റല്ല, ആവരുത് എന്ന് മനസ്സ് പറഞ്ഞുകൊണ്ടേയിരുന്നു. ആദ്യമായി അമ്മയാവുന്നതുപോലെത്തന്നെ അച്ഛനാവുന്നതും പുതിയൊരു ജന്മമാണ്. എന്നെക്കൊണ്ട് കഴിയുന്നതുപോലെയെല്ലാം ഞാൻ ആലീസിനെ പരിചരിച്ചു.

മൂന്നാം മാസത്തിലാണ് അതു സംഭവിച്ചത്. ആലീസിന് പെട്ടെന്ന് ടെറ്റനസ്സിന്റെ ലക്ഷണങ്ങൾ കണ്ടുതുടങ്ങി. നഴ്സ് വന്ന് ഏതോ ഇഞ്ചക്ഷൻ

എടുത്തപ്പോൾ പറ്റിയതാണ്. ദിവസം കഴിയുന്തോറും രോഗം മൂർച്ചിച്ചു. സ്വന്തം നാവ് ആലീസ് കടിച്ചുപൊട്ടിച്ചുതുടങ്ങി. വായിൽനിന്ന് ചോര വാർന്നുവരും. ഞാനാകെ തകർന്നുപോയി. ഇപ്പോൾ എന്റെ മുന്നിൽ കിടക്കുന്നത് ഒരു ജീവനല്ല, രണ്ടു ജീവനുകളാണ്. ആ ബോധ്യം എന്നെ കൂടുതൽ തളർത്തി. തൃശ്ശൂരെ ആശുപത്രിയിൽ കൊണ്ടുചെന്നപ്പോൾ എത്രയും പെട്ടെന്ന് കോഴിക്കോട്ടേക്ക് കൊണ്ടുപോകാൻ പറഞ്ഞു. അന്നവിടെ മാത്രമേ മെഡിക്കൽ കോളേജ് ഉള്ളൂ. എന്റെ കൈയിൽ അഞ്ഞൂറു രൂപപോലുമില്ല. ആശുപത്രി അനുവദിച്ചുതന്ന ആംബുലൻസിൽ ആലീസിനെയുംകൊണ്ട് ഞാൻ കോഴിക്കോട്ടേക്ക് കുതിച്ചു. വഴിയിലുടനീളം അവൾ എനിക്കുമുന്നിൽ ബോധമില്ലാതെ കിടന്നു. ഒന്നുമറിയാതെ അവൾക്കുള്ളിൽ ഒരു കുഞ്ഞും.

കോഴിക്കോട് മെഡിക്കൽ കോളേജിൽ ആലീസിനെ അഡ്മിറ്റ് ചെയ്തു. പ്രശസ്തനായ ഡോക്ടർ ഗോവിന്ദരാജാണ് ചികിത്സിക്കുന്നത്. എനിക്ക് പ്രത്യേകിച്ച് മുറിയൊന്നും കിട്ടിയില്ല; കിട്ടിയാലും എടുക്കാനുള്ള പണവുമില്ല. അതുകൊണ്ട് ഒരു *മാതൃഭൂമി* പത്രം വാങ്ങി വരാന്തയിൽ വിരിച്ച് അവിടെ കിടന്നു.

ജനലിലൂടെ മാത്രമേ എനിക്ക് ആലീസിനെ കാണാൻ സാധിക്കുമായിരുന്നുള്ളൂ. ജനലഴി പിടിച്ചുനിന്നാൽ ദൂരെ അവൾ കിടക്കുന്നതു കാണാം. നേരിയ ബോധമേയുള്ളൂ. ദൈവത്തെക്കാളുപരി ഡോക്ടറിൽ എല്ലാമർപ്പിച്ച് മണിക്കൂറുകളോളം ഞാൻ ആ ജനലഴി പിടിച്ചുനിൽക്കും.

അങ്ങനെ നിൽക്കുമ്പോൾ പെട്ടെന്ന് ഒരു ഡോക്ടർ വന്നു. ഗോവിന്ദരാജല്ലായിരുന്നു അത്. ഒരു പുതിയ മുഖം. അയാൾ കൈയിലുള്ള ഒരു വടികൊണ്ട് ആലീസിന്റെ കാൽമുട്ടിൽ തട്ടിനോക്കുന്നു. അഴികൾക്കിപ്പുറത്തുനിന്ന് ഞാനയാളുടെ മുഖത്തേക്ക് സൂക്ഷിച്ചുനോക്കി. എവിടെയോ കണ്ടുമറന്ന, നല്ല പരിചയമുള്ള

▲ ഭരത്ഗോപി

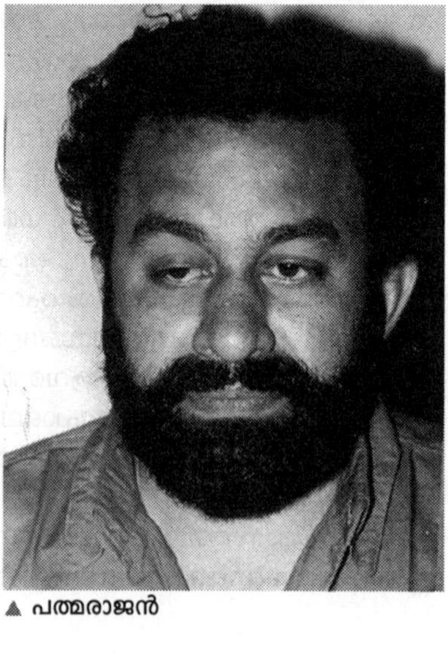

▲ പത്മരാജൻ

ഒരാൾ. എന്റെ മനസ്സ് പെട്ടെന്ന് ഒറ്റ നിമിഷംകൊണ്ട് പറന്ന് ദാവൻഗരെയിലെത്തി. അതെ, ഇതവൻ തന്നെ. എന്നെക്കൊണ്ട് പ്രൊഫസർക്ക് കൈക്കൂലി കൊടുപ്പിച്ച് ജയിച്ചവരിൽ ഒരാൾ. എന്റെ നെഞ്ചൊന്ന് കാളി. ഒടുവിലവൻ എന്റെ മുന്നിൽത്തന്നെ ഡോക്ടറായി വന്നിരിക്കുന്നു. എന്റെ ഭാര്യയെത്തന്നെ ചികിത്സിക്കുന്നു. ദൈവമുണ്ട് എന്ന് എനിക്ക് ഒരിക്കൽകൂടി ബോധ്യമാവുകയായിരുന്നു. ആലീസിനെ നോക്കിക്കഴിഞ്ഞ് പോകാനൊരുങ്ങുമ്പോൾ ഒരാന്തലോടെ ഞാനയാളെ വിളിച്ചു. ഡോക്ടർ ജനലരികിലേക്കു വന്നു.
'എന്നെ മനസ്സിലായോ? ഞാൻ ചോദിച്ചു. അവൻ മിഴിച്ചുനിന്നു. മനസ്സിലായിട്ടില്ല.
'ഞാൻ ഇന്നസെന്റ് - ദാവൺഗരെ- പറഞ്ഞുതീർന്നില്ല; ഡോക്ടറുടെ മുഖം ഒരു തുള്ളി രക്തംപോലുമില്ലാതെ വിളറി. വെളുത്ത കോട്ടിനുള്ളിൽ അയാൾ വിയർത്തുകുളിച്ചു. പെട്ടെന്ന് ജനലഴികൾക്കിടയിലൂടെ കൈയിട്ട് എന്റെ കൈ വാരിപ്പിടിച്ച് അടക്കിയ ശബ്ദത്തിൽ പറഞ്ഞു:
'ചതിക്കരുത്, ഞാനിപ്പം ഇവിടെയാണ്. ജീവിച്ചുപോയ്ക്കോട്ടെ.'
അപ്പോൾ ഞാൻ ഡോക്ടറുടെ കൈ അമർത്തിപ്പിടിച്ചുകൊണ്ട് പറഞ്ഞു:
'ഇല്ല, ഒരിക്കലുമില്ല മോനേ. നീയിപ്പം വടികൊണ്ട് തട്ടിനോക്കിയ ആ സ്ത്രീ എന്റെ ഭാര്യയാ. എന്റെ ഭാര്യയുടെയും എന്റെയും ജീവിതം ഇപ്പോൾ നിന്റെ കൈയിലാണ്. ഏതായാലും നീ എന്റെ ഭാര്യയുടെ മുന്നിൽത്തന്നെ ഡോക്ടറായി വന്നതിൽ വലിയ സന്തോഷമുണ്ട്.

അതു കേട്ടപ്പോൾ അയാൾ ഒന്ന് ചമ്മിച്ചിരിച്ചു. എന്നിട്ട്, എന്റെ കൈയിനുള്ളിൽനിന്നും കൈ വലിച്ചൂരി അവിടെനിന്നും വലിഞ്ഞു.

ആ ദിവസങ്ങളിലാണ് മോഹന്റെ '*വാടകവീട്*' എന്ന സിനിമയിൽ അഭിനയിക്കാൻ എന്നെ വിളിക്കുന്നത്. എട്ടു ദിവസത്തെ വർക്കുണ്ട്. അഭിനയമോഹത്തെ മാറ്റിവെച്ചാലും എനിക്കുപോയേ തീരൂ. ആകെ നൂറു രൂപയാണ് കൈയിലുള്ളത്. ആലീസിന്റെ അപ്പനും അമ്മയും ആശുപത്രിയിൽ വന്നുനിന്നു. ഞാൻ കൊല്ലത്തുപോയി അഭിനയിച്ചു. എടുത്തുപറയാവുന്ന റോളൊന്നുമല്ലെങ്കിലും '*വാടകവീട്*' എനിക്ക് വലിയ സഹായമായി. കിട്ടിയ പൈസയും കൊണ്ട് ഞാൻ ഓടി കോഴിക്കോട്ടെത്തി.

അമ്മയുടെ അസുഖം കുട്ടിക്ക് പിന്നീട് പ്രശ്നമാവാം എന്നും മൂന്നു മാസം മാത്രം പ്രായമായ സ്ഥിതിക്ക് വേണമെങ്കിൽ കുട്ടിയെ കളയാം എന്നും ഡോക്ടർ പറഞ്ഞു. എനിക്കത് ദഹിച്ചില്ല, സഹിക്കാനും സാധിച്ചില്ല. ഞാൻ സമ്മതിച്ചില്ല. അത് എന്റെ റിസ്ക് ആയി ഞാൻ ഏറ്റെടുത്തു. ഇരുപതു ദിവസം കഴിഞ്ഞപ്പോൾ ആലീസ് അപകടഘട്ടം മറികടന്നു. പതുക്കെപ്പതുക്കെ ജീവിതത്തിലേക്കു വന്നു. അന്നത്തെ ആ കുട്ടി പിന്നീട് പിറന്ന് സോണറ്റ് എന്ന പേരിൽ ആരോഗ്യവാനായി വളർന്നു. എന്റെ ഏക മകൻ. അവന്റെ മക്കളായ ഇരട്ടക്കുട്ടികൾ ജൂനിയർ ഇന്നസെന്റിനും അന്നയ്ക്കും ഇപ്പോൾ അഞ്ചുവയസ്സായി.

അന്ന് ആശുപത്രി വിട്ടു പോരുമ്പോൾ ഞാൻ ഡോക്ടർ ഗോവിന്ദരാജിന് നന്ദിയോടെ ഒരു നൂറുരൂപ കൊടുത്തു. അദ്ദേഹം ചിരിച്ചുകൊണ്ട് അത് എന്റെ

കീശയിൽത്തന്നെ ഇട്ടു. എന്നിട്ട് പറഞ്ഞു: ഇന്നസെന്റ് , ജോലി ചെയ്യുന്നതിന് എനിക്ക് സർക്കാർ ശമ്പളം തരുന്നുണ്ട്. ആ സത്യസന്ധതയ്ക്ക് മുന്നിൽ ഞാൻ വീണ്ടും ചെറുതായി.

വർഷങ്ങൾ കഴിഞ്ഞ്, ഒരു നടനായി പേരെടുത്തതിനുശേഷം ഞാനൊരിക്കൽ കോഴിക്കോട് മെഡിക്കൽ കോളേജിന്റെ ആർട്സ് ഡേ ഉദ്ഘാടനം ചെയ്യാൻ പോയി. അന്ന് പ്രസംഗത്തിൽ ഞാൻ ഈ അനുഭവവും ഡോക്ടർ ഗോവിന്ദരാജിനെയുംകുറിച്ച് പറഞ്ഞു. പറഞ്ഞുകഴിഞ്ഞതും പന്തലിലെ വിദ്യാർഥികൾക്കിടയിൽ ഒരു ആരവം. അവർ ഒരു പെൺകുട്ടിയെ എടുത്തു പൊക്കിയിരിക്കുന്നു. എനിക്ക് സംഗതി പിടികിട്ടിയില്ല. അന്വേഷിച്ചപ്പോഴാണറിഞ്ഞത്, അവർ എടുത്തുപൊക്കിയത് ഗോവിന്ദരാജിന്റെ മകളെയായിരുന്നു. ആ കുട്ടി അപ്പോൾ അവിടെ വിദ്യാർഥിയായിരുന്നു.

ഒരച്ഛന് മക്കൾക്ക് പകർന്നുനൽകാവുന്ന ഏറ്റവും വലിയ സ്വത്ത് സ്വർണമോ ഭൂമിയോ പണമോ കൊട്ടാരംപോലുള്ള വീടോ അല്ല, സൽപ്പേര് ആണ് എന്ന് അന്ന് ആ വേദിയിൽവെച്ച് ഞാൻ പഠിച്ചു. സൽപ്പേരിലും വലിയ സമ്പത്തുമില്ല, സ്വത്തുമില്ല. അതാണ് ഡോക്ടർ ഗോവിന്ദരാജ് മകൾക്കു നൽകിയത്. പ്രിയപ്പെട്ട ഡോക്ടർ എല്ലാറ്റിനും നന്ദിപറയാൻ എന്നെ അനുവദിക്കുക.

★ ★ ★

ആലീസും കുഞ്ഞും സുഖമായിരിക്കുന്നു. ഞാൻ സിനിമാ നിർമാണത്തിലേക്കുകൂടി കടന്നു. മുനിസിപ്പൽ കൗൺസിലറുമാണ്. '*വിടപറയും മുൻപേ*'യും '*ഇളക്കങ്ങളും*' നിർമിച്ചുകഴിഞ്ഞു. '*ഇളക്കങ്ങളി*'ൽ ചെറുതെങ്കിലും ശ്രദ്ധേയമായ ഒരു വേഷവും ചെയ്തു.

ആ സമയത്താണ് കൃഷ്ണകുമാർ എന്ന നിർമാതാവ് '*ഇടവേള*' എന്ന പേരിൽ ഒരു സിനിമ നിർമിക്കാൻ തീരുമാനിക്കുന്നത്. പത്മരാജനാണ് എഴുതുന്നത്. അതിന്റെ ചർച്ചകൾ തൃശ്ശൂരിൽ നടക്കുന്നു. ഞാനിടയ്ക്ക് പോയി അതിൽ പങ്കെടുക്കും. അങ്ങനെ ഒരു ദിവസം തൃശ്ശൂരിൽനിന്നും ഇരിങ്ങാലക്കുടയിലേക്ക് മടങ്ങുമ്പോൾ കരുവന്നൂർ എന്ന സ്ഥലത്തുവെച്ച് ഞാൻ സഞ്ചരിച്ചിരുന്ന ജീപ്പ് ഒരു ഇലക്ട്രിക് പോസ്റ്റിൽ ചെന്നിടിച്ചു. എന്റെ തല ഡാഷ്ബോഡിൽ ചെന്നടിച്ചു. തലയോട് പൊട്ടി. ഒറ്റ നിമിഷംകൊണ്ട് ഞാൻ അബോധാവസ്ഥയിലേക്കു പോയി. പെട്ടെന്നുള്ള കാറ്റിൽ വിളക്കണഞ്ഞുപോകുംപോലെയാണ് എന്റെ ഓർമകൾ കെട്ടുപോയത്.

തൃശ്ശൂർ കോ-ഓപ്പറേറ്റീവ് ആശുപത്രിയിൽ ഒരു ദിവസം കിടന്നു. അവർ തോറ്റു. എത്രയും പെട്ടെന്ന് തിരുവനന്തപുരം ശ്രീചിത്രയിലേക്ക് കൊണ്ടുപോയ്ക്കൊള്ളാൻ പറഞ്ഞു. അപ്പനും അമ്മയ്ക്കും പ്രായമായിരുന്നു. മോഹനും സുഹൃത്തുക്കളും ചേർന്ന് കൊണ്ടുപോകാനുള്ള ഏർപ്പാടുകൾ ചെയ്തു. തിരുവനന്തപുരത്തെ കാര്യങ്ങൾ നോക്കാൻ കെപിഎ.സി. സണ്ണിയെ ഏല്പിച്ചു. രാത്രിവണ്ടിയിൽ അബോധാവസ്ഥയിൽ ഞാൻ തിരുവനന്തപുരത്തേക്കുപോയി. ഒപ്പം ആലീസും മോനും.

വണ്ടി രാത്രി എവിടെയൊക്കെയോ വൈകി. തിരുവനന്തപുരത്തെത്തുമ്പോൾ

സണ്ണി എത്തിയിട്ടില്ല. ബോധത്തിന്റെ ഒരു നേരിയ ചീള് അപ്പോൾ എന്നിലുണ്ടായിരുന്നു. എന്നെ അവർ എടുത്ത് പ്ലാറ്റ്ഫോമിലെ ബെഞ്ചിൽ കിടത്തി. ഒരു തരി ബോധത്തിൽ ചുറ്റിലും നിഴലുകൾ മാത്രം ഇളകുന്നതുപോലെ എനിക്കു തോന്നി. പെട്ടെന്ന്, എപ്പോഴോ അതും കെട്ടു. വീണ്ടും ഇരുട്ട്.

ആശുപത്രിയിൽ എത്തിച്ചപ്പോഴേക്കും എന്റെ ബ്രെയിൻ ഫ്ളൂയിഡ് കുറേ പോയിരുന്നു. ഒരു നാളികേരം എവിടെയെങ്കിലും ഒന്നു പൊട്ടിയാൽ വെള്ളം വാർന്നുപോകുംപോലെ. അതുകൊണ്ട് എന്നെ സാധാരണ രീതിയിൽ കിടത്താൻ പറ്റില്ലായിരുന്നു. തല കീഴോട്ടാക്കി, കാൽ എതിരെവെച്ചാണ് അവർ എന്നെ കിടത്തിയത്. ഭക്ഷണവും ആ രീതിയിൽതന്നെ കിടത്തി ത്തന്നുകൊണ്ടിരുന്നു. ബോധം വല്ലപ്പോഴും വരും, പെട്ടെന്ന് ഇരുട്ടിലേക്ക് മറയും.

ബോധം വരുന്ന ചെറിയ നിമിഷങ്ങളിൽ വിദൂരമായി എന്തൊക്കെയോ ആലോചനകൾ വരും. അവ എന്താണെന്ന് എനിക്ക് പിടികിട്ടും മുൻപേ ഇരുട്ടുവീഴും. നിസ്സഹായനായി ഞാൻ ശീർഷാസനത്തിൽ കിടന്നു. കാലത്ത് എട്ടുമണിക്ക് ആലീസിനു വരാം, പിന്നെ വൈകുന്നേരം ആറുമണിക്കും.

മരണത്തിനും ജീവിതത്തിനുമിടയിൽ ബോധത്തിനും അബോധത്തിനും മധ്യേ ഒരാഴ്ചയിലധികം ആടിയാടി ഞാൻ കിടന്നു. ആരൊക്കെയോ വന്നു, ആരൊക്കെയോ പോയി. ആരെയും എനിക്ക് മനസ്സിലായില്ല. ഒരാഴ്ച കഴിഞ്ഞപ്പോൾ മരണം എന്നെ തത്കാലത്തിന് പിടിവിട്ടു. പക്ഷേ, ബോധവും ഓർമയും തിരിച്ചുതന്നില്ല.

അല്പദിവസംകൂടി കഴിഞ്ഞപ്പോൾ ബോധവും ഓർമയും കുറേശ്ശെ തിരിച്ചുകിട്ടി. മങ്ങിയ തരത്തിൽ മാത്രം. നാട്ടിൽനിന്നും മോഹനും ബാലചന്ദ്രനുമടക്കം പല സുഹൃത്തുക്കൾ വന്നു. നിർമാതാവ് കൃഷ്ണകുമാർ വന്ന് അല്പം പണം കിടക്കയുടെ അടിയിൽവെച്ച് പോയി. വളരെ വൈകിയാണ് അവരിൽ പലരെയും എനിക്ക് അല്പമെങ്കിലും മനസ്സിലായത്. മനസ്സിലാവുമ്പോൾ എന്റെ കണ്ണിൽ കണ്ണീർ നിറയും. അത് കവിളിലേക്കൊഴുകും. ഭരത് ഗോപി വന്നപ്പോൾ ഒരു നിമിഷം ഞാൻ സിനിമയെക്കുറിച്ച് ഓർത്തു. പക്ഷേ, ഞാനൊരു സിനിമാനടനാണ് എന്ന കാര്യം ഓർത്തില്ല.

എന്റെ അപ്പാപ്പന്റെയും അമ്മാമ്മയുടെയുമെല്ലാം മരണശയ്യക്കരികെ ഞാൻ ഇരുന്നിട്ടുണ്ട്. പലരും വരുമ്പോൾ അവർ കരയും. എന്തിനാണ് അവർ കരയുന്നത് എന്നുമാത്രം എനിക്ക് മനസ്സിലായിരുന്നില്ല. മരിക്കാറായതിന്റെ സങ്കടമാണ് എന്നാണ് മുതിർന്നവർ പറഞ്ഞുതന്നത്. ശ്രീചിത്രയിൽ ഉടഞ്ഞ തലയോടും മാഞ്ഞുപോയ ഓർമകളുമായി കിടന്നപ്പോഴാണ് എന്റെ സംശയത്തിന്റെ ശരിയായ ഉത്തരം എനിക്ക് കിട്ടിയത്. മരിക്കാറായി എന്ന ഭയജനകമായ ബോധ്യംകൊണ്ടല്ല അവർ കരയുന്നത്. മറിച്ച്, എത്രയും അടുത്തവരെയും പ്രിയപ്പെട്ടവരെയുംപോലും ഓർത്തെടുക്കാൻ ഇത്ര സമയമെടുത്തല്ലോ. എന്റെ ഓർമയെല്ലാം പോയല്ലോ എന്ന ഞെട്ടിക്കുന്ന തിരിച്ചറിവുകൊണ്ടാണ്. ഓർമയാണ്, ഓർമമാത്രമാണ് ജീവിതം- എനിക്ക് മനസ്സിലായി.

ഇരുപതു ദിവസം കഴിഞ്ഞപ്പോഴേക്കും ബോധവും ഓർമയും ബാലൻസിൽ

എത്തി. അങ്ങനെ കിടന്നുകൊണ്ടുതന്നെയാണ് ഭക്ഷണം തന്നിരുന്നത്. സേവിയർ എന്നുപേരായ സിസ്റ്ററായിരുന്നു എന്റെ പരിചാരകൻ. ചുണ്ടൊന്ന് അനക്കാമെന്നായപ്പോൾ ഞാൻ അയാളോടു ചോദിച്ചു:

'തൃശ്ശൂര് ഭാഗത്തൊക്കെ ആളുകൾ ഭക്ഷണം കഴിക്കുന്നത് തലകീഴായിട്ടല്ല. ഈ പ്രദേശങ്ങളിലൊക്കെ ഇങ്ങനെയാണോ?

അതുകേട്ട് അയാൾ ചിരിച്ചു. വർഷങ്ങളുടെ ദൈർഘ്യമുള്ള ഇരുട്ടിനുശേഷം മനുഷ്യന്റെ ആദ്യത്തെ ചിരി!

നേരിയ ബോധത്തിലൂടെ ഞാൻ, മരിച്ചില്ലെങ്കിലും എന്റെ ജീവിതം തീർന്നു എന്ന് മനസ്സിലാക്കി. സിനിമയും കഴിഞ്ഞു. ഇനി, മങ്ങിയ വെളിച്ചത്തിലുള്ള ഈ കിടപ്പുമാത്രം.

അങ്ങനെ കിടക്കുമ്പോഴാണ് ഒരു ദിവസം രാവിലെ ഒരാൾ എന്റെ മുറിയിലേക്കു വന്നത്. അടുത്തു വന്നിരുന്നിട്ട് കൈ പിടിച്ചിട്ടും എനിക്കാളെ മനസ്സിലായില്ല. കറുത്തിരുണ്ട താടിയും തിളങ്ങുന്ന കണ്ണുകളും നോക്കി, തണുത്ത ആ കൈപിടിച്ച് ഞാൻ നിസ്സഹായനായി കിടന്നു. അപ്പോൾ മുഴങ്ങുന്ന ശബ്ദത്തിൽ അയാൾ പറഞ്ഞു:

'ഞാൻ പത്മരാജനാണ്.

പി. പത്മരാജൻ! അദ്ദേഹം സംവിധാനം ചെയ്ത സിനിമയിലൊന്നിലും ഞാൻ അഭിനയിച്ചിട്ടില്ലെങ്കിലും ഞങ്ങൾ നല്ല സുഹൃത്തുക്കളായിരുന്നു. എ

▲ നെടുമുടി വേണുവിനോടൊപ്പം

ന്നിട്ടും എനിക്കദ്ദേഹത്തെ മനസ്സിലായില്ല! വീണ്ടും എന്റെ കണ്ണുകൾ നിറഞ്ഞു. അപ്പോൾ അദ്ദേഹം എന്റെ കൈ പിടിച്ചുകൊണ്ടു പറഞ്ഞു:

'*ഇളക്കങ്ങൾ* ഞാൻ കണ്ടു. ഇന്നസെന്റ് ഗംഭീരമായിരിക്കുന്നു. എത്രയും പെട്ടെന്ന് നിങ്ങൾ രോഗം മാറി തിരിച്ചുവരും. എന്റെ അടുത്ത പടത്തിൽ നല്ലൊരു റോളിൽ അഭിനയിക്കുകയും ചെയ്യും'.

ആ വാക്കുകൾ വൈദ്യുത തരംഗങ്ങൾപോലെയാണ് എന്നെ വന്ന് തൊട്ടത്. മയങ്ങിപ്പോയ എന്റെ സകല കോശങ്ങളും ഉണർന്നു. എവിടെയോ ചില ചലനങ്ങൾ, ജീവന്റെ തുടിപ്പുകൾ. എനിക്കതറിയാൻ സാധിക്കുന്നു. ഞാനങ്ങനെ കിടക്കവേ, ചിരിച്ചുകൊണ്ട് പത്മരാജൻ ഇറങ്ങിപ്പോയി. പിറ്റേ ദിവസം മുതൽ വൈദ്യശാസ്ത്രത്തെപ്പോലും വിസ്മയിപ്പിക്കുംവിധത്തിൽ എന്റെ അവസ്ഥ ഭേദമാവാൻ തുടങ്ങി. ഡോക്ടർമാർക്കുപോലും അതിന്റെ കാരണം മനസ്സിലായില്ല. പക്ഷേ, എനിക്കറിയാമായിരുന്നു. പത്മരാജന്റെ വാക്കുകൾ, അതുതന്ന പച്ചപ്പും പ്രതീക്ഷയും. അതുമാത്രമായിരുന്നു എന്റെ ഔഷധം.

ഇരുപത്തിയഞ്ചാം ദിവസം ഞാൻ ആശുപത്രി വിട്ടു. വീട്ടിലെത്തിയിട്ടും മൂന്നുമാസത്തിലധികം കിടക്കേണ്ടിവന്നു. ഓർമകൾ മുറിഞ്ഞുപോകുകയും ഗന്ധങ്ങൾ തിരിച്ചറിയാൻ പറ്റാതെയുമായി. എല്ലാറ്റിനും ഒരേ ഗന്ധമായിരുന്നു. ആ ദിവസങ്ങളിലൊന്നിൽ നെടുമുടിവേണു വന്നു. എന്നിട്ട് പറഞ്ഞു: ഇന്നസെന്റേ, നിങ്ങളുടെ അവസ്ഥ അറിഞ്ഞിട്ടും എനിക്ക് വന്നുകാണാൻ സാധിച്ചില്ല. മംഗളകർമങ്ങൾക്ക് വരുന്നവനല്ല, മനുഷ്യന്റെ ആപത്ഘട്ടങ്ങളിൽ ഓടി അരികിലെത്തുന്നവനാണ് യഥാർഥ മിത്രം. ഞാൻ ഒരു യഥാർഥമിത്രമല്ല'. വേണുവിന്റെ വാക്കുകൾ ഇടറുന്നുണ്ടായിരുന്നു. അതിൽ നിറയെ ആത്മാർഥതയായിരുന്നു. ഞാൻ അവ്യക്തമായ വാക്കുകളിലൂടെ അദ്ദേഹത്തെ സമാധാനിപ്പിക്കാൻ ശ്രമിച്ചു. ഇന്നും ഞാൻ സുഹൃത്തുക്കളുടെ കല്യാണങ്ങൾക്കോ ഗൃഹപ്രവേശത്തിനോ പോയില്ലെങ്കിലും അസുഖത്തിലും യാതനകളിലും ഓടിയെത്താൻ ശ്രമിക്കാറുണ്ട്. വേണു പഠിപ്പിച്ച പാഠം. വീട്ടിൽ തളർന്നുകിടന്നപ്പോഴെല്ലാം ആലീസ് എന്നെ സ്വന്തം കണ്ണിലെ കൃഷ്ണമണിയേക്കാൾ ശ്രദ്ധയോടെ നോക്കി. അന്ന് ഞാൻ കോഴിക്കോട് മെഡിക്കൽ കോളേജിൽവെച്ച് നൽകിയതിന്റെ പതിന്മടങ്ങ് അവൾ എനിക്ക് തിരിച്ചുതന്നു. ഞങ്ങൾ ശരിക്കും പരസ്പരം അറിഞ്ഞു. എന്റെ ആരോഗ്യകാര്യത്തിലും മറ്റും ആലീസ് പതിവിലുമധികം ശ്രദ്ധ ചെലുത്തുമ്പോൾ എന്റെ കാര്യം നോക്കാൻ എനിക്കറിയാം എന്ന് ഞാൻ പറയാറുണ്ടായിരുന്നു. എന്നാൽ, മരണക്കിടക്കയിൽവെച്ച് എനിക്കത് തിരുത്തേണ്ടിവന്നു. ദാമ്പത്യത്തിന്റെ ശരിയായ അർഥവും മധുരവും ഞാനറിഞ്ഞു. ആലീസിന് നന്ദിപറയേണ്ടതില്ല, കാരണം അവളില്ലെങ്കിൽ ഞാനില്ല.

11

അഴകുള്ള സലീനയും എന്റെ പ്രണയവും

ഭൂമിയിലെ അപൂർവ സൃഷ്ടിയായ മനുഷ്യൻ തന്നെപ്പോലെതന്നെ അപൂർവ ജനുസിൽപ്പെട്ട മറ്റൊരു മനുഷ്യനെ ഏതോ ദശാസന്ധിയിൽവെച്ച് കണ്ടുമുട്ടുന്നു എന്നതാണ് ജീവിതത്തിലെ ഏറ്റവും വലിയ അത്ഭുതം എന്ന് എനിക്ക് പലപ്പോഴും തോന്നിയിട്ടുണ്ട്. അവർ പരിചയിക്കുന്നു, കുറച്ചുകാലം അല്ലെങ്കിൽ കുറച്ചുനിമിഷങ്ങൾ ഒന്നിച്ചുകഴിയുന്നു; പിന്നീടെപ്പോഴോ ചില തിരിച്ചറിവുകളും വികാരങ്ങളും വിചാരങ്ങളും ശേഷിപ്പിച്ച് പിരിഞ്ഞുപോകുന്നു. വളരെക്കാലംകഴിഞ്ഞ് തിരിഞ്ഞുനോക്കുമ്പോൾ ആ കണ്ടുമുട്ടലുകൾ ജീവിതത്തിൽ അത്യാവശ്യമായിരുന്നു എന്നും അവയൊന്നും യാദൃച്ഛികമായിരുന്നില്ല എന്നും മനസ്സിലാവും. എന്റെ ജീവിതത്തിൽ അത്തരത്തിൽ വന്നുപോയ രണ്ടുവ്യക്തികളാണ് സലീനട്ടീച്ചറും പ്രസന്നനും.

ദാവൻഗരെയിലെ തീപ്പെട്ടിക്കമ്പനി ഊർദ്ധശ്വാസം വലിക്കാൻ തുടങ്ങിയ കാലം. അതിന് ആയുസ്സ് അധികമില്ല എന്നുഞാൻ മനസ്സിൽ കുറിച്ചുകഴിഞ്ഞു.

പക്ഷേ, വീട്ടിൽ പറഞ്ഞില്ല. പ്രിയപ്പെട്ട ഒരാളുടെ മരണസാധ്യത ആരും പറഞ്ഞ് രസിക്കാറില്ലല്ലോ. ആ ദിവസങ്ങളിലൊന്നിൽ ഞാൻ നാട്ടിലെത്തി. പഴയതുപോലെ പ്രത്യേകിച്ച് പണിയൊന്നുമില്ലാതെ കുറച്ചുദിവസം വീട്ടിലിരുന്നു. അങ്ങാടിയിൽപ്പോയി, സുഹൃത്തുക്കൾക്കൊപ്പം കൂടി. കുറച്ചുദിവസം കഴിഞ്ഞപ്പോൾ ഒരു മടുപ്പ് എന്നിലേക്ക് അരിച്ചുകയറാൻ തുടങ്ങി. കമ്പനിയുടെ കാര്യം അറിയാവുന്നതുകൊണ്ട് മടങ്ങിപ്പോകാനും ഒരു ഉഷാറുതോന്നിയില്ല. അപ്പോഴാണ് തൊട്ടടുത്ത പള്ളിയിലെ (ഞങ്ങളുടെ ഇടവകയല്ല) വികാരിയച്ചൻ ഒരു വിനോദയാത്രയുടെ കാര്യം പറഞ്ഞത്. നെല്ലിയാമ്പതിയിലേക്കാണ്. താത്പര്യമുള്ളവർക്കു പങ്കെടുക്കാം. ഞാനും അടുത്ത സുഹൃത്തായ അക്കരക്കാരൻ ജോസഫും പേരുകൊടുത്തു.

പള്ളിയുടെ മുൻപിൽവെച്ച് രാവിലെ വാഹനം പുറപ്പെടും. ഏറ്റവും സൗകര്യമുള്ള സ്ഥലത്ത് ഓരോരുത്തർക്കും കാത്തുനിൽക്കാം. വണ്ടി ആ വഴിവരും, കയറാം. ഞാനും ജോസഫും എന്റെ വീടിനടുത്താണ് കാത്തുനിന്നത്. ഇളം നീല ചായമടിച്ച ഒരു മിനിബസ് പറഞ്ഞസമയത്തുതന്നെ പാട്ടുകളോടെയും കയ്യടികളോടെയും എത്തി. വാഹനത്തിലേക്കു കയറുമ്പോൾ എല്ലാവരും ഞങ്ങളെ കയ്യടിച്ചു സ്വീകരിച്ചു. ഇപ്പോൾ ഞാൻ മറ്റൊരു ലോകത്തിലാണ്!

ആ വാഹനത്തിൽ അധികവും സ്ത്രീകളായിരുന്നു. കയറിയിരുന്നതുമുതൽ ഞങ്ങൾ ഓരോരുത്തരെയായി ശ്രദ്ധിച്ചുതുടങ്ങി. ഏറ്റവും പിറകിലെ സീറ്റിന് തൊട്ടുമുന്നിലുള്ള സീറ്റിൽ ഇരുന്നിരുന്ന സുന്ദരിയെയാണ് എന്തുകൊണ്ടോ ആ കൂട്ടത്തിൽ എനിക്ക് ഏറ്റവുമധികം ഇഷ്ടപ്പെട്ടത്. സലീന എന്നാണ് അവരുടെ പേര് എന്നും ടീച്ചറാണ് എന്നും വികാരിയച്ചൻ പരിചയപ്പെടുത്തിയപ്പോൾ മനസ്സിലായി.

പിന്നീടങ്ങോട്ടുള്ള യാത്രകളിൽ പലതവണ ഞാനും സലീനയും കണ്ണുകളിലൂടെ സംസാരിച്ചു. നോക്കണം എന്നുവിചാരിച്ച് നോക്കുകയായിരുന്നില്ല. എന്തോ ഒരാകർഷണംകൊണ്ട് കണ്ണുടക്കിപ്പോകുകയായിരുന്നു. എന്റെ വിവാഹത്തെക്കുറിച്ച് വീട്ടിൽ ആലോചന തുടങ്ങിയ കാലമായിരുന്നു അത്. കൊള്ളാവുന്ന ഒരു പെണ്ണിനെ കണ്ടുമുട്ടിയാൽ കെട്ടിക്കളയാം എന്ന് ഞാനും മനസ്സുകൊണ്ട് തീരുമാനിച്ചിരുന്നു. സലീനയെ എനിക്കിഷ്ടപ്പെട്ടു. മാത്രമല്ല അവർ ടീച്ചറുമാണ്. പൂട്ടാൻ പോകുന്ന കമ്പനി എന്റെ മനസ്സിൽവന്നു. ഉടൻതന്നെ ഞാൻ പഴയതുപോലെ പണിയില്ലാത്തവനാവും. അപ്പോൾ ഒരു ടീച്ചർ ഭാര്യയായിട്ടുണ്ടായാൽ ഒട്ടും മുഷിയില്ല. സ്ഥിരം വരുമാനമുണ്ട്. എന്തെങ്കിലുമൊക്കെ തൊഴിലന്വേഷിച്ച് എനിക്കുച്ചയ്ക്കു വന്നുകിടന്നുറങ്ങാം. ടീച്ചർ വരുമ്പോഴേക്കും കാപ്പിയിട്ടുവെക്കാം. ടെൻഷനുകളില്ലാത്ത ശാന്തമായ ജീവിതം. സാഹചര്യങ്ങൾ കൊണ്ടാവാം പ്രണയത്തോടൊപ്പംതന്നെ എന്നിലെ കച്ചവടക്കണ്ണും സജീവമായി. എന്റെ മനസ്സിൽ ഞങ്ങളുടെ കല്യാണ നിമിഷങ്ങൾവരെ തെളിഞ്ഞു.

ഈ വികാരിയച്ചൻതന്നെയായിരുന്നു ആ മനക്കല്യാണത്തിലെ മുഖ്യകാർമികൻ.

ഇടയ്ക്കിടെ ഞാൻ എന്റെ സ്വപ്നത്തിൽനിന്ന് ഞെട്ടിയുണരും. സലീനയെ നോക്കുമ്പോൾ അവർ എന്നെനോക്കി പാതിവിടർന്ന ഒരു ചിരി ചിരിക്കും. ചിലപ്പോൾ എന്റെ കണ്ണുകളിലേക്കുതന്നെ അർഥംവെച്ച് നോക്കിയിരിക്കും. നെല്ലിയാമ്പതിവരെ ഞാനിങ്ങനെ സങ്കല്പസഞ്ചാരത്തിലായിരുന്നു. ഒപ്പമുള്ളവർ പറഞ്ഞതും പാടിയതുമൊന്നും ഞാൻ കേട്ടതേയില്ല. എന്റെ ലോകത്ത് ഞാനും സലീനട്ടീച്ചറും മാത്രമായിരുന്നു.

ഒടുവിൽ, സന്ധ്യയോടെ ഞങ്ങൾ നെല്ലിയാമ്പതിയിലെത്തി. ചുറ്റിലും നേർത്തതണുപ്പും കാറ്റിൽ മധുരനാരങ്ങയുടെ മണവും. ഓരോരുത്തരായി വണ്ടിയിൽ നിന്നിറങ്ങിത്തുടങ്ങി. ആദ്യമേ പുറത്തിറങ്ങിയ ഞാൻ സലീനയെ കാത്ത് വാതിലിനടുത്തുതന്നെ നിന്നു. അവളെ കൈപിടിച്ചിറക്കാൻവരെ എന്റെ മനസ്സുവെമ്പി.

പക്ഷേ, വാതില്ക്കലേക്കുവന്ന സലീനയെക്കണ്ടപ്പോൾ ഞാൻ ഞെട്ടിപ്പോയി. രണ്ടുപേർ അവരുടെ ഇരുവശത്തും താങ്ങിപ്പിടിച്ചിരിക്കുന്നു. ഒരുകക്ഷത്ത് ഒരുനീണ്ട ഊന്നുവടിയുണ്ട്. ബസ്സിന്റെ പടികൾ ഇറങ്ങുമ്പോൾ ഞാൻ സലീനയുടെ പാതിവളർന്ന് തൂങ്ങിക്കിടക്കുന്ന ഒറ്റക്കാൽ കണ്ടു. അവസാനത്തെ പടിയിറങ്ങുമ്പോൾ അവർ എന്നെക്കണ്ടു. അപ്പോഴും ആ മുഖത്ത് ഒരു ചിരിയുണ്ടായിരുന്നു. നേരത്തേതുപോലെ എന്തോ പാതിമറച്ചുവെച്ചചിരി. എന്നാൽ ഇപ്പോൾ അവർ മറച്ചുവെച്ചത് എനിക്കുകാണാം.

നെല്ലിയാമ്പതിയുടെ തണുപ്പിലും എന്റെ ഉടലുവിയർത്തു, ഉയിരുപൊള്ളി. അതുവരെകണ്ട സ്വപ്നങ്ങൾ ഒറ്റയടിക്ക് മനസ്സിൽനിന്നും കെട്ടുപോയി, കല്യാണാഘോഷങ്ങൾ നിലച്ചു, ഞാൻ കൂരിരുട്ടിലായി.

സലീന പള്ളിയിൽനിന്നേ ബസ്സിൽ കയറിയിരുന്നതുകൊണ്ട് വഴിയിൽവെച്ച് കയറിയ എനിക്ക് യാത്രയിലുടനീളം അവരുടെ ചിരിക്കുന്നമുഖം മാത്രമേ കാണാൻ സാധിച്ചുള്ളൂ. അതാണ് എന്നെ മോഹങ്ങളിൽ മുക്കിയത്.

അന്നുരാത്രി എനിക്കുറങ്ങാൻ സാധിച്ചില്ല. മനസ്സിലെ സലീനട്ടീച്ചറെ എന്തുചെയ്യണം എന്നറിയാതെ ഞാൻ കുഴങ്ങി. തൂങ്ങിയാടുന്ന കാലുമായി അവർ എന്റെ മുന്നിൽ ചിരിച്ചുകൊണ്ടുനിന്നു.

പിന്നീടുള്ള രണ്ടുദിവസം സലീന ഞങ്ങൾക്കൊപ്പം വടികുത്തിയും പരസഹായത്തോടെയും നെല്ലിയാമ്പതിയിലൂടെ നടന്നു. എന്നെക്കാണുമ്പോഴെല്ലാം അവർ പഴയതുപോലെതന്നെ ചിരിച്ചു. പക്ഷേ, എനിക്ക് തിരിച്ചുചിരിക്കാൻ സാധിച്ചില്ല. സാധിച്ചപ്പോഴെല്ലാം അത് മുഖത്തിന്റെ ഒരു വൈകൃതം മാത്രമായിമാറി. അവരുടെ കണ്ണുകൾ പഴയതുപോലെ എന്നിലേക്കുവന്നെങ്കിലും എന്റെ കണ്ണുകളുടേത് കാമുകന്റെ ഭാഷയായിരുന്നില്ല, കള്ളൻേറതായിരുന്നു.

രണ്ടാമത്തെ ദിവസമായപ്പോഴേക്കും സലീനയുടെ ചിരിയിൽ അല്പം പരിഹാസം കലർന്നതായി എനിക്കുതോന്നി. അവരിൽനിന്നും മാറിനടക്കാൻ

ഞാൻ ശ്രമിച്ചു. പക്ഷേ, അതെന്നെ അവളുടെകണ്ണിൽ കൂടുതൽ പരിഹാസ്യനാക്കുകയാണുണ്ടായത്. പറഞ്ഞറിയിക്കാനാവാത്ത ഒരവസ്ഥയായിരുന്നു എന്റേത്. രണ്ടാംദിവസം രാത്രി തിരിച്ചുപോകുമ്പോൾ ഞാൻ സലീനയിരിക്കുന്ന ഭാഗത്തേക്ക് നോക്കിയതേയില്ല. ഒന്നോരണ്ടോ തവണ നോക്കിയപ്പോൾ അവൾ അതുപോലെയിരിക്കുന്നു, അല്പം പരിഹാസവും സഹതാപവും കലർന്ന ചരിയോടെ. ആ ചിരിയിൽ എന്റെ ഉടലുവെന്തു.

പുലർച്ചയോടെ ഞങ്ങൾ ഇരിങ്ങാലക്കുടയിലെത്തി. ബസ്സ് നിർത്തിയപ്പോൾ വികാരിയച്ചൻ എഴുന്നേറ്റുനിന്ന് എല്ലാവരെയും അഭിസംബോധന ചെയ്തുകൊണ്ടുപറഞ്ഞു:

കഴിഞ്ഞ രണ്ടുദിവസം നമ്മളൊരു കുടുംബത്തെപ്പോലായിരുന്നു. ഈ പരിചയവും അടുപ്പവും നിങ്ങൾ ഇനിയും നിലനിർത്തണം. ഒപ്പം ഒരു സന്തോഷവാർത്ത കൂടെപ്പറയട്ടെ, ഈ വരുന്ന നവംബർ 27-ന് നമ്മുടെ സലീനട്ടീച്ചറുടെ വിവാഹമാണ്. പള്ളിയിൽവെച്ചുതന്നെയാണ് വിവാഹം. ഇനിയധികം ദിവസങ്ങളില്ലാത്തതിനാൽ ഇതൊരു ക്ഷണമായി എല്ലാവരും കരുതണം. വിവാഹത്തിൽ പങ്കെടുക്കണം.

അച്ചൻ ഇത് പറഞ്ഞുകഴിഞ്ഞതോടെ എന്റെ ശരീരത്തിലെയും മനസ്സിലെയും എല്ലാ ഭാരങ്ങളും ഊർന്നുപോയതുപോലെ തോന്നി. നമ്മൾ ജനിപ്പിച്ച് വളർത്തിവലുതാക്കിയ മകളെ വിവാഹം കഴിപ്പിച്ച ഒരച്ഛന്റെ മനസ്സായിരുന്നു അപ്പോൾ എനിക്ക്. വലിയൊരു ഭാരം, ചുമതല ഒഴിഞ്ഞതുപോലെ. അച്ചന്റെ നാവിൽനിന്നുവന്നവാക്കുകൾക്ക് ആയിരം സ്തുതി.

ഞാൻ അല്പനേരം സീറ്റിൽ നിലത്തേക്കുനോക്കിയിരുന്നു. കൈരണ്ടും കാൽമുട്ടിൽകുത്തി മുന്നോട്ടാഞ്ഞ് ആരുമറിയാതെ ഒന്നുനിശ്വസിച്ചു. സലീനയിരുന്നിരുന്ന ഭാഗത്തേക്ക് നോക്കാനുള്ള ധൈര്യം എനിക്കില്ലായിരുന്നു. അവർ എല്ലാവരോടും യാത്രപറയുമ്പോൾ ഞാൻ പുറത്ത് ഇരുട്ടിൽ മറഞ്ഞുനിന്നു. ഒരു കള്ളനെപ്പോലെ, കുറ്റവാളിയെപ്പോലെ. അവരുമായി എനിക്ക് വെറും രണ്ടു ദിവസത്തെ മുഖപരിചയമേ ഉള്ളൂ. എന്നിട്ടും എന്തൊക്കെ വഴികളിലൂടെയാണ് കടന്നുപോന്നത്. ഇന്നെനിക്ക് അവരെക്കുറിച്ചോർക്കുമ്പോൾ വല്ലാത്ത സങ്കടം വരാറുണ്ട്. മനസ്സ് കളിക്കുന്ന കളികൾ!

സലീനയുടെ കല്യാണത്തിന് ഞാൻ പോയില്ല. പോവാൻ എനിക്ക് സാധിക്കുമായിരുന്നില്ല. പിന്നീട് ഞാനവരെ കണ്ടിട്ടുമില്ല. ഇപ്പോൾ ഉണ്ടോ എന്നുമറിയില്ല. ഒരു കാര്യം മാത്രമറിയാം, എന്റെ ആദ്യത്തെയും അവസാനത്തെയും പ്രണയം അതായിരുന്നു. തണുപ്പോടെ, മധുരമായിത്തുടങ്ങി കത്തിക്കരിഞ്ഞുവീണ പ്രണയം. എന്നെ അനുരാഗവും അതിനുള്ളിലെ സ്വാർഥതയും പഠിപ്പിച്ചത് സലീനയാണ്, മനുഷ്യമനസ്സിന്റെ ഇന്ദ്രജാലങ്ങളെക്കുറിച്ചു പഠിപ്പിച്ചതും സലീനയാണ്. ടീച്ചർ, അതിനു നന്ദി.

12

പ്രസന്നന്റെ പാമ്പുകളിയും തത്തവെച്ച വെടിയും

സമാനമായ അവസ്ഥകളിൽ നിന്നാണ് പലപ്പോഴും മനുഷ്യർക്കിടയിൽ സൗഹൃദമുണ്ടാവുന്നത്. ഒരു വികലാംഗൻ മറ്റൊരു വികലാംഗനുമായും ഒരു മദ്യപാനി മറ്റൊരു മദ്യപാനിയുമായും ഒരു തൊഴിൽരഹിതൻ വേറൊരു തൊഴിൽ രഹിതനുമായും ഒരുപക്ഷേ, പെട്ടന്നടുക്കുന്നതിലെ രസതന്ത്രം പ്രധാനമായും ഈ സമാനാവസ്ഥയാണ്. അവർക്കു പങ്കിടാൻ അവർക്കു മാത്രം മനസ്സിലാവുന്ന ലോകങ്ങളുമുണ്ടാകും. ആ തിരിച്ചറിവുകൾ അവരെ പരസ്പര സഹായത്തിലേക്കും സഹകരണത്തിലേക്കും നയിക്കുന്നു. പ്രസന്നനും ഞാനും പെട്ടെന്നടുത്തതും ഈ കാരണംകൊണ്ടാണ്.

ദാവൻഗരെയിലെ തീപ്പെട്ടിക്കമ്പനി പൂട്ടാറായ കാലം. സാമ്പത്തികമായി ഞാനാകെ തകർന്നു. മൈലപ്പയുടെ മരണം കൂടിയായപ്പോൾ മാനസികമായും ഞാൻ ഒറ്റപ്പെട്ടു. പറയത്തക്ക പണികളോ പ്രത്യാശകളോ ഇല്ലാതെ പകലുകളും രാത്രികളും കടന്നുപോയി. കമ്പനി നടത്തിപ്പിൽ എന്റെ ശ്രദ്ധകുറഞ്ഞു. പകൽ മുഴുവൻ ഞാൻ പലസ്ഥലങ്ങളിൽ ചുറ്റിക്കറങ്ങും. പ്രത്യേകിച്ച് ലക്ഷ്യമൊന്നുമുണ്ടായിരുന്നില്ല. തനിച്ചിരിക്കുമ്പോഴുള്ള വിങ്ങൽ മാറ്റാനായിരുന്നു ഈ ചുറ്റിക്കറക്കം. വൈകുന്നേരങ്ങളിൽ ചില ദിവസം ദാവൻഗരെ മലയാളി സമാജത്തിൽ ചെന്നിരിക്കും. പരിചിതമുഖങ്ങളെ കാണാനും അല്പം മലയാളം പറയാനും അവരുടെ നാടക പ്രവർത്തനത്തിൽ പങ്കെടുക്കാനുമായിരുന്നു ഈ സന്ദർശനം. പക്ഷേ, ഒന്നിലും എന്റെ മനസ്സു മുഴുകിയിരുന്നില്ല. എവിടെയോ എന്തൊക്കെയോ നഷ്ടപ്പെടുന്നതുപോലെയും ഞാൻ നിലയില്ലാക്കയത്തിലേക്ക് താഴ്ന്നുപോകുന്നതു പോലെയുമുള്ള തോന്നൽ. അങ്ങനെ മനസ്സ് മങ്ങിയിരിക്കുമ്പോൾ മലയാളി സമാജത്തിൽവെച്ച് ഒരു സായാഹ്നത്തിൽ പ്രസന്നൻ എന്റെ മുന്നിൽവന്നു.

പ്രസന്നന് ഏകദേശം 28 വയസ്സ് പ്രായം തോന്നിക്കും. തലശ്ശേരിയാണ് സ്വദേശം എന്നാണ് പറഞ്ഞത്. മുടി, പഴയകാലത്തെ സിനിമാ നായകന്മാരെപ്പോലെ കുരുവിക്കൂടാകൃതിയിൽ ചീകിയൊതുക്കിയിരുന്നു. അതിനൊത്ത സുന്ദരമായ മീശയും. ഒരു അനൗൺസർക്കു പറ്റിയ ശബ്ദമായിരുന്നു പ്രസന്നന്റേത്. അയാൾ സംസാരിക്കുമ്പോൾ കാളിദാസ കലാകേന്ദ്രത്തിന്റെ നാടകം തുടങ്ങുന്നതുപോലെ തോന്നും. ഭക്ഷണം കഴിക്കുമ്പോൾ ഭക്ഷണത്തേക്കാൾ സംസാ

രത്തിലായിരുന്നു പ്രസന്നന്റെ ശ്രദ്ധ. അയാൾ പറയുന്നത് എന്നെ ചിരിപ്പിച്ചാൽ കക്ഷിക്ക് വലിയ തൃപ്തിയാവും. പിന്നീട് അല്പനേരം മിണ്ടാതിരുന്ന് ഭക്ഷണം കഴിക്കും. പെട്ടെന്ന് നിർത്തി സംസാരത്തിലേക്കു തിരിച്ചുവരും. വിചിത്രമായ പ്രകൃതം.

പ്രസന്നന് എന്താണ് ജോലി എന്ന് അയാൾ പറഞ്ഞില്ല. ഞാൻ ചോദിക്കാൻ ശ്രമിച്ചപ്പോഴെല്ലാം എവിടെയൊക്കെയോ വഴുതി. പക്ഷേ, അയാളുടെ സംസാരങ്ങളിൽ നിറയെ പല പല ദേശങ്ങളിലെ ഉത്സവപ്പറമ്പുകളും നിറമുള്ള കാർണിവലുകളുമായിരുന്നു. അതിൽനിന്നും ആ മേഖലകളിലാണ് അയാൾ ചുറ്റിക്കറങ്ങുന്നത് എന്ന് എനിക്ക് മനസ്സിലായി. എന്റെ എല്ലാ കാര്യങ്ങളും ഞാൻ പ്രസന്നനോടു പറഞ്ഞു. അപ്പോൾ മാത്രം അയാൾ ഒന്നും മിണ്ടാതെ എല്ലാം കേട്ടിരുന്നു. ഇടയ്ക്കിടെ എന്റെ കണ്ണുകളിലേക്കു തറപ്പിച്ചുനോക്കി. വാക്കുകൾകൊണ്ടോ ഭാവങ്ങൾകൊണ്ടോ യാതൊരു അഭിപ്രായവും സൂചിപ്പിച്ചതുമില്ല.

ദാവൺഗരെയിൽ എനിക്കു പരിചയമുള്ള പുരുഷോത്തമന്റെ കസിനാണ് പ്രസന്നൻ എന്ന് അയാൾ എന്നോടുപറഞ്ഞു. പ്രസന്നൻ വന്നിറങ്ങിയ ദിവസം തന്നെ പുരുഷോത്തമൻ കുടുംബസമേതം മുങ്ങി. അതറിഞ്ഞപ്പോൾത്തന്നെ പ്രസന്നനിൽ എനിക്ക് അപകടത്തിന്റെ വെടിമരുന്ന് മണത്തു. അയാളുടെ സംസാരവും പെരുമാറ്റവുമെല്ലാം നന്നായി പരിചയിക്കുകയും ചെയ്തപ്പോൾ എന്റെ സംശയം കനത്തു. പക്ഷേ, തികഞ്ഞ സത്യസന്ധനായ ഒരാളെ സുഹൃത്തായി കിട്ടാനുള്ള സവിശേഷതയോ ഗുണമോ ഒന്നും എനിക്കും ആ സമയത്തില്ലായിരുന്നു. തരികിടക്കാരന് തരികിടക്കാരൻതന്നെ മിത്രം. അത്രയേ പ്രതീക്ഷിക്കാൻ പാടുള്ളൂ. ഞാൻ പ്രസന്നനുമായി അടുത്തു.

പ്രസന്നനുമായി പരിചയിച്ചതിന്റെ അടുത്ത ദിവസങ്ങളിൽ എനിക്ക് ദാവൺഗരെയിൽ നിന്നും അല്പം വിട്ടുള്ള ഹരിയാർ എന്ന ഗ്രാമത്തിൽ ഒരു നാടകമുണ്ടായിരുന്നു, മലയാളി സമാജത്തിന്റെ. ഹരിയാറിൽ വെച്ച് അപ്രതീക്ഷിതമായി ഞാൻ പുരുഷോത്തമനെയും ഭാര്യയെയും കണ്ടു. പ്രസന്നനെക്കുറിച്ചു പറഞ്ഞപ്പോൾ പുരുഷോത്തമൻ എന്നെ മാറ്റിനിർത്തിപ്പറഞ്ഞു:

'അവനെന്റെ കസിൻതന്നെയാണ്. പക്ഷേ, വീട്ടിൽ കയറ്റാൻ പറ്റില്ല. പല പ്രശ്നങ്ങളുമുണ്ട്. അതുകൊണ്ട് അവനുള്ള താമസം ശരിയാക്കി ഞാൻ ഭാര്യയേയും കൂട്ടി മുങ്ങിയതാണ്.' പുരുഷോത്തമന്റെ വാക്കുകൾ എന്നിൽ ചെറിയൊരു കലക്കം ഉണ്ടാക്കി.

ഹരിയാറിൽനിന്നും തിരിച്ചെത്തിയപ്പോൾ അവിടെവെച്ച് പുരുഷോത്തമനെ കണ്ടകാര്യം ഞാൻ പ്രസന്നനോട് പറഞ്ഞു. അയാൾ നപ്രസന്നനെക്കുറിച്ച് പറഞ്ഞ കാര്യം പറഞ്ഞതുമില്ല. അപ്പോൾ ഒരു പരിഹാസച്ചിരിയോടെ പ്രസന്നൻ പറഞ്ഞു:

'അവൻ മുങ്ങിയതാണ് എന്നെനിക്കറിയാം. സ്വന്തം ഭാര്യയെ അവന് കടുത്ത സംശയമാണ്. അതുകൊണ്ട് വീട്ടിൽ മറ്റൊരാൾ വന്നുതാമസിക്കുന്നത് ഇഷ്ടവുമല്ല. പക്ഷേ, കുറ്റം മുഴുവൻ വന്നുകയറുന്നവനായിരിക്കുകയും

ചെയ്യും' പ്രസന്നൻ പറഞ്ഞതുകേട്ട് ആരുടെ ഭാഗത്താണ് ശരി, ആരു പറയുന്നതാണ് സത്യം എന്നറിയാതെ ഞാൻ കുഴങ്ങി.

പകൽ മുഴുവൻ ഞാനിങ്ങനെ പറയത്തക്ക പണിയൊന്നുമില്ലാതെ കറങ്ങിനടക്കുന്നത് സ്ഥിരമായി കണ്ടപ്പോൾ ഒരു ദിവസം പ്രസന്നൻ എന്നോടു ചോദിച്ചു.

'നമുക്ക് രണ്ടുപേർക്കുംകൂടി എന്തെങ്കിലും ഒരു ഏർപ്പാട് തുടങ്ങിയാലോ?'

തുടങ്ങിയതുതന്നെ നടത്തിക്കൊണ്ടുപോകാൻ സാധിക്കാത്ത അവസ്ഥയിൽ ആത്മഹത്യവരെ മുന്നിൽക്കണ്ട് നടക്കുന്നതുകൊണ്ട് പ്രസന്നന്റെ ആ ചോദ്യത്തിന് ഞാൻ കാര്യമായ മറുപടി ഒന്നും പറഞ്ഞില്ല. പക്ഷേ, അയാൾ നിർബന്ധിച്ചുകൊണ്ടേയിരുന്നു. ഒടുവിൽ ഞാൻ ചോദിച്ചു.

'എന്തുചെയ്യും?'

'ദാവൻഗരെയിൽ ഒരു വലിയ കാർണിവൽ വരാൻപോകുന്നുണ്ട്. അതിൽ നമുക്ക് ഒരു സ്റ്റാളിടാം'.

ഇരിങ്ങാലക്കുടയ്ക്ക് ചുറ്റുവട്ടത്തുള്ള ഉത്സവപ്പറമ്പുകളിൽ അന്തംവിട്ട ഒരു കാഴ്ചക്കാരനായി ഒരുപാട് അലഞ്ഞുനടന്നിട്ടുണ്ടെങ്കിലും ഒരു കാർണിവലിന്റെ നടത്തിപ്പിന്റെ സാങ്കേതികതകളെക്കുറിച്ച് എനിക്കൊന്നുമറിയില്ലായിരുന്നു. എന്നാൽ അതെല്ലാം തനിക്കറിയാം എന്നുപറഞ്ഞ് പ്രസന്നൻ എന്നെ ഉത്സാഹിപ്പിച്ചു. അയാളുടെ സംസാരത്തിൽനിന്ന് അക്കാര്യം നേരത്തെതന്നെ എനിക്ക് ബോധ്യപ്പെട്ടതുമാണ്.

എന്തു സ്റ്റാളാണ് ഇടുക എന്നതായി പിന്നത്തെ ചർച്ച. മരണക്കിണറായിരുന്നു ആദ്യം ആലോചിച്ചത്. മോട്ടോർസൈക്കിൾ ഓടിക്കാനുള്ള അഭ്യാസികളെയും നടുവിൽ നില്ക്കാനുള്ള പെണ്ണിനെയുമെല്ലാം വാടകയ്ക്കെടുക്കാം എന്ന് പ്രസന്നൻ പറഞ്ഞു. കിണർ കെട്ടിയുണ്ടാക്കാനും എല്ലാറ്റിനും ആളുണ്ട്. ചുരുങ്ങിയത് പതിനായിരം രൂപ വേണ്ടിവരും.

ഗതികെട്ട് നടക്കുന്ന എനിക്ക് പതിനായിരം സ്വപ്നംകാണാൻപോലും സാധിക്കില്ലായിരുന്നു. കടംവാങ്ങി നുള്ളിപ്പെറുക്കിയാൽ കഷ്ടിച്ച് അയ്യായിരം രൂപ ഒപ്പിക്കാം. അങ്ങനെയെങ്കിൽ തീച്ചാട്ടം ആവാമെന്ന് പ്രസന്നൻ. വലിയ തെങ്ങിന്റെ ഉയരത്തിൽ കെട്ടിനിർത്തിയ രണ്ടു വടികൾക്കുതാഴെ നടുവിലായി വെള്ളം നിറഞ്ഞ ഒരു കിണറുണ്ടാക്കും. വെള്ളത്തിൽ പെട്രോളൊഴിച്ച് തീ കൊടുക്കും. അപ്പോൾ മുകളിൽ ഒരാൾ കയറി ശരീരത്തിൽ പെട്രോളൊഴിച്ച് താഴെ കിണറിലേക്കു ചാടും. തീവെള്ളത്തിലൂടെ നീന്തി അയാൾ രക്ഷപ്പെടുന്നതാണ് അഭ്യാസം. ഇതു ചെയ്യുന്ന മോഹൻദാസ് എന്നൊരാൾ തലശ്ശേരിയിൽ പ്രസന്നന്റെ പരിചയക്കാരനായുണ്ട്. ഒരു ചാട്ടത്തിന് അയാൾക്ക് 250 രൂപ കൊടുത്താൽ മതി. അയാളിപ്പോൾ പതിവ് സംഘവുമായി പിണങ്ങിനിൽക്കുകയുമാണ്.

തീകൊണ്ടുള്ള കളി എന്നതും ഒരു ചാട്ടത്തിന് 250 രൂപ എന്നതും എന്നെ തീച്ചാട്ടത്തിൽനിന്ന് പിന്തിരിപ്പിച്ചു. പ്രസന്നൻ ഒരുപാട് പറഞ്ഞുനോക്കിയെങ്കിലും ഞാൻ സമ്മതിച്ചില്ല. ഒടുവിൽ പ്രസന്നൻ പറഞ്ഞ പുതിയ ഐഡിയയായിരുന്നു

പാമ്പുകളി. ഉത്സവപ്പറമ്പുകളിൽ സർപ്പയജ്ഞം എന്ന പേരിൽ കോഴിക്കോട്ടു കാരനായ വേലായുധൻ അവതരിപ്പിച്ച് പ്രശസ്തമാക്കിയ അപകടകരമായ അഭ്യാസം. അത് ഞാനും കണ്ടിട്ടുണ്ടായിരുന്നു. അതുകൊണ്ടുതന്നെ പ്രസന്നൻ പറഞ്ഞുകഴിഞ്ഞതും എന്റെ ഉള്ളു കാളി.

ചുറ്റിനുമിടാനുള്ള ഗ്ലാസിനും ഫ്രെയിമിനുമായി പരമാവധി രണ്ടായിരം രൂപ വരും. അനൗൺസ്മെൻറിന് ഒരാൾ വേണം. ദിവസം എഴുന്നൂറ് രൂപയെങ്കിലും ലാഭം കിട്ടും.

'പാമ്പിനെ എവിടെനിന്നുകിട്ടും?' ഞാൻ പരുങ്ങലോടെ ചോദിച്ചു.

'പാപ്പിനിശ്ശേരിയിൽനിന്ന് വാങ്ങി വരുത്താം'. പ്രസന്നൻ പറഞ്ഞു.

'കൂട്ടിൽ ആരു കിടക്കും?'

'അതിനൊരാൾ എന്റെ കൈയിൽ ഉണ്ട്. ഇനി അയാൾ ഇല്ലെങ്കിൽ

ഞാൻതന്നെ കിടന്നോളാം.' പ്രസന്നൻ ആത്മവിശ്വാസത്തോടെ പറഞ്ഞു.

അല്പനിമിഷം ഞാൻ പ്രത്യേകിച്ച് ഒരു സ്ഥലത്തേക്കെന്നില്ലാതെ, ശൂന്യമായ കണ്ണുകളോടെ എങ്ങോട്ടോ നോക്കിയിരുന്നു. എന്തൊക്കെയോ സംശയങ്ങൾ എന്റെയുള്ളിൽ കിടന്നു പുളയ്ക്കാൻ തുടങ്ങി.

'എന്തെങ്കിലും കാരണത്താൽ പ്രസന്നനെന്തെങ്കിലും പറ്റിയാൽ (ഉദാഹരണത്തിന് വയറിളക്കമോ പനിയോ എന്തെങ്കിലും) കൂട്ടിൽ ആരു കിടക്കും?' ഞാൻ ചോദിച്ചു.

'എന്റെയൊരു പരിചയംവെച്ച് അങ്ങനെ വരില്ല. അഥവാ വന്നാൽ ഇന്നസെൻറ് കിടന്നാൽ മതി.'

അതു കേട്ടതും എന്റെ കണ്ണു രണ്ടും തുറിച്ച് , വാപിളർന്ന് ഞാൻ 'ഈശോയേ' എന്നു വിളിച്ചതും ഒന്നിച്ചായിരുന്നു. അപ്പോൾ പ്രസന്നൻ നിസ്സാരമായി പറഞ്ഞു.

'പേടിക്കേണ്ടെടോ. പാമ്പിന്റെ വായ തുന്നിക്കെട്ടിയിരിക്കും. അതിനു തിന്നാൻ എലിയെ ഒന്നും ഇട്ടുകൊടുക്കാതിരുന്നാൽ മതി. അങ്ങനെ വരുമ്പോൾ അതിൽ ചിലത് ചാവും. അപ്പോൾ അവയെ മാറ്റി പുതിയ പാമ്പിനെയിടണം. അതിനൊക്കെ ഞാൻ ആളെ നിർത്തിക്കോളാം. താൻ കിടന്നാൽ മതി.'

എനിക്ക് മറുപടിപറയാൻപോലും സാധിച്ചില്ല. അന്നുരാത്രി എനിക്കുറങ്ങാനേ സാധിച്ചില്ല. ഉറങ്ങുമ്പോഴേക്കും ഒരുപറ്റം പാമ്പുകൾ എന്റെ ശരീരത്തിലാകെ ഇഴഞ്ഞുകയറും. വൃത്തികെട്ട ഒരു തണുപ്പ് മേലാകെ പടരും. അവ കൊത്താനായുമ്പോൾ ഞെട്ടിയുണരും. അന്നുരാത്രി പേടിസ്വപ്നങ്ങളിലൂടെ ഞാൻ സർപ്പസഹവാസം നടത്തി.

പിറ്റേന്ന് രാവിലെ സ്റ്റാളിന് അനുമതി കിട്ടാൻ ഞാനും പ്രസന്നനും കളക്ടറെ കാണാൻ പോയി. തീപ്പെട്ടിക്കമ്പനിയുടെ ചില ആവശ്യത്തിനായി പലതവണ കണ്ടതുകൊണ്ട് കളക്ടറുമായി എനിക്ക് നല്ല പരിചയമുണ്ടായിരുന്നു. പദ്ധതി കേട്ടതും കളക്ടർ പറഞ്ഞു: പറ്റില്ല. പാമ്പുകളി സമ്മതിക്കില്ല.

'കേരളത്തിൽ നടത്താറുണ്ട്'. പ്രസന്നൻ പറഞ്ഞു.

'കേരളക്കാർ ബുദ്ധിമാന്മാരല്ലേ. ഞങ്ങൾക്കത്ര ബുദ്ധിയില്ല. അതുകൊണ്ട് അനുവദിക്കാൻ പറ്റില്ല.' കളക്ടർ അതു പറഞ്ഞപ്പോൾ സത്യത്തിൽ എനിക്കാശ്വാസമാണ് തോന്നിയത്. ഒരു പാമ്പിൻകൂട്ടിൽനിന്ന് രക്ഷപ്പെട്ട പ്രതീതി. പക്ഷേ, തിരിച്ചുപോരുമ്പോൾ പ്രസന്നനെ സമാധാനിപ്പിക്കാൻ വേണ്ടി ഞാൻ നിരാശ നടിച്ചു നടന്നു. എന്നാൽ പ്രസന്നൻ വിടാനുള്ള ഭാവമില്ലായിരുന്നു. അവൻ അടുത്ത ഇനം പറഞ്ഞു: വളയമേറ്. നിരത്തിവെച്ച പല സമ്മാനവസ്തുക്കളിലേക്കും കാണികൾ ഒരു വളയമെറിയും. വളയം ചെന്നുവീണ് അതിനുള്ളിലാവുന്ന വസ്തു എറിഞ്ഞയാൾക്കെടുക്കാം. പൗഡർ, പഴ്സ്, ഫ്ളാസ്ക് അങ്ങനെയുള്ള വസ്തുക്കളാണ് സമ്മാനങ്ങളായി വെക്കുക.

'ഈ സാധനങ്ങൾക്കൊക്കെ വലിയ വിലയാവില്ലേ?'. ഞാൻ ചോദിച്ചു.

'പേടിക്കേണ്ട. എല്ലാറ്റിന്റേയും ഡ്യൂപ്ലിക്കേറ്റ് വരുത്താം. എന്റെയടുത്ത് ആളുണ്ട്'. പ്രസന്നനു മുന്നിൽ ഞാൻ ഒരിക്കൽ കൂടി അമ്പരന്നു നിന്നു.

ഞാനും പ്രസന്നനും കൂടി കാർണിവൽ കമ്മിറ്റി ഓഫീസിൽ പോയി അയ്യായിരം രൂപയടച്ച് സ്റ്റാൾ ബുക്കുചെയ്തു. ദാവൻഗരെയിൽ. എനിക്ക് മറ്റൊരു ബിസിനസ് ഉള്ളതുകൊണ്ടും പരിചിതമുഖമായതുകൊണ്ടും പ്രസന്നന്റെ പേരിലാണ് സ്റ്റാൾ ബുക്കുചെയ്തത്. പിറ്റേന്ന് സ്റ്റാൾ ഉണ്ടാക്കാനുള്ള പണി തുടങ്ങാം എന്നു തീരുമാനിച്ചു.

എന്നാൽ പിറ്റേന്ന് ഉച്ചയായിട്ടും പ്രസന്നനെ കണ്ടില്ല. വൈകുന്നേരമായിട്ടും കാണാതായപ്പോൾ സാധാരണ അയാൾ ഉണ്ടാകാറുള്ള സ്ഥലത്തെല്ലാം ഞാൻ അന്വേഷിച്ചു. ആർക്കുമറിയില്ല. മലയാളി സമാജത്തിൽ ചെന്നിട്ടില്ല. താമസസ്ഥലം അടച്ചിട്ടിരിക്കുന്നു. ഒടുവിൽ സന്ധ്യയോടെ ഞാൻ കാർണിവൽ കമ്മിറ്റി ഓഫീസിലെത്തി. അവിടെയുള്ളവരോട് ഞാൻ പ്രസന്നനെയന്വേഷിച്ചു. അപ്പോൾ ഒരാൾ ചോദിച്ചു.

'വളയമേറിന്റെ സ്റ്റാൾ ഇട്ട ആളല്ലേ?' 'അതെ, മലയാളി....' ഞാൻ പറഞ്ഞു.

'അയാൾ പതിനായിരം രൂപയ്ക്ക് സ്റ്റാൾ മറ്റൊരാൾക്ക് വിറ്റ് പോയല്ലോ'.

എനിക്ക് ശ്വാസം നിലച്ചതുപോലെ തോന്നി. കണ്ണ് പുകയുകയും കരച്ചിൽ വരികയും ചെയ്തു. വീണുപോകാതിരിക്കാൻ ഓഫീസിന്റെ ചുമരുപിടിച്ച് പതുക്കെ ഞാൻ പുറത്തെ ഇരുട്ടിലേക്കിറങ്ങി. അന്നു രാത്രി എനിക്ക് ഒന്നും ആലോചിക്കാൻപോലും പറ്റിയില്ല. എന്തൊക്കെയാണ് നടന്നതെന്നുപോലും പിടികിട്ടിയില്ല. ഞാനെന്റെ മുറിയുടെ ഇരുട്ടിൽ തളർന്ന് ചുരുണ്ടുകൂടിക്കിടന്നു.

പ്രസന്നൻ പോയി എന്നറിഞ്ഞതോടെ പുരുഷോത്തമനും കുടുംബവും തിരിച്ചെത്തി. ഞാൻ പക്ഷേ, അവരോട് നടന്നതൊന്നും പറഞ്ഞില്ല. അത്

▲ കാബൂളിവാല: ജഗതിശ്രീകുമാറിനോടൊപ്പം

മുഴുവനായും ഒരു തവണ ആലോചിച്ചു പറയാനുള്ള ശേഷിപോലും എനിക്കി ല്ലായിരുന്നു.

പറഞ്ഞ ദിവസംതന്നെ ദാവൻഗരെയിൽ കാർണിവൽ തുടങ്ങി. ഒരു ദിവസം കാർണിവൽ കണ്ടു നടക്കുമ്പോൾ, ഞാൻ പ്രസന്നന്റെ കൂടെ സ്റ്റാളിടാൻ തീരു മാനിച്ചിരുന്ന സ്ഥലത്തെത്തി. അവിടെ അപ്പോൾ മറ്റൊരു സ്റ്റാളായിരുന്നു. ഞാൻ ടിക്കറ്റെടുത്ത് അതിനകത്തു കയറി. അതിനുള്ളിൽ നിറയെ വിദേശ ത്തുനിന്ന് കൊണ്ടുവന്ന തത്തകളായിരുന്നു. അതിൽ തലമുടിയൊക്കെ കൊഴിഞ്ഞ് അല്പം ശോഷിച്ച ഒരു തത്തയുണ്ടായിരുന്നു. ആ തത്തയ്ക്കടുത്ത് ഒരു വളയവും നീട്ടിക്കെട്ടിയ ചരടും. ചരടിന്റെ അറ്റം ഒരു തോക്കിന്റെ കാഞ്ചിയിലാണ് ഘടിപ്പിച്ചിരിക്കുന്നത്. ഒരു പ്രത്യേക സിഗ്നൽ കിട്ടുമ്പോൾ തത്ത വളയത്തിലൂടെ ചാടി ചരടിലിരിക്കും. അപ്പോൾ ചരടു വലിഞ്ഞ് തോക്ക് പൊട്ടും. ആ ശബ്ദത്തിൽ മറ്റു തത്തകൾ എല്ലാം ഒന്നിച്ചു വിറയ്ക്കും. ഞാൻ മിണ്ടാതെ ഇമപോലും ചിമ്മാതെ അതുകണ്ടുനിന്നു. ഓരോ തവണ വെടിപൊ ട്ടുമ്പോഴും തത്തകൾ ചിലച്ച് വിറച്ചപ്പോൾ പിടച്ചത് എന്റെ ചങ്കായിരുന്നു. ആ വെടി വന്നു തറച്ചത് എന്റെ നെഞ്ചിലായിരുന്നു.

പ്രസന്നനെ പിന്നെ ഞാൻ കണ്ടിട്ടില്ല. കണ്ടാലും തിരിച്ചറിയില്ല. പക്ഷേ, അയാളുടെ ശബ്ദം കേട്ടാൽ ഇപ്പോഴും എനിക്കറിയാം. '*കാബൂളിവാല*' എന്ന സിനിമ ഷൂട്ടുചെയ്തത് കാർണിവലുമായി ബന്ധപ്പെട്ട ഒരു സർക്കസ് കൂടാര ത്തിലായിരുന്നു. ഷൂട്ടിങ്ങിന്റെ ഇടവേളയിൽ വെറുതെ ഇരിക്കുമ്പോൾ ഞാൻ ഒരു അനൗൺസ്മെൻറ് കേട്ടു. വർഷങ്ങൾക്കു ശേഷം പ്രസന്നന്റെ ശബ്ദം! ഞാൻ മുഷിഞ്ഞ മെയ്ക്കപ്പോടെ ഓടിക്കിതച്ച് ആ സ്റ്റാളിലെത്തി. പക്ഷേ, അതൊരു ഷൊർണൂർകാരനായിരുന്നു. പ്രസന്നനായിരുന്നില്ല. ജീവിച്ചിരി പ്പുണ്ടെങ്കിൽ ഒരുപക്ഷേ, പ്രസന്നൻ ഏതെങ്കിലും വലിയ നിലയിലെത്തി യിട്ടുണ്ടാവും. അല്ലെങ്കിൽ എവിടെയെങ്കിലും ജയിലിൽ കിടപ്പുണ്ടാകും. എങ്കി ലും വല്ലപ്പോഴും കാർണിവലുകൾക്ക് പോകുമ്പോഴും വഴിവക്കത്തൂടെ അനൗ ൺസ്മെൻറുകൾ കടന്നുപോകുമ്പോഴും ഞാൻ ചെവിയോർക്കും. അത് പ്രസ ന്നന്റെ ശബ്ദമാണോ?

അയാളുടെതായി വിചിത്രമായ അല്പം ഓർമകളും മുഴങ്ങുന്ന ശബ്ദവും മാത്രമേ ഇപ്പോൾ എന്നിലുള്ളൂ.

▲ ഇന്നസെന്റ്, ആലീസ്, സോണറ്റ്- മദിരാശി കാലം

13

അരപ്പട്ടിണിയുടെ ലോകത്തിലെ ആലീസ്

ഒരു സ്വപ്നംപോലെ വന്ന്, പേടിപ്പിക്കുകയും വേദനിപ്പിക്കുകയും ചെയ്ത സലീനയോടുള്ള പ്രണയം പൊള്ളിക്കരിഞ്ഞ് വീണതിനുശേഷം അനുരാഗത്തിന്റെ അനുഭവം എന്റെ ജീവിതത്തിൽ ഉണ്ടായിട്ടില്ല. പക്ഷേ, വിവാഹാലോചനകൾ എനിക്കുചുറ്റും അല്പം പരുങ്ങലോടെ പറന്നു നടന്നുതുടങ്ങി. പരുങ്ങൽ എനിക്കായിരുന്നില്ല; അപ്പനും അമ്മയ്ക്കും ആയിരുന്നു. അമ്മ പറയും:

'ഇപ്പോ ഇവനേ ചിലവിന് കൊടുക്കേണ്ടതുള്ളൂ. ഇനി ഇവന്റെ ഭാര്യയ്ക്കും പിന്നെ കുഞ്ഞിനും കൂടിയുള്ളത് കണ്ടെത്തേണ്ടിവരും.' അതുകേട്ട് അപ്പൻ ഒന്നും മിണ്ടാതെ ഇരിക്കും.

അമ്മ പറഞ്ഞത് നൂറുശതമാനം ശരിയായിരുന്നു. ദാവൻഗരെയിൽനിന്ന് തിരിച്ചെത്തി ഞാൻ നാട്ടിൽ അലഞ്ഞുതിരിഞ്ഞ് തുടങ്ങിയിരുന്നു. കമ്പനി അതിന്റെ അവസാന ശ്വാസങ്ങളിലാണ് എന്ന കാര്യം എനിക്കറിയാം, എനിക്കുമാത്രം. ഖാദി ബോർഡുമായി ചേർന്ന് അതിനെ രക്ഷപ്പെടുത്താനുള്ള ശ്രമം എന്റെ മനസ്സിലുണ്ടായിരുന്നു. ഒരു ധൈര്യം വരാത്തതുകൊണ്ട് നാട്ടിലേക്കു പോന്നതാണ്.

വിവാഹം കഴിച്ച് കുടുംബജീവിതം നയിക്കാൻ കൊള്ളുന്നവനാണോ ഞാൻ എന്ന അടിസ്ഥാനപരമായ സംശയം ഇടയ്ക്കിടെ എന്നിൽ ഉണ്ടായിക്കൊണ്ടിരുന്നു. എന്റെ ഒരു ചേച്ചിയുടെ കല്യാണാലോചനയുമായി ബന്ധപ്പെട്ടുണ്ടായ ഒരനുഭവമാണ് അത്തരം സംശയമുണ്ടാവാൻ കാരണം. പഠനം മുടങ്ങി, മുതിർന്ന് ഞാൻ പണിയൊന്നുമില്ലാതെ നടക്കുന്ന കാലത്താണ് അത് സംഭവിച്ചത്. ചെക്കനും ചെക്കന്റെ അപ്പനും അമ്മയും ബ്രോക്കറും ചേർന്ന് വീട്ടിൽ വന്നപ്പോൾ ഞാൻ അകത്ത് ഒരു മുറിയിലായിരുന്നു. അവർ പോകുന്നതുവരെ ഞാൻ ആ മുറിയിൽത്തന്നെയിരിക്കാൻ തീരുമാനിച്ചു. മുൻകൂട്ടി ഒരുങ്ങിയിട്ടല്ല, സഹജഭാവത്താലേ തോന്നിയതാണ്. ഞാൻ വാതിലടച്ചിരുന്നു. വന്നവരോ വീട്ടുകാരോ എന്നെ അന്വേഷിച്ചതുമില്ല.

എല്ലാവരും പോയിക്കഴിഞ്ഞപ്പോൾ ഞാൻ മെല്ലെ പുറത്തിറങ്ങി. അവർക്കുവെച്ച ചായയിൽ ബാക്കിയുള്ളത് കുറച്ചെടുത്ത് കുടിച്ചു. പ്ലേറ്റിൽ നിന്ന് ഒരു പൊതി കേക്ക് എടുത്തു. അതിന്റെ പൊതി അഴിക്കുമ്പോൾ ചേച്ചി എന്നോട് പറഞ്ഞു:

'ഇന്നസെന്റേ, നീ ചെയ്തത് നന്നായി. താങ്ക്സ്.'

എനിക്ക് പെട്ടെന്നൊന്നും മനസ്സിലായില്ല. അപ്പോൾ ചേച്ചി തുടർന്നു:

'ഒരാൾ ഡോക്ടർ, വേറൊരാൾ എൽ.എൽ.ബി.ക്ക് പഠിക്കുന്നു, വേറൊരാൾ തീപ്പെട്ടി കമ്പനി... നീ മാത്രം നാടകവും സിനിമയുമായി നടക്കുകയാണ് എന്നു പറഞ്ഞാൽ... അതോണ്ട് നീ അടച്ചിരുന്നത് നന്നായി.'

അതുകേട്ടതും എന്റെ നെഞ്ചൊന്ന് പിടച്ചു, കണ്ണു നിറഞ്ഞു. കടലാസ് ചുരുളഴിച്ച കേക്ക് കൈയിൽ കിടന്ന് പൊടിഞ്ഞു.

അപ്പോൾ അമ്മ പറഞ്ഞു:

'അല്ലേലും പഠിക്കാൻ മാത്രമേ അവന് ബുദ്ധിയില്ലാണ്ടുള്ളൂ. മറ്റു കാര്യങ്ങൾക്കൊക്കെ നല്ല വിവേകാ, അവനറിയാലോ......'

അതു കേട്ടതും എന്റെ ചങ്കുപൊട്ടി. പെട്ടെന്ന് ഞാൻ കിണറ്റുകരയിലേക്ക് നടന്ന് ഒരു ബക്കറ്റ് വെള്ളം കോരി മുഖം നിർത്താതെ കഴുകിക്കൊണ്ടിരുന്നു. മുഖത്ത് തണുത്ത വെള്ളം തലോടുമ്പോഴും നെഞ്ച് ഒരു പൊള്ളലോടെ കിതയ്ക്കുന്നത് ഞാനറിഞ്ഞു.ആ ബക്കറ്റ് വെള്ളത്തിൽ എന്റെ കരച്ചിൽ മുഴുവൻ ഒഴുകിപ്പോയി, ആരുമറിയാതെ.

എനിക്കാരോടും ദേഷ്യം തോന്നിയില്ല. ഇന്നുമില്ല. ചേച്ചി പറഞ്ഞത് സത്യമാണ്. നമ്മുടെ നാട്ടിലെ അവസ്ഥയാണത്. ആ അവസ്ഥയാണ് ഒരു ചേച്ചിയിൽനിന്നും ലോകത്ത് ഒരനിയനും കിട്ടാത്തതരത്തിലുള്ള അപൂർവമായ ഒരു നന്ദി എനിക്ക് വാങ്ങിത്തന്നത്. പിന്നെ, സംഭവിക്കേണ്ടത് എന്തായാലും ഏതുകാലത്തായാലും സംഭവിക്കും. ഇത്തരത്തിൽ മറ്റൊരാളുടെ വിവാഹാലോചനാ രംഗത്തുവരെ ചെല്ലാൻ പാടില്ലാത്ത ഒരാളെങ്ങനെ സ്വന്തം വിവാഹത്തെ സങ്കല്പിക്കും?

പക്ഷേ, എനിക്ക് സങ്കല്പിക്കേണ്ടിവന്നു; ദാവൻഗരെയിൽ കമ്പനി ഉടമസ്ഥനായപ്പോൾ അപ്പൻ തന്നെ പറഞ്ഞപ്പോഴാണ് എനിക്കങ്ങനെ ചെയ്യേണ്ടിവന്നത്. കമ്പനിയുടെ അവസ്ഥ എനിക്കറിയാമായിരുന്നെങ്കിലും ആ ആസ്തി കാണിച്ചുതന്നെ പെണ്ണന്വേഷിക്കാൻ ഒടുവിൽ ഞാൻ തീരുമാനിച്ചു. ഖാദി ബോർഡിന്റെ കാര്യം ശരിയാവാൻ രണ്ടോ മൂന്നോ മാസമെടുക്കും. ഇപ്പോൾ കല്യാണം കഴിച്ചാൽ ഇനിയുള്ള രണ്ടുമാസം മധുവിധുവാക്കാം. മാത്രമല്ല, കിട്ടുന്ന സ്ത്രീധനം പിന്നീട് വകമാറ്റി ചെലവുചെയ്ത് മറ്റെന്തെങ്കിലും ഏർപ്പാടു തുടങ്ങാം. എന്റെ ആലോചനകൾ പലവഴിക്കു പാഞ്ഞു.

സ്ത്രീധനം നല്ലതോ ചീത്തയോ എന്ന കാര്യത്തെക്കുറിച്ച് നമുക്ക് തർക്കിക്കാം. വേണമെങ്കിൽ ഞാനും ആ തർക്കത്തിൽ പങ്കുചേരാം. എന്നാൽ, ആ സമയത്ത് എനിക്ക് സ്ത്രീധനം ഒരു നിർബന്ധമായിരുന്നു. കാരണം ഭാര്യയെ പോറ്റാൻ തത്കാലം മറ്റു മാർഗമില്ല. ഒന്നുമറിയാത്ത ഒരു പാവം പെൺകുട്ടിയെ കഴിയുന്നതും കരയിപ്പിക്കരുത്.

(വിവാഹം ചെയ്യുന്നയാൾക്കും ഭാര്യയ്ക്കും വിവേകമുണ്ടെങ്കിൽ സ്ത്രീധനത്തെ ഒരു പാപമല്ലാതാക്കി മാറ്റാൻ സാധിക്കും. അത്തരക്കാരെ ഞാൻ കണ്ടിട്ടുണ്ട്. മകളുടെ ജീവിതം സുരക്ഷിതമാക്കാൻ ഒരു മാതാവിന്റെയും പിതാവിന്റെയും

പ്രാർഥനാപൂർവമുള്ള നീക്കിയിരിപ്പായി മാത്രം അതിനെ കണ്ടാൽ മതി. പിടിച്ചു പറിയും വിലപേശലുമാവുമ്പോഴാണ് സംഗതി വഷളാവുന്നത്.)

പല സ്ഥലത്ത് പെണ്ണുകാണാൻ പോയി. ചിലരെ എനിക്ക് ബോധിച്ചില്ല. പലർക്കും എന്നെയും ബോധിച്ചില്ല. ബോധിച്ചവർ നാട്ടിൽ അന്വേഷിച്ചപ്പോൾ എവിടെയൊക്കെയോ അപകടം മണത്ത് ഒഴിഞ്ഞു. ഒടുവിൽ എന്റെ മൂത്ത ചേച്ചിയുടെ അമ്മായിയുടെ മകന്റെ കുട്ടിയുമായാണ് കല്യാണം തീരുമാനിക്കുന്നത്. അവളാണ് ആലീസ്. അവർ ഇരിങ്ങാലക്കുടയ്ക്കടുത്ത് നെല്ലായിക്കാരായിരുന്നു. ആലോചിച്ചപ്പോൾ എനിക്കും കുഴപ്പം തോന്നിയില്ല. ബസ്സുകാശ് കുറച്ചു മതി. നെല്ലായിപ്പള്ളിയിൽവെച്ചായിരുന്നു കല്യാണം. ആരൊക്കെയോ പങ്കെടുത്തു. എല്ലാവരും ചിരിച്ചു, പ്രാർഥിച്ചു, ആശംസിച്ചു. ഉള്ള കാര്യം ആരോടും പറയാതെ ഉള്ളു പിടഞ്ഞുകൊണ്ട് ഞാൻ വിവാഹജീവിതത്തിലേക്കു പ്രവേശിച്ചു.

വിവാഹം കഴിഞ്ഞ് ഞങ്ങൾ ദാവൻഗരെയിലേക്കു പോയി. പഴയ വീട്ടിൽ താമസം തുടങ്ങി. ഇടയ്ക്കിടെ ആലീസ് ചോദിക്കും:

'എന്താ കമ്പനി തുറക്കാത്തേ?'

ഖാദി ബോർഡിന്റെ കാര്യം പറഞ്ഞ് ഞാൻ ഒഴിയും.

നിലത്തിരുന്ന് ആലീസ് അടുപ്പ് ഊതിയൂതിക്കത്തിക്കുന്നത് കണ്ടുനില്ക്കുമ്പോൾ ആ അടുപ്പിലേക്കാൾ തീ എന്റെ ഉള്ളിൽ ആളിയിരുന്നു. പുകകയറി കലങ്ങിയ കണ്ണുമായി അവൾ എന്നെ നോക്കുമ്പോൾ എല്ലാം മറച്ചുവെച്ച് ഞാൻ ചിരിക്കും.

ദാവൻഗരെയിൽ ആലീസിനു മുന്നിൽ ആളാവാൻ എനിക്കുള്ള ഏക മാർഗം പണിക്കാരോടും മറ്റുള്ളവരോടും വിവിധ ഭാഷകളിൽ സംസാരിക്കുക എന്നതു മാത്രമായിരുന്നു. ഹിന്ദിയിലും കന്നടയിലും മുറി ഉറുദുവിലുമെല്ലാം ഞാൻ സംസാരിക്കും. അതുകേട്ട് അവൾ അമ്പരന്നുനില്ക്കും. ഭാര്യക്കു മുന്നിൽ ഒരു പത്താംക്ലാസ് സർട്ടിഫിക്കറ്റുപോലും എടുത്തുകാണിക്കാൻ ഇല്ലാത്തവന്റെ പെടാപ്പാടുകൾ!

ദിവസങ്ങൾ കഴിയുന്തോറും ദാവൻഗരെയിലെ ജീവിതം ദുസ്സഹമായിത്തുടങ്ങി. ഞാൻ പട്ടിണി കിടന്നാൽ മാത്രമേ ആലീസിന് ഭക്ഷണംകൊടുക്കാൻ സാധിക്കൂ എന്ന അവസ്ഥ വന്നു. അല്പംകൂടിക്കഴിഞ്ഞാൽ അതും സാധിക്കില്ല. അതിനു മുൻപേ ഞാൻ ആലീസിനെ നാട്ടിലേക്കയച്ചു. പിന്നാലെ ഒരു ദിവസം രാവിന്റെ മറവിൽ ഞാനും മുങ്ങി.

നാട്ടിലെത്തി കുറച്ച് അലഞ്ഞുനടന്നതിനു ശേഷമാണ് ഞാൻ തുകൽ ഉത്പന്നങ്ങളുടെ മൊത്തവ്യാപാരം ഡൽഹിയും ബോംബെയും കേന്ദ്രീകരിച്ച് തുടങ്ങിയത്. സാധനങ്ങൾ കൊണ്ടുവന്ന് പാലായിലും ചങ്ങനാശ്ശേരിയിലും തൃശ്ശൂർ ജില്ലയുടെ പല ഭാഗങ്ങളിലുമെല്ലാം കൊണ്ടുനടന്ന് വില്ക്കും. രാവും പകലുമറിയാതെ വെയിലും മഴയുമറിയാതെയുള്ള ഈ അലച്ചിലിനിടയിലും മനസ്സിൽ സിനിമ മരിക്കാതെ കിടന്നിരുന്നു. പക്ഷേ, ആലീസ് എന്നോടു ചേർന്നുനില്ക്കുമ്പോൾ ഒരു എടുത്തുചാട്ടത്തിനും സാധിക്കില്ലായിരുന്നു. സിനിമയോടുള്ള അഭിനിവേശവും ആലീസിനോടുള്ള സ്നേഹവും നേർക്കു

നേർ വന്നപ്പോൾ സ്നേഹം വിജയിച്ചു, ആലീസും.

പക്ഷേ, ഉള്ളിലെ ആ തീപ്പൊരി അണയാതെ അടിയിലെവിടെയോ കിടന്നു. വല്ലപ്പോഴുമൊരിക്കൽ അതൊന്നാളും. അടുത്തനിമിഷം ജീവിതം വന്ന് അണച്ചുകളയും. അത്തരം ഒരാളലിലാണ് ഒരു സിനിമ നിർമിക്കാം എന്ന ആലോചനയുണ്ടാവുന്നത്. മോഹനും ഡേവിഡ് കാച്ചപ്പള്ളിയുമായിരുന്നു കൂടെ. ഞാൻ കാര്യം ആലീസിനോടു പറഞ്ഞു. അവൾ എതിർത്തില്ല, അനുകൂലിച്ചതുമില്ല. സിനിമാ നിർമാണത്തെക്കുറിച്ച് അവൾക്കൊന്നും അറിയില്ലായിരുന്നു. എനിക്കും. അതുകൊണ്ട് കാര്യങ്ങൾ എളുപ്പമായി. ആലീസിന്റെ അല്പം സ്വർണമെടുത്ത് പണയംവെച്ചും ബാക്കിപ്പണം സുഹൃത്തുക്കളിൽനിന്ന് സമാഹരിച്ചും തയ്യാറായി. ആ സിനിമയാണ് '*വിട പറയും മുൻപേ*'. അത് ഭേദപ്പെട്ട രീതിയിൽ ഓടി.

അടുത്ത പടത്തിനെപ്പറ്റി ആലോചന തുടങ്ങി. അപ്പോൾ മോഹനാണ് '*ഇളക്കങ്ങൾ*' എന്ന കഥയെക്കുറിച്ച് പറയുന്നത്. എം. രാഘവൻ എന്നൊരാളാണ് അത് എഴുതിയത്. അന്വേഷിച്ചപ്പോൾ അയാൾ ഡൽഹിയിൽ ഫ്രഞ്ച് എംബസിയിലാണ് ജോലിചെയ്യുന്നത് എന്നറിഞ്ഞു. ഹിന്ദി അറിയാവുന്നതുകൊണ്ടും ഡൽഹിയിൽ ഇടയ്ക്കിടെ പോകുന്നയാൾ ആയതുകൊണ്ടും എന്നെയാണ് കഥ കച്ചവടമാക്കാൻ ഏല്പിച്ചത്. അങ്ങനെ ഒരു ദിവസം രാവിലെ ഞാൻ ഹൗസ് കാസ് കോളനിയിലെ ഫ്രഞ്ച് എംബസിക്കു മുന്നിലെത്തി.

ഹിന്ദിയറിയാവുന്ന രണ്ടു ഫ്രഞ്ച് സ്ത്രീകളാണ് എന്നെ സ്വീകരിച്ചത്. ഞാൻ കാര്യം പറഞ്ഞു. അദ്ദേഹം എത്തിയിട്ടില്ല എന്നും കാത്തിരിക്കണമെന്നും മറുപടി കിട്ടി. എന്താണ് വരവിന്റെ ഉദ്ദേശ്യം എന്നായിരുന്നു അടുത്ത ചോദ്യം. അതും ഞാൻ പറഞ്ഞുകൊടുത്തു. അതുകേട്ടപ്പോൾ 'രാഘവൻ സാബ് കഹാനി ലിഖ്താഹേ' എന്നു ചോദിച്ച് ആ സ്ത്രീകൾ ചിരിച്ചു.

അല്പം കഴിഞ്ഞപ്പോൾ രാഘവൻ എത്തി. വൈലോപ്പിള്ളി ശ്രീധരമേനോനു ശേഷം ഒരു സാഹിത്യകാരനെ ഞാൻ ആദ്യമായി കാണുകയായിരുന്നു. ഒരു പാവം മനുഷ്യൻ. കാര്യം കേട്ടപാടെ അദ്ദേഹം സമ്മതിച്ചു. ഈ സിനിമ കഴിഞ്ഞാൽ എടുക്കാനിരിക്കുന്ന മറ്റു സിനിമകളെക്കുറിച്ചും മനസ്സിലുള്ള കോടികളുടെ പ്രൊജക്ടുകളെക്കുറിച്ചും ഞാൻ രാഘവനോട് കണ്ണടച്ച് കാച്ചി. അദ്ദേഹം അതൊക്കെ കേട്ട് അമ്പരന്നിരുന്നു. ഒടുവിൽ പിരിയാൻനേരം കഥാകൃത്ത് പറഞ്ഞു:

'ഞാൻ ഡ്രോപ് ചെയ്യാം.'

അതുകേട്ടതും ഞാൻ നിന്നനില്പിൽ ഒന്നു വിറച്ചു. ഡൽഹിയിലെ കോലാഹലങ്ങൾ മുഴുവൻ നിറഞ്ഞ ഒരു മൊത്തവ്യാപാരത്തെരുവിലെ പൊട്ടിപ്പൊളിഞ്ഞ ഒരു കെട്ടിടത്തിൽ കക്കൂസുപോലുമില്ലാത്ത മുറിയിലായിരുന്നു ഞാൻ താമസം. തൊട്ടുമുൻപ് കോടികളുടെ പദ്ധതികളുടെ കെട്ടഴിച്ച ഞാൻ താമസിക്കുന്ന സ്ഥലം നേരിട്ടുകണ്ടാൽ ആ നിമിഷം ഈ മനുഷ്യൻ തന്ന കഥ തിരിച്ചുവാങ്ങും എന്ന കാര്യം എനിക്കുറപ്പായിരുന്നു. പല കാര്യങ്ങൾ പറഞ്ഞ് ഞാൻ അദ്ദേഹത്തെ പിന്തിരിപ്പിക്കാൻ നോക്കി. പക്ഷേ, കക്ഷി വിടാൻ ഭാവമില്ല.

ഒടുവിൽ ഞങ്ങൾ കാറിൽ കയറി. ആ കാറിന്റെ മുൻവശവും ഡിക്കിയും അല്പം പൊന്തിയിട്ടായിരുന്നു. എവിടെയോ ഇടിച്ച കാറാണ് എന്ന് എനിക്ക് ഒറ്റനോട്ടത്തിൽ മനസ്സിലായി. വീട്ടിൽ ചുരുങ്ങിയത് പത്ത് കാറെങ്കിലുമുള്ള ഒരാളുടെ ഗമയിൽ ഞാൻ രാഘവനോട് ചോദിച്ചു.

'കാറിന്റെ മുൻവശവും പിൻവശവും പൊങ്ങിയിരിക്കുന്നു. ഒരിടി കഴിഞ്ഞ താണ് അല്ലേ?'

'അല്ല, ഈ കാറിന്റെ ഫാഷൻ ഇങ്ങനെയാ. ഇത് ഫ്രഞ്ച് കാറാ'. ശാന്തനായി രാഘവൻ പറഞ്ഞു. മുൻസീറ്റിൽ ഇരുന്നിരുന്ന ഞാൻ ചുരുങ്ങിച്ചുളുങ്ങി ഇല്ലാതായിപ്പോയി. കണ്ണിന്റെ കോണിലൂടെ ഞാൻ അദ്ദേഹത്തെ ഒന്നു നോക്കി. അദ്ദേഹം യാതൊരു ഭാവഭേദവുമില്ലാതെ ഡൽഹിയുടെ തിരക്കുകളിലൂടെ ഡ്രൈവ് ചെയ്യുകയായിരുന്നു. പക്ഷേ, ആ മനസ്സിലെ പരിഹാസം എനിക്കു കാണാൻ സാധിക്കുമായിരുന്നു. കൂടുതൽ പൊങ്ങച്ചങ്ങൾ പുറത്തെടുക്കാതെ ഞാൻ അടങ്ങിയിരുന്നു. കൊണാട്ട് പ്ലേസിൽ എത്തിയപ്പോൾ പെട്ടെന്ന് എനിക്ക് എന്റെ മുറിയുടെ കാര്യം വീണ്ടും ഓർമവന്നു. അവിടെ ഒരാളെക്കാണാനുണ്ട് എന്ന് ധൃതിയിൽപ്പറഞ്ഞ് ഞാൻ വണ്ടി നിർത്തിച്ച് ഇറങ്ങി. പിന്നെ ആൾക്കൂട്ടത്തിലേക്ക് എങ്ങനെയോ നടന്നു മറഞ്ഞു.

പ്രശസ്ത നോവലിസ്റ്റും കഥാകൃത്തുമായ എം. മുകുന്ദന്റെ ജ്യേഷ്ഠനാണ് എം. രാഘവൻ എന്ന് ഞാൻ പിന്നീടാണ് അറിഞ്ഞത്. മുകുന്ദനെ അന്ന് അവിടെക്കണ്ടില്ല. കണ്ടിരുന്നെങ്കിൽ ഞാൻ കാണുന്ന മൂന്നാമത്തെ സാഹിത്യകാരൻ മുകുന്ദനാവുമായിരുന്നു. അദ്ദേഹത്തോടും ഞാൻ എന്തെങ്കിലും തട്ടിവിടുകയും പിന്നീട് അത് അദ്ദേഹം എഴുതുകയും ചെയ്യുമായിരുന്നു. ഭാഗ്യം.

ഇളക്കങ്ങൾ തകർന്ന് തരിപ്പണമായി. അപ്പോഴേക്കും എനിക്കൊരു മകൻ പിറന്നിരുന്നു. സോണറ്റ്. ഞങ്ങൾ മൂന്നുപേരുംകൂടി മദിരാശിയിലേക്ക് താമസം മാറ്റി, സിനിമയോട് കുറച്ചുകൂടി അടുക്കാൻ.

കോടമ്പാക്കത്ത് ലിബർട്ടി തിയേറ്ററിനടുത്ത് ഒരു വീടിന്റെ ഒരുവശത്തായുള്ള ഒറ്റമുറിയിൽ ആയിരുന്നു ഞങ്ങൾ താമസം. വീട്ടിൽ ഒരു ഫർണിച്ചർ പോലുമില്ലായിരുന്നു. ഒറ്റപ്പായയിൽ ഞാനും മോനും ആലീസും ചേർന്നുകിടക്കും. രാവും പകലും ചൂടാണ്. ചൂട് സഹിക്കാൻ വയ്യാതാവുമ്പോൾ പായയിൽ പച്ചവെള്ളമൊഴിക്കും. എന്നിട്ട് അതിൽക്കിടക്കും. കുറച്ചു കഴിയുമ്പോൾ അതും ചൂടാവും. സോണറ്റ് അലറിക്കരയും. ഞങ്ങൾ രണ്ടുപേരും നിസ്സഹായരായി അപ്പുറവും ഇപ്പുറവും കിടക്കും. അങ്ങനെ കിടക്കുമ്പോൾ ആലീസിന്റെ മനസ്സിൽ ഇപ്പോൾ എന്തായിരിക്കും എന്നെക്കുറിച്ചുള്ള അഭിപ്രായം എന്ന് ഞാൻ ആലോചിച്ചിട്ടുണ്ട്. ആ ആലോചന എന്നെ ഒന്നുകൂടി തളർത്തും. പാതിരാത്രി കഴിഞ്ഞാൽ പുറത്ത് തെരുവിൽ കുടിവെള്ളം എത്തിയതിന്റെ ബഹളം കേൾക്കും. അപ്പോൾ ഞാനും ആലീസും പ്ലാസ്റ്റിക് പാത്രവുമെടുത്ത് ഓടും. സോണറ്റ് നനഞ്ഞ്, വെന്ത പായയിൽ ഒന്നുമറിയാതെ തളർന്നുറങ്ങും.

14

ആലീസിന്റെ സാമ്പത്തികശാസ്ത്രം

മദിരാശിയിൽ ഓരോ ദിവസവും ഓരോ വെല്ലുവിളിയായിരുന്നു. ആലീസിന്റെ വളകൾ ഓരോന്നായി പണയശാലകളിലേക്ക് നീങ്ങിത്തുടങ്ങി. അപ്പോഴേക്കും ഞങ്ങൾ ഒരു ഡോക്ടറുടെ വീടിന്റെ മുകൾനിലയിലേക്ക് മാറിയിരുന്നു. സ്ഥലം മാറി എന്നേയുള്ളൂ. അവസ്ഥയെല്ലാം പഴയതുതന്നെ. ഇരിക്കാൻ സൗകര്യമില്ലാത്തതുകൊണ്ട് ആരു വന്നാലും ഞാൻ അവരെ താഴെ ഡോക്ടറുടെ വീടിന്റെ മുറ്റത്തുവെച്ച് സംസാരിച്ച് പിരിച്ചുവിടും. ഒരിക്കൽ ഇടവേള ബാബു എന്നെ കാണാൻ വന്നപ്പോൾ നട്ടാൽ കുരുക്കാത്ത എന്തോ നുണ പറഞ്ഞിട്ടാണ് ഞാൻ അവനെ മുകളിലേക്ക് കയറ്റാതെ പറഞ്ഞുവിട്ടത്. ഈയവസ്ഥയിൽ ആണ് മുനിയാണ്ടി എന്ന വസ്ത്രാലങ്കാരകൻ ഒരുദിവസം മുകളിലേക്കു കയറിവരുന്നത്.

മുനിയാണ്ടി ഞങ്ങളുടെ സിനിമയിൽ ജോലിചെയ്തിട്ടുണ്ട്. അയാൾക്ക് പതിനയ്യായിരം രൂപ കൊടുക്കാനുമുണ്ട്. അതു ചോദിക്കാനാണ് വന്നത്. മകളുടെ വിവാഹമാണ്, പതിനായിരമെങ്കിലും വേണം. ഞാൻ ആലീസിന്റെ കൈത്തണ്ടയിലേക്കു നോക്കി. ഒരു വളകൂടിയേ ബാക്കിയുള്ളൂ. ഉടൻ മുനിയാണ്ടിയെയും

▲ ഇന്നസെന്റ്, ആലീസ്

കൂട്ടി അവിടെനിന്നുമിറങ്ങി. മോഹനും ഡേവിഡും മദിരാശിയിലുണ്ട്. അവരോടു കാര്യം പറഞ്ഞു.

'ധാരാളം ചെക്ക്ലീഫ് കൈയിലില്ലേ. ഒരു പതിനായിരം രൂപ എഴുതിക്കൊടുക്ക്. ദൈവം സഹായിച്ച് ബാങ്കിൽ പണമൊന്നുമില്ലല്ലോ.' ആരോ പറഞ്ഞു.

അതുമാത്രമേ എന്റെ മുന്നിലും വഴിയുണ്ടായിരുന്നുള്ളൂ. ഞാൻ പതിനായിരം രൂപ എഴുതിക്കൊടുത്തു. മുനിയാണ്ടി പോയി.

കുറേ ദിവസത്തേക്ക് അയാളെ കണ്ടില്ല. അയാളെ പറ്റിച്ച കഥ പറഞ്ഞ് ദാരിദ്ര്യത്തിനിടയിലും ഞങ്ങൾ ചിരിച്ചു. കുറച്ചുദിവസം കഴിഞ്ഞപ്പോഴാണ് മുനിയാണ്ടി തിരിച്ചുവരാത്തതിന്റെ കാരണമറിഞ്ഞത്. മുനിയാണ്ടി ഞാൻ കൊടുത്ത ചെക്ക് നേരെ ഫെഡറൽബാങ്കിൽ കൊണ്ടുപോയിക്കൊടുത്തു. '*വിടപറയും മുൻപേ*' ഷൂട്ട്ചെയ്യുമ്പോൾ പാർക്ക്, ഗവൺമെന്റ് ഓഫീസ് എന്നിവിടങ്ങളിൽ ചിത്രീകരിക്കാനായി പതിനായിരം രൂപ സർക്കാറിൽ കെട്ടിയിരുന്നു.

▲ എൽ.കെ.ജി.യിൽ ഒന്നാം റാങ്ക് ലഭിച്ച സോണറ്റിന് തമിഴ്നാട് വിദ്യാഭ്യാസ മന്ത്രി അരങ്കനായകം സർട്ടിഫിക്കറ്റ് സമ്മാനിക്കുന്നു.

നാശനഷ്ടങ്ങൾ ഒന്നുമുണ്ടാക്കിയിട്ടില്ലെങ്കിൽ സിനിമ റിലീസ് ചെയ്തുകഴിഞ്ഞാൽ കെട്ടിയപണം തിരിച്ചുതരും. ഞങ്ങൾ കെട്ടിയ പതിനായിരം അക്കൗണ്ടിൽ തിരിച്ചുവന്ന ദിവസമാണ് മുനിയാണ്ടി വണ്ടിച്ചെക്കെന്ന് ഉറപ്പിച്ച് ഞങ്ങൾ നല്കിയ ചെക്ക് ബാങ്കിൽ ഹാജരാക്കുന്നത്. സുഖമായി അയാൾക്ക് പതിനായിരം രൂപ കിട്ടി.

വിവരമറിഞ്ഞപ്പോൾ എന്റെ കണ്ണ് പുകഞ്ഞുപോയി. പതിനായിരം രൂപ കൈയിലുണ്ടെങ്കിൽ ഒരുപാട് കാര്യങ്ങൾ നടക്കുമായിരുന്നു. അതാണ് ഒലിച്ചുപോയത്. ഞാൻ നേരെ മുനിയാണ്ടിയുടെ വീടന്വേഷിച്ചു പോയി. അവിടെ കല്യാണത്തിനുള്ള ഒരുക്കങ്ങൾ തുടങ്ങിയിരിക്കുന്നു. എന്നെക്കണ്ടപ്പോൾ മുനിയാണ്ടിക്ക് വലിയ സന്തോഷം. അയാൾ കസേരയിട്ട് എന്നെ ഇരുത്തി. അയ്യായിരം രൂപയെങ്കിലും എനിക്കുതരാൻ പറയാനാണ് ഞാൻ പോയത്. ഞാനത് പറയുന്നതിനു മുൻപ് മുനിയാണ്ടി എന്നോടു പറഞ്ഞു: 'ബാക്കി അയ്യായിരം തന്നില്ലെങ്കിലും സാരമില്ല സാർ. അത്യാവശ്യത്തിനുള്ളതായി.'

അതുകേട്ടതും അപരിചിതർ നിറഞ്ഞ ആ കല്യാണത്തിരക്കിനിടയിലൂടെ പാതിബോധത്തിലെന്നപോലെ ഞാൻ പുറത്തേക്കിറങ്ങി നടന്നു. കാണാൻ സാധിക്കുന്നില്ലെങ്കിലും ദൈവം ഉണ്ട് എന്ന് എനിക്ക് ഒരിക്കൽക്കൂടി ബോധ്യമായി.

ഇല്ലായ്മ ഉച്ചസ്ഥായിയിൽ നില്ക്കുമ്പോഴാണ് പങ്കജാക്ഷൻ എന്നയാൾ വീട്ടിലേക്കു കയറിവരുന്നത്. അയാളുടെ കൈയിൽ ഒരു ഹാർമോണിയവും ഉണ്ടായിരുന്നു. അഭിനയമോഹിയായി മദിരാശിയിൽ എത്തിയ ആളാണ്. പക്ഷേ, ഒന്നുമായില്ല. എന്ത് ജോലിയാണ് അറിയുക എന്നു ചോദിച്ചപ്പോൾ പാചകം എന്നായിരുന്നു പങ്കജാക്ഷന്റെ മറുപടി. അരിവാങ്ങാൻതന്നെ കാശില്ലാതിരിക്കുമ്പോൾ ഒരു പാചകക്കാരന്റെ ആവശ്യം ഞങ്ങൾക്കില്ലായിരുന്നു. പക്ഷേ, പങ്കജാക്ഷനെ മൊത്തത്തിൽ എനിക്കിഷ്ടമായി. അയാളോട് ഞങ്ങളുടെ കൂടെ കൂടിക്കോളാൻ പറഞ്ഞു. അടുക്കളയിൽ കിടക്കാൻ അനുവാദം കൊടുത്തു.

ആദ്യത്തെ ദിവസം ഭക്ഷണം വെച്ചപ്പോൾത്തന്നെ പാചകം പങ്കജാക്ഷന്റെ മേഖലയല്ല എന്നു മനസ്സിലായി. അടുക്കളയിൽ കയറേണ്ട എന്ന് ആലീസ് പറഞ്ഞു. അപ്പോൾ പങ്കജാക്ഷൻ ഹാർമോണിയവുമായി എന്റെയടുത്ത് വരും. അതിൽ വിരൽമീട്ടിക്കൊണ്ട് പാടും:

'കുത്തിക്കുറിച്ചുകൊണ്ട ങ്ങിരുന്നാൽ
അത്താഴത്തിന്നിന്നെന്തു ചെയ്യും?'

അതുതന്നെയായിരുന്നു ഞാനും ആലോചിച്ചിരുന്നത്. പങ്കജാക്ഷൻ തന്റെ കഥാപ്രസംഗകാലത്തെക്കുറിച്ച് പറഞ്ഞു. പലപല സ്ഥലങ്ങളിൽ കഥപറഞ്ഞു നടന്ന കഥകൾ. തുടർന്ന് അയാൾ ഹാർമോണിയം വായിച്ചു, ഞാൻ പാടി. പുറത്തിറങ്ങി എന്തെങ്കിലും ചെയ്യണമെങ്കിൽ കാശ് വേണം. അതില്ലാത്തതുകൊണ്ട് ഞങ്ങൾ അകത്തിരുന്ന് പാട്ടുപാടിക്കൊണ്ടേയിരുന്നു.

കുറച്ചുദിവസം കഴിഞ്ഞപ്പോഴേക്കും പങ്കജാക്ഷന് ആലീസിനോട് അപ്രിയം തോന്നിത്തുടങ്ങി. ഒരു ദിവസം അയാൾ എന്നോടു പറഞ്ഞു:

'എന്റെയൊരു തബലക്കാരൻ ഉണ്ടായിരുന്നു ചന്ദ്രൻ. ഒരിക്കൽ ഒരു കഥാപ്രസംഗത്തിനിടയിൽ എന്റെ പാട്ടിന്റെ പിച്ചു പോയപ്പോൾ തബലയിൽ ഒരു മുത്തായിപ്പിട്ട് ചന്ദ്രനാണ് എന്നെ രക്ഷിച്ചത്. ആ സന്തോഷത്തിൽ അന്നുരാത്രി ഞാനൊരു കുപ്പി വാങ്ങി ചന്ദ്രനെ വീട്ടിലേക്ക് ക്ഷണിച്ചു. പക്ഷേ, എന്റെ ഭാര്യ കുപ്പിയെടുത്ത് എറിഞ്ഞുടച്ചു. അന്ന് ഞാൻ വീടു വിട്ടതാണ്.'

'ഇപ്പോൾ ഭാര്യ എവിടെയുണ്ട്?' ഞാൻ ചോദിച്ചു.

'അവളുടെ വീട്ടിൽ.' അതുപറഞ്ഞ് അല്പം പതിഞ്ഞ ശബ്ദത്തിൽ പങ്കജാക്ഷൻ തുടർന്നു:

'ഒരു കലാകാരൻ തന്റെ കലാജീവിതത്തിന് തടയിടുന്ന ആരെയും കൂടെ നിർത്തരുത്. ഭാര്യയാണെങ്കിൽപ്പോലും'.

ഒറ്റമുറി മാത്രമുള്ള വീടായതുകൊണ്ട് ആലീസ് അതു വ്യക്തമായി കേട്ടു. ഹാർമോണിയം എടുത്ത് അടുപ്പിൽ വെക്കേണ്ടെങ്കിൽ എത്രയും പെട്ടെന്ന് സ്ഥലംവിട്ടോളാൻ പറഞ്ഞു. അതുകേട്ടപ്പോൾ പങ്കജാക്ഷൻ എന്റെ ചെവിയിൽപ്പറഞ്ഞു:

'ചേച്ചി ഇവിടെ നിന്നോട്ടെ. നമുക്ക് മാറിത്താമസിക്കാം'. അതും ആലീസ് കേട്ടു. അടുത്ത നിമിഷം പങ്കജാക്ഷനും ഹാർമോണിയവും താഴെ മുറ്റത്തെത്തി. ഗേറ്റു കടന്നുപോകുമ്പോൾ അയാൾ മുകളിലേക്കു നോക്കി വിളിച്ചുപറഞ്ഞു:

'ഒരു കാഥികനെയാണ് നിങ്ങൾ വേദനിപ്പിച്ചു വിട്ടത്. ഓർത്തോ.'

ഇപ്പോഴും പങ്കജാക്ഷൻ എന്നെ ഇടയ്ക്ക് വിളിക്കാറുണ്ട്. അപ്പോഴെല്ലാം അയാളുടെ പാട്ടും ഹാർമോണിയവും എന്റെ ഓർമയിൽ മുഴങ്ങും.

★ ★ ★

കഴുത്തറ്റം കടത്തിലും ദാരിദ്ര്യത്തിലും മുങ്ങിത്താഴുമ്പോഴും ആലീസ് ഒരിക്കൽപ്പോലും എന്നോട് മുഖം കറുപ്പിച്ച് സംസാരിച്ചിട്ടില്ല. വളകളും മാലയുമെല്ലാം പണയമായി പടികടന്നു പോയിട്ടും കരയുകയോ ശപിക്കുകയോ ചെയ്തില്ല. പക്ഷേ, എന്റെയുള്ളിൽ കുറ്റബോധം ഒരു കടന്നൽക്കൂടുപോലെ പെരുത്തിരുന്നു. അത് സഹിക്കാൻ സാധിക്കാതെ വന്നപ്പോഴാണ് അമേരിക്കയിലേക്കു പോകാൻ ഞാൻ ശ്രമിക്കുന്നത്. അവിടെയുള്ള ജ്യേഷ്ഠൻ മുഖാന്തരം ജോലി സംഘടിപ്പിക്കുകയായിരുന്നു ലക്ഷ്യം. എന്നാൽ കടലാസുകളെല്ലാം ശരിയായി വരണമെങ്കിൽത്തന്നെ ഒരു വർഷത്തിലധികം പിടിക്കും എന്നറിഞ്ഞപ്പോൾ ഞാൻ ആ ശ്രമം ഉപേക്ഷിച്ചു. പിന്നെയും ഞങ്ങൾ അരപ്പട്ടിണിയിലായി.

ആ സമയത്താണ് സോണറ്റിന് എൽ.കെ.ജിയിൽ ഒന്നാം റാങ്ക് ലഭിക്കുന്നത്. തമിഴ്നാട് വിദ്യാഭ്യാസ മന്ത്രി അരങ്കനായകമാണ് അവന് പൊതു ചടങ്ങിൽ വെച്ച് സർട്ടിഫിക്കറ്റ് നല്കിയത്. അത് ദൂരദർശൻ വാർത്തയിലും പിറ്റേന്ന് പത്രത്തിലും വന്നു. ഞാൻ ആ സമയത്ത് ഏതോ സിനിമയിൽ ഒരു കുഞ്ഞുറോൾ അഭിനയിക്കാൻ പോയതായിരുന്നു. അത്രയും കഷ്ടമായിരുന്നു സ്ഥിതി. അപ്പോഴും സോണറ്റിന്റെ ഈ വിജയവാർത്ത എനിക്കും ആലീസിനും കുളിരായി. വീട്ടിലാകെ സന്തോഷം നിറഞ്ഞു. പൊള്ളുന്ന ചൂടിലും ആ ദിവസങ്ങളിൽ ഞങ്ങൾ ഉഷ്ണമറിയാതെ കിടന്നുറങ്ങി, സോണറ്റിനെ ചേർത്തുപിടിച്ച്.

ആഹ്ലാദത്തിന്റെ ആ ദിവസങ്ങളിലൊന്നിലാണ് ആലീസിന് ഒരു തലവേദന വന്നത്. '*ശാലിനി എന്റെ കൂട്ടുകാരി*' എന്ന സിനിമ ഇറങ്ങിയ സമയമായിരുന്നു അത്. ആ സിനിമയിലെ കഥാപാത്രത്തിന് കാൻസർ വരുന്നുണ്ട്. ആലീസും അങ്ങനെത്തന്നെ തീരുമാനിച്ചു. ചികിത്സിക്കാൻ വിസമ്മതിച്ചു.

'രോഗമെന്തുമാകട്ടെ നിന്നെയൊന്ന് ടെസ്റ്റ് ചെയ്യിക്കാൻ കൂടി കൊണ്ടുപോയില്ല എന്ന ദുഃഖം എന്നെ വേട്ടയാടും. അത് താങ്ങാൻ വയ്യ. നമുക്ക് ഡോക്ടറുടെ അടുത്ത് പോണം.'- ഞാൻ നിർബന്ധിച്ചു.

രാമമൂർത്തി എന്ന പ്രസിദ്ധനായ ഡോക്ടറുടെ അടുത്താണ് ഞങ്ങൾ പോയത്. സാധാരണ ഡോക്ടർമാക്ക് പത്തുരൂപ ഫീസാകുമ്പോൾ രാമമൂർത്തിക്ക് നൂറു രൂപയാണ് ഫീസ്. ആലീസിനോട് എല്ലാ കാര്യങ്ങളും ചോദിച്ചറിഞ്ഞ ഡോക്ടർ വിശദമായ ഒരു ടെസ്റ്റിന് എഴുതി. നാലായിരം രൂപയായിരുന്നു ആ ടെസ്റ്റിന്റെ ചാർജ്. ആലീസിന്റെ അവസാനത്തെ വളയും മറ്റു വളകൾക്കു കൂട്ടായി പണയസ്ഥലത്തേക്കു പോയി. തൊട്ടടുത്ത ബുധനാഴ്ച രാവിലെ ചെല്ലാൻ പറഞ്ഞു.

ഞായറാഴ്ച ഞങ്ങൾ മേരി മാതാ ചർച്ചിൽ പോയി പ്രാർഥിച്ചു. കത്തിനിൽക്കുന്ന മെഴുകുതിരികൾ കണ്ടപ്പോൾ എനിക്ക് എന്തോ വല്ലാത്ത കരച്ചിൽവന്നു. ആലീസിനെയും കൂട്ടി ഞാനവിടെനിന്നും വേഗം പുറത്തിറങ്ങി.

ബുധനാഴ്ച രാവിലെ ആറര മണിക്കെഴുന്നേറ്റ് ഞങ്ങൾ കുളിച്ച് തയ്യാറായി പ്രാർഥിച്ചു. ഷൂട്ടിങ്ങിന് ഓടുന്ന സുബ്രഹ്മണ്യത്തിന്റെ കാർ വരാൻ പറഞ്ഞിരുന്നു. കാർ താഴെ വന്ന് ഹോണടിച്ചപ്പോൾ ആലീസ് പറഞ്ഞു:

'ഞാനില്ല'.

ഞാൻ ഞെട്ടിപ്പോയി.

▲ ഒരു ബന്ദ്ദിവസം തിരുവനന്തപുരത്തെ തെരുവിൽ

'എന്തു പറ്റി'.

'ടെസ്റ്റൊന്നും വേണ്ട'. ആലീസ് തറപ്പിച്ചു പറഞ്ഞു.

'ആലീസേ നമ്മൾ അത്രയും ബുദ്ധിമുട്ടി ബുക്ക് ചെയ്തതല്ലേ? ഡോക്ടർ പറഞ്ഞതുമാണ്. പിന്നെന്താ കാര്യം?' ഞാൻ നിസ്സഹായനായി ചോദിച്ചു. താഴെ നിന്ന് സുബ്രഹ്മണ്യത്തിന്റെ ഹോൺ തുരുതുരെ മുഴങ്ങി. എനിക്ക് സങ്കടത്തോടൊപ്പം ദേഷ്യവും വന്നു തുടങ്ങി. അപ്പോൾ ആലീസ് പറഞ്ഞു:

'അഥവാ ടെസ്റ്റ് ചെയ്തിട്ട് സൂക്കേട് ഒന്നുമില്ലെങ്കിൽ ആ നാലായിരം രൂപ വെറുതെ പോവില്ലേ?'

അതു കേട്ടതും ഞാൻ പിറകിലെ ഭിത്തിയിൽ ചാരി പതുക്കെ താഴോട്ടുരസി നിലത്തിരുന്നു. ആലീസിന്റെ ആ സാമ്പത്തിക ശാസ്ത്രത്തിനു മുന്നിൽ ഞാൻ നിരായുധനായിപ്പോയി. ഇവൾ എനിക്ക് പറ്റിയ ഭാര്യതന്നെ എന്നു മനസ്സിൽ പറഞ്ഞുറപ്പിച്ചു.

അന്ന് ഞങ്ങൾ ആശുപത്രിയിൽ പോയില്ല. ഇന്നും ആലീസ് വിശ്വസിക്കുന്നത് അന്ന് ടെസ്റ്റ് ചെയ്ത് രോഗമൊന്നുമില്ല എന്നറിഞ്ഞിരുന്നെങ്കിൽ ആ നാലായിരം രൂപ പോയതിന്റെ വേദന തീരുമായിരുന്നില്ല എന്നാണ്. ഇത്രയും കാലമായിട്ടും എനിക്ക് ആ സാമ്പത്തികശാസ്ത്രം പിടികിട്ടിയിട്ടുമില്ല.

ഇപ്പോഴും ഞങ്ങളുടെ ഒരു കല്യാണ ഫോട്ടോ എന്റെ ആൽബത്തിലില്ല. ഒന്നിച്ചുള്ള അലച്ചിലുകളിൽ എല്ലാം എവിടെയൊക്കെയോ കൊഴിഞ്ഞുപോയി. ഒടുവിൽ ഒന്ന് ബാക്കിയുണ്ടായിരുന്നു. മദിരാശിയിലെ ഒറ്റ മുറിത്താമസക്കാലത്ത് ഒരു ദിവസം അത് നനഞ്ഞു. ഉണങ്ങാൻ വേണ്ടി ഓട്ടിൻപുറത്തു വെച്ച ഫോട്ടോ കാക്കകൊത്തി കൊണ്ടുപോകുകയും ചെയ്തു. ആ കാക്കയ്ക്ക് അതുകൊണ്ട് എന്തു ഗുണം കിട്ടി എന്നറിഞ്ഞുകൂടാ.

പിന്നെ ഞാൻ കരുതും: ഓർമിക്കത്തക്ക തിളക്കങ്ങളൊന്നുമില്ലാത്ത, ഒരുപാട് കയ്പുകൾ നിറഞ്ഞ ഒരു കാലത്തിന്റെ മങ്ങിയ ഒറ്റ ഫോട്ടോ എന്തിനാണ് സൂക്ഷിച്ചുവെക്കുന്നത്? എല്ലാം എന്റെയും ആലീസിന്റെയും മനസ്സിലുണ്ട്. അന്നത്തേതിലും അടുത്തും സ്നേഹത്തോടെയും ആലീസ് എന്റെ ജീവിതത്തിലുമുണ്ട്. മറ്റെന്തുവേണം കൂടുതൽ മധുരമായ്?

15

ഉടഞ്ഞുപോയ സ്ഫടികതാരം

വിവിധ ദേശങ്ങളിൽ, പലപല കഷണങ്ങളായി മുറിഞ്ഞുവീണ എന്റെ ജീവിതം പോലെത്തന്നെയാണ് എന്റെ ഓർമകളും. കാലക്രമമനുസരിച്ചല്ല അവ വരികയും പോകുകയും ചെയ്യുന്നത്. പെട്ടെന്ന് ചിതറിവീഴുന്ന മിന്നൽ വെളിച്ചത്തിലെന്നപോലെ ഓർമയിൽ ചില ഭാഗങ്ങൾ തെളിയുന്നു. അപ്പോൾ, ഇത്രയും നാൾ ഇതെവിടെയാണ് ഒളിഞ്ഞിരുന്നത് എന്നോർത്ത് ഞാൻ സ്വയം അദ്ഭുതപ്പെടാറുണ്ട്. ഇതൊരുപക്ഷേ, പ്രായത്തിന്റെ പ്രശ്നമാവാം. അല്ലെങ്കിൽ പണ്ട് അപകടത്തിൽ തല പിളർന്നുപോയപ്പോൾ സംഭവിച്ച ക്ഷതം കാരണമാവാം. അതുമല്ലെങ്കിൽ എന്റെ പ്രകൃതം തന്നെയുമാകാം. അതുകൊണ്ട് ഓർമകളുമായി ഒരിക്കൽക്കൂടി ഞാൻ മദിരാശി ഉമാ ലോഡ്ജിലേക്ക് തിരിച്ചുപോവുകയാണ്.

അടങ്ങാത്ത സിനിമാമോഹവുമായി, മുഴുപ്പട്ടിണി കിടന്ന്, ഉടുതുണിക്ക് മറുതുണിയില്ലാതെ ഇക്കയുടെ ചോറിന്റെ കാരുണ്യമറിഞ്ഞ് കഴിഞ്ഞ നാളുകൾ... മോഹനും രാധാകൃഷ്ണനും ബെന്നിയും വിൻസെന്റുമെല്ലാം ചേർന്ന് സ്വപ്നങ്ങൾ കാണുകയും കോടമ്പാക്കത്തിന്റെ കുടുസുവഴികളിൽ അലയുകയും എല്ലാം പങ്കുവെക്കുകയും ചെയ്ത കാലം...

ആ ദിവസങ്ങളിലൊന്നിൽ ഞാൻ രാവിലെ ഉണർന്ന് വാതിൽ തുറന്നു പുറത്തുവന്നപ്പോൾ തൊട്ടപ്പുറത്തെ മുറിയുടെ മുന്നിൽ അതിസുന്ദരനായ ഒരു അപരിചിതൻ നില്ക്കുന്നു. ഇരുപത് വയസ്സിനപ്പുറം പ്രായമില്ല. ലുങ്കി മാത്രമുടുത്ത്, ഷർട്ടിടാതെ താഴെ റോഡിലേക്ക് നോക്കിനില്ക്കുകയാണ് അവൻ. സോഡാക്കുപ്പിയുടേതുപോലുള്ള കറുത്ത കട്ടിഗ്ലാസ്സുകൊണ്ടുണ്ടാക്കിയ കണ്ണടവെച്ചിട്ടുണ്ട്. വലതുകൈവിരലുകൾക്കിടയിൽ വിലകൂടിയ സിഗററ്റ് പാതിയിലധികം എരിഞ്ഞുതീർന്നിരിക്കുന്നു.

കണ്ണിൽ ഒരു പ്രളയംപോലെ വന്നുനിറയുന്ന വെളുപ്പ് നിറമായിരുന്നു അവന്. ഇനിയും വെളുത്താൽ അവന്റെ സൗന്ദര്യം പോകും. വെണ്മ അത്രയ്ക്ക് കവിഞ്ഞുനില്ക്കുകയാണ്. കറുത്തു ചുരുണ്ട തലമുടി കാറ്റിലിളകി നെറ്റിയിലേക്ക് ചിതറിവീഴുമ്പോൾ അവൻ കൂടുതൽ സുന്ദരനാവുന്നതുപോലെ. മീശ വളർന്നുതുടങ്ങുന്നേയുള്ളൂ. അതുകൊണ്ട്, തുടുത്ത ചുണ്ടുകൾ കാണാം. അതിൽ സിഗററ്റിന്റെ കറകലർന്നുതുടങ്ങിയിരിക്കുന്നു.

അവൻ എന്നെ കാണാത്തതുകൊണ്ട് ഞാൻ അല്പം കൂടി അടുത്തേക്കുചെന്നു. അവന്റെ വെളുത്തുമെലിഞ്ഞ് നീണ്ട കൈത്തണ്ടയിൽ നീലഞരമ്പുകൾ

തുടിച്ചുനില്ക്കുന്നത് കാണാമായിരുന്നു. ഞാൻ ചുമച്ചപ്പോൾ അവൻ തിരിഞ്ഞുനോക്കി. ഞാൻ ചിരിച്ചു. അവനും. പേര് ചോദിച്ചു: സാബു. സ്വദേശം കോട്ടയത്തിന്റെ ചുറ്റുവട്ടത്തിലെവിടെയോ. കൂടുതൽ ഒന്നും അവൻ പറഞ്ഞില്ല. കൈയിലെ സിഗററ്റ് കത്തിത്തീർന്നപ്പോൾ പെട്ടെന്ന് മുറിയിൽ കയറി വാതിലടച്ചു.

ആദ്യദിവസങ്ങളിൽ സാബുവിനെ അധികം പുറത്തുകണ്ടിരുന്നില്ല. അധികസമയവും മുറിയുടെ വാതിൽ അടഞ്ഞുകിടക്കും. വല്ലപ്പോഴും പുറത്തിറങ്ങിപ്പോകുമ്പോൾ അവനിൽ ഒരു സമ്പന്നന്റെ എല്ലാവിധ മോടികളുമുണ്ടാകും. വടിവൊത്ത പാന്റ്സ്, അതിൽ ഇൻചെയ്ത നിറപ്പകിട്ടുള്ള ടെറികോട്ടൺ ഷർട്ട്, വിലകൂടിയ റിസ്റ്റ്‌വാച്ച്, ഉള്ളംകൈയിൽ ചേർത്തുപിടിച്ച സിഗററ്റ് പാക്കറ്റ്, ആരെയും മോഹിപ്പിക്കുന്ന പരിമളം. ആരും അവനെ സ്തംഭിച്ചു നിന്ന് നോക്കിപ്പോകും.

അടുത്ത മുറിയിലുള്ള ആൾ എന്നനിലയിൽ അവൻ പതുക്കെപ്പതുക്കെ എന്നോടടുത്തു. അവനൊരു സ്റ്റിൽ ഫോട്ടോഗ്രാഫറാണ്. മൂവിക്യാമറ പഠിക്കാനാണ് മദിരാശിയിൽ വന്നത്.

'സഹായിക്കാമോ?'

സ്ത്രൈണത കലർന്ന ശബ്ദത്തിൽ, ഒരു പെൺകുട്ടിയെപ്പോലെ തലചെരിച്ച് അവൻ ചോദിച്ചു.

'ശ്രമിക്കാം' ഞാൻ പറഞ്ഞു. അവൻ തെളിഞ്ഞു ചിരിച്ചു.

ഞാൻ സാബുവിനെ മോഹനും വിൻസെന്റിനും രാധാകൃഷ്ണനുമെല്ലാം പരിചയപ്പെടുത്തി. അവൻ ഞങ്ങളുടെ സംഘത്തിൽ ഒരംഗമായി. ഞാൻ അവന്റെ ആഗ്രഹം സ്വകാര്യമായി മോഹനോടുപറഞ്ഞു. സുഹൃത്തുക്കൾ സ്നേഹത്തോടെ പറഞ്ഞാൽ ഒന്നും തിരസ്കരിക്കാൻ പറ്റാത്തയാളാണ് മോഹൻ.

'ശ്രമിച്ചുനോക്കാം' മോഹൻ പറഞ്ഞു. അതുകേട്ടപ്പോൾ സാബു ഞങ്ങളോട് ഒന്നുകൂടി അടുത്തു; പ്രത്യേകിച്ച് എന്നോട്. ഞങ്ങളുടെ സായാഹ്നസംഘത്തിൽ സാബുവുമുണ്ടാകും. മദ്യപാനത്തിൽ അവനു വലിയ താത്പര്യം കണ്ടില്ല. സിഗററ്റ് വലിയിലാണ് കമ്പം. സ്ത്രൈണത അല്പം അധികമായതുകൊണ്ട് പുരുഷനാണ് എന്നു തെളിയിക്കാനുള്ള പരിശ്രമമാണ് അതിരുവിട്ട ഈ പുകവലി എന്നെനിക്കു മനസ്സിലായി.

ഇടയിലെപ്പോഴോ ഒരു ദിവസം സാബു അവന്റെയുള്ളിൽ ഒരുപാട് വേദനകൾ ഉണ്ട് എന്ന് എന്നോടു പറഞ്ഞിരുന്നു. അതെന്താണ് എന്ന് ഞാൻ അന്വേഷിച്ചില്ല. കാരണം, രാവും പകലും എന്റെയുള്ളിൽ കലങ്ങിമറയുന്ന സങ്കടങ്ങളെ എന്തുചെയ്യണം എന്നറിയാതെ കഴിയുകയാണ് ഞാൻ. അപ്പോൾ മറ്റൊരാളുടേതുകൂടി കേട്ടിട്ട് യാതൊരു ഗുണവുമില്ല, അയാൾക്കും എനിക്കും.

ശോഭനാ പരമേശ്വരൻ നായർ നിർമിച്ച് എ.ബി.രാജ് സംവിധാനം ചെയ്യുന്ന '*നൃത്തശാല*' എന്ന സിനിമയുടെ ചിത്രീകരണം ആ സമയത്താണ് ആരംഭിച്ചത്. ഞാനതിൽ പ്രൊഡക്ഷൻ മാനേജരുടെ സഹായിയായിരുന്നു. ഒത്തുവന്നാൽ ഒരു ചാൻസും കിട്ടും. ദത്ത് എന്ന തെലുങ്കനായിരുന്നു ക്യാമറാമാൻ. മോഹന്റെ

ശുപാർശയിൽ ദത്തിന്റെ സഹായിയുടെ സഹായിയുടെ സഹായിയുടെ സഹായിയായി സാബുവിന് പണികിട്ടി. പണി എന്നൊന്നും പറയാൻ പറ്റില്ല, കണ്ടുപഠിക്കാം.

വളരെ ലളിതമായ രീതിയിൽ പിശുക്കിപ്പിശുക്കിയായിരുന്നു ചിത്രീകരണം. ദത്ത് സൈക്കിളിലാണ് വരിക. ഞങ്ങളെല്ലാം ഏതെങ്കിലും ലൊക്കേഷൻ വണ്ടിയിൽ കയറിയെത്തും. പ്രേംനസീറും അടൂർഭാസിയും മാത്രമാണ് കാറിൽ വരിക. അത്തരം അവസ്ഥയിൽ, ആദ്യദിവസംതന്നെ സാബു ലൊക്കേഷനിൽ എത്തിയത് കാറിലാണ്! വിലകൂടിയ വസ്ത്രങ്ങളും ഷൂസും ധരിച്ച്, ഒരു എക്സിക്യൂട്ടീവ് സ്യൂട്ട്കേസുമായി. അവന്റെ വരവുകണ്ട് ശോഭനാ പരമേശ്വരൻ നായരടക്കം ഞങ്ങളെല്ലാവരും അന്തംവിട്ടുനിന്നു. അതു ശ്രദ്ധിക്കാതെ സാബു സ്റ്റുഡിയോയിലേക്ക് കയറിപ്പോയി. വൈകുന്നേരം ഷൂട്ടിങ് കഴിയുമ്പോഴേക്കും കാർ വരും, അവൻ അതിൽ കയറിപ്പോകും.

സാബു സാധാരണക്കാരനല്ല എന്ന് അന്ന് എനിക്കുമനസ്സിലായി. ഞാൻ അവനെ ശ്രദ്ധിച്ചുതുടങ്ങി.

▲ മഹാകവി പി. കുഞ്ഞിരാമൻ നായർ

ലോഡ്ജിൽ അവന്റെ സ്വഭാവങ്ങൾ വിചിത്രമായിരുന്നു. എന്നെയൊഴിച്ച് ആരെയും അവൻ മുറിയിലേക്ക് കയറ്റില്ല. ഞാനാണെങ്കിലും മുറിയിലേക്ക് കടക്കുന്നതിനു മുൻപ് അവൻ പറയും:

'ഒരു മിനുറ്റ് നിൽക്കു, ഞാനിപ്പം വിളിക്കാം' അതുപറഞ്ഞ് വാതിലടയ്ക്കും. അല്പം കഴിഞ്ഞാൽ തുറന്ന് എന്നെ അകത്തേക്കു വിളിക്കും. ഈ പെരുമാറ്റത്തിൽ എനിക്കെന്തോ ദുരൂഹത മണത്തു. ഒരുതവണ സാബു എന്നെ പുറത്തു നിർത്തി വാതിലടച്ചപ്പോൾ ഞാൻ വാതിലിന്റെ പഴുതിലൂടെ മുറിയിലേക്കു നോക്കി. അപ്പുറം കണ്ട കാഴ്ച ഞെട്ടിക്കുന്നതായിരുന്നു.

ഒരു കറുത്ത സഞ്ചി മേശപ്പുറത്ത് കിടപ്പുണ്ട്. തൊട്ടപ്പുറത്ത് പല വലുപ്പത്തിലുള്ള കത്തികൾ. വാതിലടച്ചതിനു ശേഷം അവൻ അതിൽനിന്ന് ഒരു കത്തിയെടുത്തു. തുടർന്ന് ഒരു കറുത്ത ചരട് അതിന്റെ വായ്ത്തലയിൽ ചുറ്റാൻ തുടങ്ങി. അത് ചുറ്റുമ്പോൾ സാബു കത്തിയുടെ തുമ്പിലേക്ക് ക്രൂരമായി നോക്കിക്കൊണ്ടിരുന്നു. മുഴുവൻ ചുറ്റിക്കഴിഞ്ഞശേഷം ആ ചരട് അഴിച്ചു. പിന്നെ കത്തി സ്വന്തം കഴുത്തിൽ ഒന്ന് കുത്തിനിർത്തി, ചരട് കഴുത്തിൽ മുറുകുന്നതരത്തിൽ ഒന്ന് കെട്ടിനോക്കി. പെട്ടെന്ന് എല്ലാം മതിയാക്കി ബാഗിലേക്കെടുത്തിട്ട് ബാഗ് കട്ടിലിനടിയിലേക്കു തള്ളി. എന്നിട്ട് വന്ന് വാതിൽ തുറന്നു.

ആ കാഴ്ചകൾ കണ്ട ഞാൻ അവനുമുന്നിൽ അടിമുടി വിയർത്തുനില്ക്കുകയായിരുന്നു. പകുതി ബോധത്തിലും വിറച്ചുകൊണ്ടുമാണ് ഞാൻ മുറിയിലേക്കു കയറിയത്. അതുവരെ കണ്ട സാബു അല്ല അപ്പോൾ എന്റെ മുന്നിൽ. അവന്റെ കട്ടിലിൽ ഇരിക്കാൻപോലും ഞാൻ പേടിച്ചു.

വാതിൽപ്പഴുതിലൂടെ കണ്ട കാഴ്ചകൾ അന്നുരാത്രി എന്റെ ഉറക്കം കെടുത്തി. പരസ്പരബന്ധമില്ലാത്ത ഈ ചെയ്തികളുടെ അർഥം തിരഞ്ഞ് ഉറക്കം കളഞ്ഞതുകൊണ്ട് ഒരുപാട് ഞാൻ ഉഷ്ണിച്ചു. വലിയവലിയ ശാസ്ത്രജ്ഞന്മാരെല്ലാം മുറിയടച്ചിരുന്ന് പലതരം പരീക്ഷണങ്ങൾ നടത്തുകയും ഒടുവിൽ വലിയ കണ്ടുപിടിത്തങ്ങളുമായി പുറത്തുവരുന്നതിനെക്കുറിച്ചും കേട്ടിട്ടുണ്ട്. പക്ഷേ, ഇത് അത്തരത്തിൽ ഒന്നായി തോന്നിയില്ല. അന്വേഷണമല്ല, പേടിയും നിഗൂഢതയുമായിരുന്നു ആ കാഴ്ചകളിൽ നിറയെ.

ചിലപ്പോൾ സാബു പെട്ടെന്ന് പൊട്ടിച്ചിരിക്കും, പൊട്ടിക്കരയും, നാടകീയമായി സംസാരിക്കും. എത്ര അടുത്ത സുഹൃത്താണെങ്കിലും ഒരു കാലിച്ചായപോലും ആർക്കും വാങ്ങിക്കൊടുക്കില്ല. ബാക്കി എല്ലാവരും പട്ടിണിയാണ് എന്നറിഞ്ഞാലും ഉച്ചയ്ക്കും രാത്രിയും പോയി സമൃദ്ധമായി ഭക്ഷണം കഴിച്ചുവരും. ഏമ്പക്കമിട്ട് സുഗന്ധമുള്ള സിഗററ്റുകൾ വലിക്കും. ചിലപ്പോൾ ഭക്ഷണം കഴിച്ചുവന്ന് അവൻ സ്വന്തം കൈ വിശന്നുപൊരിഞ്ഞു നില്ക്കുന്ന എന്റെ മൂക്കിനടുത്തു വെച്ചു മണപ്പിക്കും. ആ കൈത്തലത്തിൽനിന്നും പായസത്തിന്റെയും ബിരിയാണിയുടെയും മണം വരും. പലപ്പോഴും ഞാൻ ആ മണത്തിനുവേണ്ടി കാത്തുനിന്നിട്ടുണ്ട്. സത്യം പറഞ്ഞാൽ എനിക്കതൊരു ആശ്വാസമായിരുന്നു.

പക്ഷേ, അതിലാർക്കും വെറുപ്പുതോന്നിയില്ല. അവന്റെ സൗന്ദര്യവും മോഹിപ്പിക്കുന്ന സംസാരവും കാറ്റിലിളകുന്ന കറുത്തുചുരുണ്ട മുടിയും എല്ലാവരേയും

ആകർഷിച്ചു. എന്നാൽ വാതിൽപ്പഴുതിലൂടുള്ള ആ കാഴ്ചയ്ക്കുശേഷം എന്റെയുള്ളിൽ എവിടെയോ ഒരു കറുത്ത കരട് തടഞ്ഞു. പക്ഷേ, പുറത്തു കാണിച്ചില്ല.

സാബുവിന് ഒരുപാട് കത്തുകൾ വരുമായിരുന്നു. മിക്കതും പെൺകുട്ടികളുടേത്. അതിൽ അതിശയമില്ലായിരുന്നു. അവൻ റോഡിലൂടെ നടന്നുപോകുമ്പോൾ കടന്നുപോകുന്ന പെൺകുട്ടികളുടെ നെഞ്ച് കിതയ്ക്കുന്നതും കണ്ണുകൾ വിടരുന്നതും ഞാൻ കണ്ടിട്ടുണ്ട്. കത്തുകളിൽ പലതും സാബു എന്നെ വായിച്ചുകേൾപ്പിക്കും. തകർന്നുപോയതും അകന്നുപോയതുമായ പ്രണയത്തെക്കുറിച്ചുള്ള വിലാപങ്ങളായിരുന്നു അവയിൽപ്പലതും.

'പ്രിയപ്പെട്ട സാബുവേട്ടാ... നമ്മുടെ പ്രണയം വിധിയുടെ കരിമ്പാറക്കെട്ടിൽത്തട്ടി ഉടഞ്ഞുപോയല്ലോ. ഇനിയൊരിക്കലും കാണാത്ത പറവകളെപ്പോലെ നാം രണ്ടുവഴിയേ പറന്നുപോയി....'

ഈ തരത്തിലുള്ളവയാവും വാചകങ്ങൾ. എന്നെ അദ്ഭുതപ്പെടുത്തിക്കൊണ്ട് ഇങ്ങനെയൊരുവരി ഒരു കത്തിൽ അവൻ വായിച്ചു: 'ആ ഇന്നസെന്റിനോട് എന്തിനാ ഇങ്ങനെ അടികൂടുന്നത്? എന്തിനാ അയാളെ വഴക്കുപറയുകയും അടിക്കുകയും ചെയ്യുന്നത്...?'

ആ വരികൾ കേട്ടപ്പോൾ ഒരേസമയം എന്റെ മനസ്സിൽ നേരിയ സംശയവും നിറയെ അസൂയയും തോന്നി. പ്രണയവും ഇത്തരത്തിലുള്ള കത്തുവരവുകളുംസുഖമുള്ള ഏർപ്പാടാണ്. പക്ഷേ, എനിക്കതിനുള്ള ഭാഗ്യമില്ല. കത്ത് വായിച്ചുകേൾക്കുന്നതിനിടെ ഞാൻ സാബുവിനോട് പറഞ്ഞു:

'എടാ ഇത്തരത്തിലുള്ള ഒന്നിനെ എനിക്ക് പരിചയപ്പെടുത്തിത്താടാ.'

'പ്രണയം വില്ക്കാനുള്ളതല്ല'- അല്പം ദേഷ്യത്തോടെയായിരുന്നു മറുപടി.

അസൂയയ്ക്കൊപ്പം എന്റെയുള്ളിലെ സംശയവും കലശലായി. കാരണം സാബുവും ഞാനും തമ്മിൽ തല്ലുകൂടിയിട്ടില്ല. അവൻ എന്നോട് കയർത്തിട്ടുമില്ല. പിന്നെയെങ്ങനെയാണ് ഒരു പെൺകുട്ടി ഇങ്ങനെ എഴുതുക? അപ്പോൾ പെട്ടെന്ന് തോന്നിയ ഒരു സൂത്രമായിരുന്നു, സാബു വായിച്ചുവെച്ച കത്തിന്റെ ഏതെങ്കിലും ഒരു മൂലയിൽ കൈയിലുള്ള പെന്നുകൊണ്ട് ഒരു കുത്തിട്ടുവെക്കുക എന്നത്. അടുത്ത കത്ത് വായിക്കുന്നതിനിടയിൽ അവനത് കണ്ടതുമില്ല.

വീണ്ടും കത്തുകൾ വന്നിട്ടുണ്ട് എന്ന് പറഞ്ഞ് രണ്ടാഴ്ച കഴിഞ്ഞപ്പോൾ സാബു എന്നെ വീണ്ടും മുറിയിലേക്കു ക്ഷണിച്ചു. കവർ പൊട്ടിച്ച് ആദ്യത്തെ കത്ത് പുറത്തെടുത്തു വായിച്ചു. തേനൂറുന്ന വാക്കുകൾതന്നെ. അത് വായിച്ചു കഴിഞ്ഞ് അടുത്ത കത്ത് വായിക്കാൻ തുടങ്ങിയപ്പോൾ ഞാൻ ഇടംകണ്ണുകൊണ്ട് ആദ്യം വായിച്ചുവെച്ച കത്തിലേക്കു നോക്കി. രണ്ടാഴ്ച മുൻപ് ഞാനിട്ടുവെച്ച കുത്ത് അതേപോലെ അതിന്റെ ഒരു മൂലയിൽ കറുത്തുകിടക്കുന്നു! മുൻപ് വായിച്ച കത്ത് അവൻ വീണ്ടും കവറിലിട്ട് അയയ്ക്കുകയാണ്. വായിക്കുമ്പോൾ വാചകങ്ങൾ മാറ്റിവായിക്കും. അത്രയും മനസ്സിലായപ്പോൾ ഈ കത്തുകളിൽ പലതും അവൻതന്നെ എഴുതുന്നവയാണ് എന്നെനിക്ക് ബോധ്യമായി. പിന്നെ അവൻ വായിക്കുന്നതു കേട്ടപ്പോൾ എനിക്കസൂയ തോന്നിയില്ല. പകരം ഉള്ളിൽ ഒരു ചിരി ഊറിയൂറിവന്നു.

സാബുവിനെപ്പറ്റി ഞാൻ ആദ്യമായി അന്വേഷിച്ചത് ഉമാലോഡ്ജിൽ അല്ലറചില്ലറ പണികളുമായി നില്ക്കുന്ന ഒരാളോടായിരുന്നു. അധികം സംസാരിക്കാത്ത പ്രകൃതമായിരുന്നു അയാളുടേത്.

'അവന്റെ മുറിയിൽനിന്നും വല്ല ഗുളികകളും കിട്ടുകയാണെങ്കിൽ എടുത്തുകൊണ്ടുവരൂ' അത്രയേ അയാൾ പറഞ്ഞുള്ളൂ.

അടുത്തതവണ സാബുവിന്റെ മുറിയിൽ ചെന്നപ്പോൾ സൂത്രത്തിൽ ഞാൻ ഗുളികയ്ക്കുവേണ്ടി തിരഞ്ഞു. ഗുളിക കിട്ടിയില്ലെങ്കിലും ഒഴിഞ്ഞ വെള്ളിനിറത്തിലുള്ള പായ്ക്കറ്റ് കിട്ടി. ഞാനതുംകൊണ്ട് അയാളുടെ അടുത്തേക്ക് ഓടി. ഒടിഞ്ഞു മടങ്ങിയ പാക്കറ്റ് ഉള്ളം കൈയിലിട്ടമർത്തി നോക്കിയിട്ട് അയാൾ പറഞ്ഞു:

'ഇത് പ്രാന്തിന് കഴിക്കുന്ന ഗുളികയാണ്.'

അതുകേട്ടതും എന്റെ കാലിൽനിന്നും മൂർദ്ധാവിലേക്ക് ഒരു മിന്നൽ പാഞ്ഞു. മുറിയിലേക്ക് മടങ്ങുമ്പോൾ ഒരു കാര്യം എനിക്ക് മനസ്സിലായി. ഉമാ ലോഡ്ജിൽ രണ്ടു ഭ്രാന്തന്മാരുണ്ട്. ഒന്ന് സാബുവും മറ്റൊന്ന് ഇയാളും. സ്വയം കഴിക്കുന്നതുകൊണ്ടാണ് അയാൾ ആ ഗുളിക അത്രപെട്ടെന്ന് തിരിച്ചറിഞ്ഞത്.

നാട്ടിലേക്കെന്ന് പറഞ്ഞ് സാബു ഇടയ്ക്കൊന്ന് മുങ്ങും. കൂടുതൽ സുന്ദരനായും കൂടുതൽ പണത്തോടെയും തിരിച്ചുവരും. അങ്ങനെ ഒരുതവണ തിരിച്ചെത്തിയ ദിവസം മോഹനുമായി ചെറിയരീതിയിൽ അവനൊന്നുടക്കി. എന്തോ പറഞ്ഞപ്പോൾ മോഹൻ അവന്റെ കവിളത്തൊന്ന് തോണ്ടിയതാണ് പ്രശ്നമായത്. അവൻ മോഹന്റെ കൈക്ക് കയറിക്കടിച്ചു. പ്രശ്നം രൂക്ഷമായി. ലോഡ്ജിന്റെ മാനേജരറിഞ്ഞു. സാബുവിനോട് അയാൾ മുറി ഒഴിയാൻ പറഞ്ഞു. വാടക കൃത്യമായിക്കൊടുക്കാതെ അവിടെ പറ്റിക്കൂടിയതിനാൽ ഇങ്ങനെയൊരു പ്രശ്നംവന്നപ്പോൾ മാനേജർ എന്നെയും അതിൽ സമർഥമായി പ്രതിചേർത്തു.

അങ്ങനെ ഞാനും സാബുവും ഉമാലോഡ്ജിൽ നിന്നിറങ്ങി. എനിക്കൊരു തകരപ്പെട്ടി മാത്രമേ എടുക്കാനുണ്ടായിരുന്നുള്ളൂ. ഞങ്ങൾ ഇറങ്ങിപ്പോകുമ്പോൾ മോഹനും രാധാകൃഷ്ണനുമൊക്കെ പറഞ്ഞു:

'ഭാര്യേം ഭർത്താവുംകൂടി പോവുകയാണ്.' അത്രയ്ക്ക് സ്ത്രൈണത ഉണ്ടായിരുന്നു സാബുവിന്.

തൊട്ടടുത്തുതന്നെ ഒരു വീടിന്റെ മുകൾ നിലയിൽ ഞങ്ങൾ ഒരു മുറികണ്ടെത്തി. പേടിച്ചുകൊണ്ടാണെങ്കിലും അവന്റെ കൂടെക്കൂടുകയേ എനിക്ക് വഴിയുണ്ടായിരുന്നുള്ളൂ. കാരണം പണം അവന്റെ കൈയിലേ ഉണ്ടായിരുന്നുള്ളൂ.

ഞങ്ങൾ ഒന്നിച്ച് താമസം മാറിയതിനുശേഷം സാബുവിന്റെ എന്നോടുള്ള പെരുമാറ്റത്തിൽ കാര്യമായ മാറ്റം വന്നു. വളരെയധികം നോർമലായും സ്നേഹത്തോടെയുമായിരുന്നു സമീപനം. ഒന്നിച്ചിറങ്ങിച്ചെന്നപ്പോൾ അവന്റെ ഒരാളാണ് ഞാൻ എന്ന് തോന്നിക്കാണണം. എങ്കിലും അവന്റെ കറുത്ത സഞ്ചിയിലേക്കോ മറ്റു വസ്തുക്കളിലേക്കോ ഒന്നുനോക്കാൻപോലും സമ്മതിച്ചിരുന്നില്ല. പേടികാരണം ഞാൻ ഇടംകണ്ണിട്ടുപോലും നോക്കിയതുമില്ല.

പകൽസമയങ്ങളിൽ ഞാൻ രാമുകാര്യാട്ട്, സേതുമാധവൻ, കെ.പി.കൊട്ടാരക്കര തുടങ്ങിയവരുടെ വീടുകളിൽ ചാൻസു ചോദിച്ചുപോകും. കോടമ്പാക്കത്ത് കറങ്ങും. ആ സമയത്തെല്ലാം മുറി സാബുവിന്റെ സ്വകാര്യലോകമാകും. ഭക്ഷണത്തിന് ഒരിക്കലും അവൻ എന്നെ ക്ഷണിച്ചില്ല, ഉമാലോഡ്ജിലേതുപോലെതന്നെ. അവൻ ബിരിയാണി കഴിച്ചുവന്ന് കിടക്കുമ്പോൾ ഞാൻ ഇക്ക തരുന്ന അന്നം കഴിച്ചും ചിലപ്പോൾ അതുമില്ലാതെയും കിടന്നുറങ്ങി. രാവിലെ ഉണരുമ്പോൾ പലപ്പോഴും നിലത്ത് എന്നെ പേടിപ്പിച്ചുകൊണ്ട് സാബുവിന്റെ ഗുളികപ്പാക്കറ്റുകൾ ചിതറിക്കിടക്കും. പാതിരാത്രിയിൽ എപ്പോഴോ എടുത്തു കഴിച്ചതാണ്!

ഞങ്ങളുടെ പുതിയ താമസസ്ഥലത്ത് താഴെയായിരുന്നു കുളിമുറി. കുളിക്കാൻ പോകുന്നയാൾ ഒരു ബക്കറ്റ് വെള്ളവുമായി വേണം പോകാൻ. സോപ്പു തേച്ചു കഴിഞ്ഞാൽ കൂടെയുള്ളയാൾ ബക്കറ്റിൽ വെള്ളം പിടിച്ച് വാതിലിനു പുറത്തുവെച്ചുകൊടുക്കണം. അതുകൊണ്ടുവേണം അകത്തുള്ളയാൾ കുളി പൂർത്തിയാക്കാൻ.

ഒരുദിവസം രാവിലെ സാബുവിന്റെ കുളികഴിഞ്ഞു. ആദ്യത്തെ ബക്കറ്റ് വെള്ളവുമായി ഞാൻ കുളിമുറിയിൽ കയറി. മോലാകെ സോപ്പുതേച്ചുപതപ്പിച്ചു. എത്രകാത്തുനിന്നിട്ടും അടുത്ത ബക്കറ്റ് വെള്ളം വരുന്നില്ല. മേലാകെ സോപ്പു പത പുരണ്ടുനിന്ന് ഞാൻ സാബുവിനെ ഉറക്കെ വിളിച്ചു. മറുപടിയില്ല. ഒടുവിൽ കണ്ണിലെ പത വടിച്ചുകളഞ്ഞ് വാതിലിനു മുകളിലൂടെ പുറത്തേക്കു നോക്കിയപ്പോൾ അവൻ മുറിയുടെ ജനലിൽ നിന്ന് എന്നെനോക്കി കോക്രികാണിക്കുന്നു! വിരലിൽ ഒരു സിഗററ്റ് പുകയുന്നുണ്ട്.

എനിക്ക് ദേഷ്യവും സങ്കടവും ഒരുമിച്ചുവന്നു. പുറത്ത് കിണറ്റുവക്കിൽ സ്ത്രീകൾ വരുന്ന സമയമാണ് .പുറത്തിറങ്ങുന്ന കാര്യം ആലോചിക്കാൻ വയ്യ. ഒടുവിൽ ഞാൻ ശരീരത്തിലെ സോപ്പുമുഴുവൻ തോർത്തുമുണ്ടുകൊണ്ട് തുടച്ചു

▲ ഇന്നസെന്റ്, ഡേവിഡ്കാച്ചപ്പിള്ളി, ഭരത്ഗോപി, കെ.ജി. ജോർജ്, ഷാജി എൻ. കരുൺ

കളഞ്ഞ് ഒരുവിധം പതുങ്ങിപ്പതുങ്ങി കിണറ്റുവക്കിൽ വന്ന് വെള്ളം പിടിച്ചു കൊണ്ടുപോയി കുളി തീർത്തു.

മുറിയിൽ വന്നപ്പോൾ സാബു ചിരിച്ചുകൊണ്ട് കിടക്കയിൽ കിടക്കുന്നു. ഞാൻ അല്പം ദേഷ്യത്തോടെ അവനെ തല്ലാനാഞ്ഞുകൊണ്ടു പറഞ്ഞു:

'ഡാ ഇതൊന്നും കോമഡിയല്ല. വളരെ മോശമായിപ്പോയി.'

പെട്ടെന്ന് അവൻ കിടക്കയിൽനിന്ന് ഒരു സർപ്പത്തെപ്പോലെ പുളഞ്ഞുയർന്ന് എഴുന്നേറ്റു. അവന്റെ കട്ടിക്കണ്ണടച്ചില്ലുകൾക്കടിയിൽ കണ്ണുകൾ കത്തി. പല്ലു ഞെരിച്ചുകൊണ്ട് ചോദിച്ചു:

'നീയെന്നെ തല്ലി അല്ലേ? നിന്നെ ഞാൻ ശരിയാക്കിത്തരാം.'

അവൻ നിന്ന് വിറയ്ക്കുകയായിരുന്നു. കട്ടിലിനടിയിൽനിന്ന് കറുത്ത സഞ്ചി യെടുത്ത് അതിൽനിന്ന് കത്തിയും ചരടും പുറത്തെടുത്തു. കത്തി മേശപ്പുറത്ത് കുത്തിപ്പിടിച്ച് ചരട് വേഗത്തിൽ ചുറ്റിക്കൊണ്ടിരുന്നു. അവൻ കിതയ്ക്കുന്നു ണ്ടായിരുന്നു. കിതപ്പിലൂടെ എനിക്കുകേൾക്കാം:

'ശരിയാക്കിത്തരാം, ശരിയാക്കിത്തരാം.'

കുറച്ചുനേരം അങ്ങനെയിരുന്നതിനുശേഷം കത്തിയും ചരടുമെല്ലാം സഞ്ചി ലേക്കിട്ട് ഷർട്ടും പാന്റ്സുമിട്ട് പുറത്തേക്കിറങ്ങിപ്പോയി. ഇത്തവണ പോകു മ്പോൾ ആ സഞ്ചിയും എടുത്തിരുന്നു.

ഞാനാകെ വിറച്ചിരിക്കുകയാണ്. തൊട്ടുമുൻപ് കുളിച്ചുകയറിവന്ന ഞാൻ വിയർത്തുകുളിച്ചിരുന്നു. ഇനിയിവിടെ നിന്നാൽ അപകടമാണ് എന്ന് എന്റെ നെഞ്ചിടിപ്പുതന്നെ പറഞ്ഞുകൊണ്ടിരുന്നു. എന്റെ തകരപ്പെട്ടിയുമെടുത്ത് ഞാൻ തിരിച്ച് ലോഡ്ജിലേക്ക് ഓടി. എന്റെ വരവു കണ്ട് മോഹനും കൂട്ടുകാരും പറഞ്ഞു:

'ഭാര്യവീട്ടിലെ സമ്മന്തം കഴിഞ്ഞ് ഭർത്താവ് എത്തി'

'എന്റെ പൊന്നുചങ്ങാതിമാരേ ജീവനുംകൊണ്ട് ഓടിപ്പോന്നതാണ്' ഞാൻ നടന്നതൊക്കെ പറഞ്ഞു. അപ്പോഴാണ് അവർ സാബുവിന്റെ രഹസ്യലോക ത്തെക്കുറിച്ചറിയുന്നത്.

പിന്നെ കുറച്ചുദിവസം സാബുവിനെ കണ്ടില്ല. അവൻ എന്നെയോ ഞാൻ അവനെയോ അന്വേഷിച്ചു ചെന്നതുമില്ല. ഒരുദിവസം കോടമ്പാക്കത്തെ റോഡിൽ വെച്ച് അവൻ എന്റെ മുന്നിൽ വന്നുപെട്ടു. വൃത്തിയായി വസ്ത്രം ധരിച്ച്, സുഗ ന്ധം പരത്തി സുന്ദരനായി. പാതി ചിരിച്ചുകൊണ്ട് അവൻ പറഞ്ഞു:

'അന്ന് നിങ്ങൾ പോയതു നന്നായി. രാത്രി നിങ്ങളെ തട്ടാൻ ഞാൻ തീരുമാ നിച്ചിരുന്നു!!'

നിന്നനില്പിൽ എന്റെ ശ്വാസം ഒന്നു നിലച്ചു. അടുത്ത നിമിഷം ഒന്നും പറ യാതെ ഞാൻ തിരിഞ്ഞുനടന്നു. മരണത്തിന്റെ വക്കിൽനിന്ന് രക്ഷപ്പെട്ട ഒരു മനുഷ്യൻ അനുഭവിക്കുന്ന പറഞ്ഞറിയിക്കാനാവാത്ത അവസ്ഥ ഞാൻ അറി യുകയായിരുന്നു. മനസ്സിന്റെ ആൾത്താരയിൽ പ്രാർഥനയുടെ നൂറുനൂറു മെഴു കുതിരികൾ തെളിഞ്ഞു.

പിന്നെ ഞാൻ സാബുവിനെ കണ്ടിട്ടില്ല. കുറച്ചുദിവസംകൂടി ആ മുറിയിൽ

താമസിച്ചതിനുശേഷം അവൻ അവിടം വിട്ടുപോയതായിട്ടാണ് അറിഞ്ഞത്.

കുറച്ചുകാലംകൂടി കഴിഞ്ഞപ്പോൾ സിനിമാമോഹം ഉപേക്ഷിച്ച് ഞാൻ മദ്രാസ് വിട്ട് ദാവൻഗരെയിലേക്ക് പോയി തീപ്പെട്ടിക്കമ്പനി ഏറ്റെടുത്തു. ക്രമേണ അത് തകർന്നു. സാമ്പത്തികമായി ഞാനും തകർന്നു. മാനസ്സികമായി ഒറ്റപ്പെട്ടു. ആ സമയത്ത് എന്റെ ഏക ആശ്വാസം ദാവൻഗരെ മലയാളിസമാജത്തിൽ ചെന്നിരിക്കുക എന്നതായിരുന്നു. ഒരുദിവസം ഞാനവിടെയിരിക്കുമ്പോൾ മേശപ്പുറത്ത് '*മാതൃഭൂമി ആഴ്ചപ്പതിപ്പി*'ന്റെ ഒരു കോപ്പി കിടക്കുന്നു. ഞാനാദ്യമായാണ് *മാതൃഭൂമി ആഴ്ചപ്പതിപ്പ്* കാണുന്നത്. വായനാശീലം അന്നും ഇന്നും എനിക്കില്ല. എന്നാൽ അന്ന് ആ *മാതൃഭൂമി* എന്നെക്കാത്ത് കിടക്കുകയായിരുന്നു എന്ന് ഇന്ന് ആലോചിക്കുമ്പോൾ തോന്നുന്നു. ഒരു ലക്ഷ്യവുമില്ലാതെ അതിന്റെ താളുകൾ ഞാൻ മറിച്ചുനോക്കി. മറിച്ചുമറിച്ച് 'ഏകാന്തകാമുകൻ' എന്ന ഒരു തലക്കെട്ടിൽ കണ്ണുടക്കി. മഹാകവി പി. കുഞ്ഞിരാമൻ നായരുടെ ആത്മകഥയായ '*കവിയുടെ കാൽപ്പാടുകളി*'ലെ ഒരധ്യായമായിരുന്നു അത്. 'കാമുകൻ' എന്ന് കണ്ടതുകൊണ്ടാണ് ഞാനത് വായിച്ചുതുടങ്ങിയത്.

പ്രത്യേകതരത്തിലുള്ള എഴുത്ത്. എഴുതാൻവേണ്ടി '*മലയാള മനോരമ*'യുടെ അതിഥിയായി കോട്ടയത്ത് ചെന്നതിനെക്കുറിച്ചാണ് ആദ്യഭാഗങ്ങളിൽ. മനോരമ, കവിയുടെ കൂടെനടന്ന് ഫോട്ടോയെടുക്കാൻ ഒരു ഫോട്ടോഗ്രാഫറെ ഏർപ്പാടുചെയ്തുകൊടുക്കുന്നു. കുഞ്ഞിരാമൻ നായർ എഴുതുന്നു:

'ഏഴാം നമ്പർ മുറിയിൽ നിത്യകന്യകയെ ചിന്തിച്ചിരുന്നു. അടുത്ത മുറിയിൽ വെറുതെ പൊട്ടിച്ചിരിച്ചു നില്ക്കുന്ന ലൈറ്റ്. ലഹരിപതയുന്ന സിനിമാ മൂളിപ്പാട്ട്. കൊട്ടിയടച്ച ജനൽ. താഴിട്ട കതക് പഴുതിൽക്കൂടി നോക്കി. സിൽക്ക് കള്ളിമുണ്ട്, ചുകപ്പ് ടെറികോട്ടൺ ഷർട്ട്, കറുത്തു തടിച്ച കണ്ണട, പച്ച മഷിയിൽ കട്ടിക്കടലാസിൽ വാർന്നുവീഴുന്ന സർപ്പാകൃതി കൈപ്പടം. ഓ, എഴുത്തുകാരൻ. കഥയെഴുത്തുകാരനായിരിക്കണം. ഇരുപതിൽ കവിയാത്ത പ്രായം. മത്തും പുകയും കെട്ടിപ്പിടിച്ചു കിടക്കുന്ന ചുകന്ന ചുണ്ടുകൾ. ഇളംമഞ്ഞപ്പല്ല്. സിനിമാ നടന്റെ, സിനിമാ നടിയുടെ സൗന്ദര്യം. അന്വേഷിച്ചവനെ കണ്ടെത്തി – മനസ്സു തണുത്തു. ചുമലിൽ തൂങ്ങുന്ന ക്യാമറ പറഞ്ഞു: 'ഫോട്ടോഗ്രാഫർ. കവീ, തനിക്കുപറ്റിയ ഫോട്ടോഗ്രാഫർ.'

അതുവായിച്ചു കഴിഞ്ഞതും എന്റെ ഉടലൊന്നു പിടഞ്ഞു, എന്തിനോ. വായനയുടെ വേഗമേറി, എന്തുകൊണ്ടോ...

'... സിനിമാസ്റ്റുഡിയോയിൽ ഫോട്ടോഗ്രാഫി പഠിക്കുന്ന പയ്യനാണ്. നാട് അടുത്തെങ്ങാണ്ടോ ആണ്. കുറെ ദിവസമായി ഇവിടെ മുറിയെടുത്ത് താമസിക്കുന്നു...'

എന്റെ ശരീരം വിയർത്തുതുടങ്ങി. മനസ്സിൽ വെളുത്തു നേരിയ ഒരു നിഴൽ. വായന തുടർന്നു.

'പഴുതിൽക്കൂടി സൂക്ഷിച്ചുനോക്കി. വെട്ടിയിട്ട കൊച്ചു ചന്ദനമരം. സ്വർണനിറം. പ്രശാന്തപ്രകൃതി. ഉറക്കത്തിലെന്തോ പിറുപിറുക്കുന്നു. ഓട്ടോറിക്ഷയിൽ ഒരാൾ വന്നു. കറുത്തുതടിച്ച, കൊമ്പൻ മീശയുള്ള കിണ്ടൻ. വാതിലിൽ

മുട്ടി. ജോയിക്കുട്ടീ, ജോയിക്കുട്ടീ...'

ജോയിക്കുട്ടി... എന്റെ മനസ്സിൽ സംശയം പുകഞ്ഞുകൊണ്ട് പാഞ്ഞുനടന്നു. എന്നാൽ തുടർന്നുള്ള വാചകങ്ങൾ എന്റെ സംശയം തീർത്തു.

'... രാവും പകലും പലരും ലോഡ്ജിൽ വന്നന്വേഷിച്ചു- ജോയിക്കുട്ടിയുണ്ടോ? ഓരോരുത്തരും മുറിയിൽ കടന്നാൽ കതകടയും. നീണ്ട സ്വകാര്യം.

അഞ്ചുമണിവരെ ഉറക്കം. കൃത്യം ആറടിച്ചാൽ ജോയിക്കുട്ടി പുറത്തിറങ്ങും. പുതിയ പുതിയ സൈക്കിളുകൾ, ഓരോ നേരം ഓരോ വേഷം. പുതിയ വിലപ്പെട്ട വാച്ചുകൾ, കാന്തശക്തിയുള്ള ഉഗ്രസൗന്ദര്യം!... എന്നാൽ ആ പയ്യന്റെ കണ്ണിലേക്ക് ഒന്ന് സൂക്ഷിച്ചുനോക്കണം. കൊലപാതകിയുടെ കണ്ണ്... പലതരം ക്യാമറകളുണ്ട് കൈയിൽ. പെട്ടിയിൽ പലതരം കത്തികളും. വിലപ്പെട്ട വിഷഗുളികകളും ഉണ്ട്...'

അവിടെ എന്റെ വായന കിതച്ചുനിന്നു. ജോയിക്കുട്ടി എന്ന് കവി എഴുതിയ സ്ഥലത്തെല്ലാം ഞാൻ സാബു എന്ന് മാറ്റി വായിച്ചുനോക്കി. പിന്നീടുള്ള എല്ലാ വരികളും അങ്ങനെത്തന്നെ വായിച്ചു.

'... ആയിരത്തിന്റെ നോട്ട് എന്നും കീശയിലുണ്ട്. മാറി മാറി സ്വർണമോതിരം, മാറി മാറി സ്വർണച്ചെയിൻ, പലതരം വാച്ചുകൾ. ഷൂ, പാന്റ്സ്, ടർളിൻ ഷർട്ടുകൾ, വിലപിടിച്ച ശീമക്കുപ്പികൾ.'

ഈ പയ്യന്റെ വയസ്സ്?

പത്തൊൻപത്, ഇരുപത്

നിത്യം തപാലുരുപ്പടികൾ ഉണ്ട്. തുരുതുരെ കത്തുകൾ. എല്ലാം പോസ്റ്റോഫീസിൽ ചെന്ന് വാങ്ങും. പോസ്റ്റ്മാൻ ഭദ്രമായി കയ്യിൽ കൊടുക്കും.

മദ്രാസിനുപോകുന്നു എന്നു പറയും, പോകുന്നില്ല.

എല്ലാ താരനിശയ്ക്കും സീറ്റ് റിസർവ്ചെയ്യും. ഒരത്യുഗ്ര കഥാപാത്രം...

... അവൻ ഭയങ്കരനാണ്. കണ്ണിലേക്കുനോക്കണം. മനസ്സാക്ഷിയുടെ കുത്തേറ്റ പരിഭ്രമക്കണ്ണാടി- അതാണ് ആ കണ്ണ്. അതു മറയ്ക്കാൻ കറുത്ത കണ്ണട... അഞ്ചുപെട്ടി വിലപ്പെട്ട ഡൺഹിൽ സിഗററ്റ് വലിച്ചൂതി പുകവിടും. ജോയിയുടെ സിഗററ്റ് വലി ഒരു കലയാണ്... 'ജന്റിൽമാൻ'മാരോട് കടന്നുകയറി പരിചയപ്പെടും. ഒറ്റഞൊടിയിൽ അടിപ്പെടുത്തും. ഇംഗ്ലീഷ് വശമില്ല. എന്നാൽ മലയാളം ഇംഗ്ലീഷാക്കി കൊഞ്ചിപ്പറയും. സായ്പ്പിന്റെയും മദാമ്മയുടെയും സ്വരം പകരും. ആംഗ്യം അഭിനയിക്കും... കുറുക്കൻ, നായ, കഴുത, പുലി, മൂരി, കടുവ. എല്ലാം ജോയിയുടെ അകത്തുണ്ട്. പലതരം പാമ്പുകൾ ആ പത്തൊൻപതുകാരന്റ ഉള്ളിലുണ്ട്...'

ആ വാചകം വായിച്ചുതീർന്നപ്പോൾ ഞാൻ തലയ്ക്ക് കൈകൊടുത്തിരുന്നു. കുഞ്ഞിരാമൻനായരെ എനിക്കറിയില്ല. അദ്ദേഹത്തിന്റെ കവിതയും വായിച്ചിട്ടില്ല. എന്നാൽ, കുഞ്ഞിരാമൻനായർ ഇപ്പോൾ കുടുങ്ങിയ കുടുക്കറിയാം. എനിക്കദ്ദേഹത്തെ അതിൽനിന്ന് രക്ഷിക്കണമെന്നുണ്ടായിരുന്നു. പക്ഷേ, എങ്ങനെ? ആരോടുപറയും? അദ്ദേഹം എവിടെയുണ്ടാകും? ഒന്നും എനിക്കറിയില്ലായിരുന്നു. അന്നുരാത്രിയും തുടർന്നുള്ള ദിവസങ്ങളിലും ഞാൻ കണ്ട സാബുവും

കുഞ്ഞിരാമൻനായരുടെ ജോയിക്കുട്ടിയും എന്നെ വേട്ടയാടി. പക്ഷേ, ആരോടും പറയാനില്ലായിരുന്നു. പറഞ്ഞാലും ആരും വിശ്വസിക്കുകയുമില്ലായിരുന്നു.

'ശ്രാവണ നിശീഥിനിതൻ പൂവനം തളിർത്തു
പാതിരാവിൻ താഴ്‌വരയിലെ പവിഴമല്ലികൾ പൂത്തു
വിഫലമായ മധുവിധുവാൽ
വിരഹ ശോകസ്മരണകളാൽ
അകലെയെൻ കിനാക്കളുമായ്
ഞാനിരിക്കുന്നൂ- സഖീ,
ഞാനിരിക്കുന്നൂ'

എന്ന വരികൾ മൂളിക്കൊണ്ടിരിക്കുന്ന ഏകാന്ത കാമുകനെക്കുറിച്ച് പറഞ്ഞുകൊണ്ടാണ് ആ അധ്യായം അവസാനിക്കുന്നത്. സാബു എന്നെ വായിച്ചു കേൾപ്പിച്ച കത്തുകളിലെ വരികൾ ഞാൻ ഓർത്തു. കവിത കഴിഞ്ഞ് ഏറ്റവും ഒടുവിലായി 'തുടരും' എന്ന് കൊടുത്തിരുന്നു.

ഞാൻ അടുത്തലക്കം *മാതൃഭൂമി ആഴ്ചപ്പതിപ്പി*നായി വെമ്പലോടെ കാത്തിരുന്നു. എന്നാണ് *മാതൃഭൂമി ആഴ്ചപ്പതിപ്പി*റങ്ങുക എന്നെനിക്കറിയില്ലായിരുന്നു. സമാജത്തിൽ ആരോടും ചോദിക്കാൻ വയ്യ. നേരാംവണ്ണം പത്രംപോലും വായിക്കാത്ത ഞാൻ *മാതൃഭൂമി ആഴ്ചപ്പതിപ്പ്* അന്വേഷിച്ചുചെന്നാൽ എനിക്ക് ഭ്രാന്തായി എന്ന് അവർ തീരുമാനിക്കും. ഓരോ ദിവസവും എണ്ണി ഞാൻ കാത്തിരുന്നു. ഒരാഴ്ചയിലെ ദിവസങ്ങൾക്ക് ഇത്രയും ദൈർഘ്യമുണ്ടെന്ന് എനിക്ക് അന്നുതോന്നി.

ഒടുവിൽ ഒരുദിവസം തപാലിൽ ആഴ്ചപ്പതിപ്പു വന്നു. 'ഉടഞ്ഞുപോയ സ്ഫടികക്കുപ്പികൾ' എന്നായിരുന്നു ആ അധ്യായത്തിന്റെ പേര്.

ആദ്യഭാഗങ്ങളിൽ ജോയിക്കുട്ടിയെപ്പറ്റി ചില പരാമർശങ്ങൾ മാത്രം-

'...ജോയിക്കുട്ടി, പലവട്ടം നീലക്കടൽക്കാറ്റിന്റെ നാട്- കോഴിക്കോട്- പുതിയറയിലെ ഇഷ്ടകാമുകീ ഭവനം കണ്ടുമടങ്ങി. പ്രേമലേഖനങ്ങളുടെ നോവലെഴുത്ത് ജോയിക്കുട്ടിയുടെ സ്ഥിരം തൊഴിലായി... പലവട്ടം റോഡിൽ കണ്ടുമുട്ടി. പച്ചപ്പരിഷ്കാരിവേഷം, സിനിമാ വേഷം, നാടൻവേഷം, സായിപ്പുവേഷം, ഒടുവിൽ മുഴുത്ത ഹിപ്പിവേഷം. പുറംകൊണ്ടടുത്തും അകംകൊണ്ടകന്നു.'

കവിക്ക് അവനെ മനസ്സിലായിത്തുടങ്ങി എന്നെനിക്കു മനസ്സിലായി.

പിന്നെ കുറേ ഭാഗങ്ങൾ മറ്റുകാര്യങ്ങൾ. ഒടുവിൽ വീണ്ടും അവൻ വന്നു.

'... ഒരോണം സ്പെഷ്യൽ. അവയ്ക്കു പടംവേണം. ഒറ്റയ്ക്കുള്ള പടമില്ല. ജോയിയുടെ കൂടെയെടുത്ത പടം അതിൽ വന്നു.

മദ്രാസ് യാത്രയ്ക്ക് നല്ല തുക സംഭാവന കൊടുത്തു.

അവൻ തിരിച്ചടിച്ചു.

പെട്ടെന്ന് ഒരു കത്ത്. നീണ്ട കത്ത്. താൻ കവിയല്ല, മനുഷ്യനല്ല, ചെകുത്താൻ!

ഞാൻ കോട്ടയത്തുവരും. ഊരിപ്പിടിച്ച കത്തിയുമായി തന്റെ മുറിയിൽ വരും. കത്തി നെഞ്ചത്താഴ്ത്തി, കിടന്നുപിടയുന്ന തന്റെ ചോര കോരിക്കുടിക്കും.

തന്നെ കൊന്നു എന്ന പുണ്യകർമം ചെയ്ത എന്നെ കോടതി വെറുതെവിടും. എന്റെ പടം പത്രത്തിൽ വരുത്തി താൻ എന്നെ അപമാനിച്ചു. ഈ അപമാനത്തിന് ജോയിക്കുട്ടി പകരംവീട്ടും...'

വീണ്ടും ജോയിക്കുട്ടിക്കു പകരം സാബുവിന്റെ മുഖം എന്റെ മനസ്സിൽ തെളിഞ്ഞു. തകരപ്പെട്ടിയുമെടുത്ത് ഞാൻ ഇറങ്ങിയോടിയ ദിനം പേടിയോടെ ഓർമയിലെത്തി. കവിയുടെ ജീവനുവേണ്ടി ഞാൻ പ്രാർഥിച്ചു. കാരണം അവൻ ചെയ്യും എന്നു പറഞ്ഞാൽ ചെയ്യും. എന്നാൽ എന്നെ ഞെട്ടിച്ചുകൊണ്ടാണ് കുഞ്ഞിരാമൻനായർ ആ അധ്യായം എഴുതിയവസാനിപ്പിച്ചത്:

'... തിരുനക്കര കവലയിലെത്തി.

ഒരു പത്രാധിപർ ചോദിച്ചു: 'സാർ അറിഞ്ഞില്ലേ സംഭവം?'

'എന്തു സംഭവം?'

'നുണപറയരുത് സാറേ!'

'ഏത്? പറയണം.'

'ജോയിക്കുട്ടിയുടെ സംഭവം.'

'ഉം, എന്തുപറ്റി?'

'സാറിന്റെ ഫോട്ടോഗ്രാഫർ ജോയിക്കുട്ടി മരിച്ചു.'

'ഏ? എങ്ങനെ?...'

ആ ചോദ്യം ചോദിച്ചത് ഞാനും കുഞ്ഞിരാമൻനായരും ഒന്നിച്ചായിരുന്നു. നെഞ്ചുകിതച്ചുകൊണ്ട്...

'...മരിക്കുന്ന ദിവസം ഉച്ചയ്ക്ക് അവൻ ഇവിടെ വന്നു. മദ്രാസിൽനിന്നോ കോഴിക്കോട്ടുനിന്നോ, അറിഞ്ഞുകൂടാ. ജോയി പറഞ്ഞു: പണം വായ്പകൊടുത്ത വകയിൽ ഇനിയും കിട്ടാനുണ്ട്. വട്ടം കറക്കുന്നു. കേസ്കൊടുക്കണം. ഇന്നു രാത്രി രണ്ടിലൊന്ന് തീരുമാനമാകണം.

മൂന്നുനാൾ കഴിഞ്ഞു. കാലത്തെ പത്രത്തിൽ പടവും വാർത്തയും വന്നു. കോട്ടയം പുഴയിൽ ഒരു ചെറുപ്പക്കാരന്റെ ശവം ഒഴുകിനടക്കുന്നത് നാട്ടുകാർ കണ്ടു. അർധരാത്രി അടക്കിപ്പിടിച്ച നിലവിളി അയൽക്കാർ കേട്ടു. പോലീസ് ശവം കണ്ടെടുത്തു. പോസ്റ്റ്മോർട്ടം കഴിച്ച് മുനിസിപ്പൽ തോട്ടികൾ ശവപ്പെട്ടി പൊതുശ്മശാനത്തിൽ മറവുചെയ്തു.

ജോയിക്കുട്ടിയുടെ പാന്റും ഷൂസും ടെറിക്കോട്ടൻ ഷർട്ടുമിട്ട ശവം കൂട്ടുകാർ തിരിച്ചറിഞ്ഞു.'

അവസാന വാചകം വായിക്കും മുൻപേ എന്റെ കണ്ണ് നിറഞ്ഞൊഴുകാൻ തുടങ്ങി. മനസ്സാകെ പുകയുന്നതുപോലെ. നനഞ്ഞ കണ്ണിൽ നിറയെ നദിയിൽ ഒഴുകി നടക്കുന്ന സാബുവിന്റെ ശവമായിരുന്നു. അവന്റെ ചുരുണ്ടമുടികൾ നനഞ്ഞ് നെറ്റിയിൽ പറ്റിക്കിടക്കുന്നു. വെളുത്ത ശരീരത്തിൽ നേർത്ത നീലിമ പടർന്നിരുന്നു.

അവൻ എന്റെ ആരുമല്ലായിരുന്നു. കുറച്ചുനാൾ ഒന്നിച്ചുപാർത്ത് പേടിപ്പിച്ച് പിണങ്ങിപ്പിരിഞ്ഞുപോയവൻ മാത്രം. പക്ഷേ, ഉള്ളിലെവിടെയൊക്കെയോ അവനെ എനിക്കിഷ്ടമായിരുന്നു. കുഞ്ഞിരാമൻനായർക്കും അതങ്ങനെത്ത

ന്നെയായിരിക്കണം. ആ അധ്യായം അദ്ദേഹം ഇങ്ങനെയാണ് അവസാനിപ്പിക്കുന്നത്–

'...വിദൂര നീലിമയിൽ ഒരു വെൺമേഘം ചിതറിയൊഴുകി. പിന്നിൽ ചന്ദനമരത്തിൽ ഒറ്റപ്പറവ കരഞ്ഞിരുന്നു. ഉടഞ്ഞുതകർന്ന രണ്ട് സ്ഫടികക്കുപ്പികൾ. ഒന്നിൽ സ്വാർഥത്തിന്റെ ഉഗ്രവിഷം. മറ്റേതിൽ സ്നേഹത്തിന്റെ അമൃത്.

ചെല്ലപ്പൻ ചോദിച്ചു: 'കവിയുടെ കണ്ണിൽ വെള്ളമോ?'

വർഷങ്ങൾക്കുശേഷം, ലേഡീസ് ബാഗും ചെരിപ്പുമെല്ലാം നടന്നുവിറ്റിരുന്ന കാലത്ത് ഞാൻ കോട്ടയത്ത് എത്തിയപ്പോൾ കുര്യാക്കോസ് എന്ന അഡ്വക്കേറ്റിനെ അന്വേഷിച്ചു. അപ്പന്റെ പേരായി അതായിരുന്നു അവൻ എന്നോട് പറഞ്ഞത്. പക്ഷേ, കൃത്യമായ വിവരം കിട്ടിയില്ല. സ്വന്തം പേരുതന്നെ പലസ്ഥലങ്ങളിൽ പലതായിപ്പറയുന്ന അവൻ അപ്പന്റെ പേര് കൃത്യമായിപ്പറയാൻ സാധ്യതയില്ല.

ഇപ്പോഴും മനസ്സിന്റെയുള്ളിൽ സാബുവിനെ എനിക്കിഷ്ടമാണ്. ഞാൻ കണ്ട ഏറ്റവും നിഗൂഢനായ മനുഷ്യനും അവനാണ്. ഒരുപക്ഷേ, നിയന്ത്രിക്കാനാവാത്തതും നമുക്കറിയാത്തതുമായ ഏതോ മനുഷ്യാവസ്ഥ കാരണം ഭ്രാന്തനും ക്രൂരനും പൊട്ടിപ്പൊട്ടിക്കരയുന്നവനും പൊട്ടിച്ചിരിക്കുന്നവനും പ്രണയിക്കുന്നവനും കൊഞ്ചുന്നവനുമായ ഒരു പയ്യൻ. ആ അവസ്ഥതന്നെയാവണം അവന്റെ സുന്ദരമായ ശരീരത്തെ കൊന്ന് കോട്ടയം പുഴയിൽ എറിഞ്ഞതും.

16

ശ്രീനിവാസന്റെ നുണക്കഥയും റാംജിറാവ് സ്പീക്കിങ്ങും

മദിരാശി മഹാനഗരത്തിൽ ശ്രീനിവാസൻ എന്നൊരാൾ വന്നുകൂടിയിട്ടുണ്ട് എന്ന് പലരും പറഞ്ഞാണ് ഞാൻ അറിയുന്നത്. ഫിലിം ഇൻസ്റ്റിറ്റ്യൂട്ടിൽ പഠിച്ചയാളാണ്, പി.എ. ബക്കറിന്റെ സിനിമയിൽ അഭിനയിച്ചിട്ടുണ്ട്, ബുദ്ധിമാനാണ് എന്നെല്ലാം അറിഞ്ഞു. എവിടുത്തുകാരനാണെന്നോ എവിടെയാണ് താമസമെന്നോ അറിയില്ല. അക്കാലത്ത് സിനിമാമോഹവുമായി മദിരാശിയിൽ വന്നുകൂടിയവരുടെയൊക്കെ അവസ്ഥ അതായിരുന്നു. അവരെല്ലാം എവിടെയാണ് താമസിക്കുന്നത് എന്നു ചോദിച്ചാൽ ആർക്കും അറിയില്ല. ചില പ്രത്യേക സ്ഥലങ്ങളിൽ, പ്രത്യേക സമയങ്ങളിൽ അവരെക്കാണാം. അതു കഴിഞ്ഞാൽ എല്ലാവരും ഏതൊക്കെയോ ഇടവഴികളിലേക്ക് മറയുന്നു. എവിടെയൊക്കയോ വിശന്നും സഹിച്ചും സ്വപ്നം കണ്ടും കഴിയുന്നു. അവർക്കാർക്കും മേൽവിലാസമില്ലായിരുന്നു. സിനിമയിലൂടെ മേൽവിലാസം ഉണ്ടാക്കണം എന്ന അടക്കാനാവാത്ത ആഗ്രഹം മാത്രമേ ഉണ്ടായിരുന്നുള്ളൂ. അതുമാത്രമാണ് സമയത്തിന് ഭക്ഷണവും ശുദ്ധവായുവും കൂടിയില്ലെങ്കിലും ഏതൊക്കെയോ മാളങ്ങളിൽ അവരെ ജിവിപ്പിച്ചു നിർത്തിയത്.

ഞാനും ഡേവിഡ് കാച്ചപ്പള്ളിയും ചേർന്ന് നിർമിച്ച് മോഹൻ സംവിധാനം ചെയ്ത '*ഇളക്കങ്ങൾ*' എന്ന സിനിമയിൽ ചില കഥാപാത്രങ്ങൾക്ക് ഡബ്ബ് ചെയ്യാൻ ആളെ ആവശ്യമുണ്ടായിരുന്നു. ശ്രീനിവാസൻ നന്നായി ഡബ്ബ് ചെയ്യും എന്ന് അപ്പോഴാണറിഞ്ഞത്. വിളിച്ചപ്പോൾ ശ്രീനിവാസൻ വന്നു. കറുത്ത് കുറുതായ മനുഷ്യൻ. അധികം സംസാരമില്ല. ഡബ്ബിങ് കഴിഞ്ഞ് പോകുന്നതിനു മുൻപ്, *ഇളക്കങ്ങളി*ലെ എന്റെ കഥാപാത്രമായ കറവക്കാരൻ ദേവസ്യക്കുട്ടിയെക്കുറിച്ച് ശ്രീനിയോടു ചോദിച്ചു. ഇൻസ്റ്റിറ്റ്യൂട്ടിലൊക്കെ പഠിച്ചുവന്ന ബുദ്ധിമാനായ ഒരാളുടെ അഭിപ്രായമറിയാനുള്ള അഭിനയമോഹിയുടെ കൊതിമാത്രം.

'നന്നായിട്ടുണ്ട്' - ശ്രീനിവാസൻ പറഞ്ഞു. അത്രയേ പറഞ്ഞുള്ളൂ. അതുകൊണ്ടുതന്നെ അതൊരു മുഖസ്തുതിയല്ല എന്ന് എനിക്കു മനസ്സിലായി. എനിക്കു സംതൃപ്തിയായി. ഞങ്ങൾ അടുത്തു. പിന്നീട് ഞങ്ങൾ നിർമിച്ച്, മോഹൻ സംവിധാനം ചെയ്ത '*ഒരു കഥ ഒരു നുണക്കഥ*' ശ്രീനിവാസൻ എഴുതി. സിനിമയുടെ മർമം അറിയുന്ന നല്ല എഴുത്തുകാരനുമാണ് ഇയാൾ എന്ന് എനിക്ക് ബോധ്യമായി. ഞങ്ങൾ നല്ല ചങ്ങാതിമാരായി.

▲ ശ്രീനിവാസനും മമ്മൂട്ടിക്കുമൊപ്പം ഒരുകഥ ഒരു നുണക്കഥയുടെ സെറ്റിൽ

ഒരുദിവസം അപ്രതീക്ഷിതമായി ശ്രീനി എന്നോടു പറഞ്ഞു:

'ഞാനൊരു കല്ല്യാണം കഴിച്ചാലോ എന്നാലോചിക്കുകയാണ്'

'നല്ല കാര്യം. പെണ്ണ് എവിടുന്നാ?' ഞാൻചോദിച്ചു.

'നാട്ടിൽത്തന്നെയാണ്, വിമല.' ശ്രീനിപറഞ്ഞു.

'എന്നാൽപ്പിന്നെ എത്രയും പെട്ടന്ന് നോക്കിക്കോ' ഞാൻ പ്രോത്സാഹിപ്പിച്ചു.

'അത്രപെട്ടന്ന് പറ്റില്ല, ചില പ്രശ്നങ്ങളുണ്ട്'. ശ്രീനി അത് പറഞ്ഞപ്പോൾ ത്തന്നെ സംഗതി പ്രണയമാണ് എന്നെനിക്കു പിടികിട്ടി.

'എന്താ ആ കുട്ടിക്ക് ഇഷ്ടമല്ലേ?' ഞാൻ ചോദിച്ചു.

'ഇഷ്ടമാണ്'

'നിന്റെ വീട്ടുകാർക്ക് സമ്മതമല്ലേ?'

'സമ്മതമാണ്.'

'അവരുടെ വീട്ടുകാർക്കോ?' ഞാൻ ചോദ്യം തുടർന്നു.

'അവർക്കും സമ്മതമാണ്.' ശ്രീനി പറഞ്ഞു.

ആർക്കും എതിർപ്പില്ല, എല്ലാവർക്കും സമ്മതം. പിന്നെന്താണ് പ്രശ്നം എന്നറിയാതെ ഞാൻ അന്തം വിട്ടുനിന്നു. അപ്പോൾ ശ്രീനി വളരെ ഗൗരവത്തിൽ പറഞ്ഞു:

'ഞങ്ങൾക്ക് ഒളിച്ചോടി മാത്രമേ കല്യാണം കഴിക്കാൻ സാധിക്കൂ!' അതു കൂടി കേട്ടപ്പോൾ എന്റെ അദ്ഭുതം ഇരട്ടിച്ചു. ഒരുപിടിയും കിട്ടുന്നില്ല. എന്റെ അവസ്ഥകണ്ട് ശ്രീനിതന്നെ കാര്യം വിശദീകരിച്ചു.

'കല്യാണം നേരായവഴിക്ക് നടത്തണമെങ്കിൽ സാമാന്യം നല്ല കാശ് വേണം.

▲ റാംജിറാവ് സ്പീക്കിങ്

എന്റെ കൈയിൽ ചില്ലിക്കാശില്ല. ഒളിച്ചോടിപ്പോയി കല്യാണം കഴിച്ചാൽ സൗകര്യമാണ്. 'അവൻ ഒളിച്ചോടിപ്പോയി പെണ്ണു കെട്ടിയതാണ്' എന്ന് വീട്ടുകാർക്ക് പറഞ്ഞുനില്ക്കുകയും ചെയ്യാം.'

എന്റെ മുന്നിൽ നില്ക്കുന്ന കുറിയ മനുഷ്യൻ ചില്ലറക്കാരനല്ല എന്നെനിക്ക് മനസ്സിലായി. ചിലകാര്യങ്ങളിൽ ഇയാൾ എന്റെ ഗുരുതന്നെയാണ്.

ആ സമയത്തുതന്നെയാണ് മമ്മൂട്ടിക്ക് പറ്റിയ ഒരു കഥയുണ്ട് എന്ന് ശ്രീനി പറയുന്നത്. വിജയാ മൂവീസ് അത് നിർമിക്കാം എന്നേറ്റു. സാജൻ സംവിധാനം ചെയ്യും.

നിർമിച്ച സിനിമകളെല്ലാം തകർന്ന്, മൂക്കറ്റം കടം കയറിയ ഞാൻ ഇരിങ്ങാലക്കുടയിൽ ഒതുങ്ങാനായി തിരിച്ചെത്തിയിട്ടേ ഉണ്ടായിരുന്നുള്ളൂ. അഭിനയ മോഹം തീർന്നു. നിർമാണത്തിനുള്ള പൂതിയും കഴിഞ്ഞു. മുന്നിൽ ജീവിതം ഒരു വലിയ ബാധ്യതയായി നീണ്ടുകിടക്കുന്നു. അപ്പോഴാണ് ശ്രീനിയുടെ ഈ വിളി. അതിൽ സിനിമയിലേക്കുള്ള മറ്റൊരു പഴുത് എനിക്ക് കിട്ടി: തിരക്കഥാരചന. നല്ല തിരക്കഥ എഴുതാൻ അത്യാവശ്യം വായനയുടെയും ഭാവനയുടെയും എഴുതാനുള്ള കഴിവിന്റെയും പിൻബലം വേണമെന്ന സത്യമൊന്നും ഞാൻ ഗൗനിച്ചില്ല. സിനിമയുടെ പരിസരങ്ങളിൽ കുറെക്കാലം ചുറ്റിപ്പറ്റി നടന്നതിന്റെ ധൈര്യവും ബലവും മാത്രംവെച്ചാണ് ഞാൻ സാഹസത്തിന് മുതിർന്നത്. തരം കിട്ടിയാൽ എനിക്കുള്ള ഒരു റോൾ സൂത്രത്തിൽ തിരുകിക്കയറ്റുകയും ചെയ്യാം. അങ്ങനെ ഞാൻ എഴുത്തുകാരന്റെ വേഷം കെട്ടാനും തയ്യാറായി.

എറണാകുളത്ത് ഇപ്പോൾ റിനൈസൻസ് എന്നു പേരുള്ള പഴയ പോളക്കുളം

▲ റാംജിറാവ് സ്പീക്കിങ്

ടൂറിസ്റ്റ്ഹോമിൽ ആണ് ഞങ്ങൾ കഥമെനയാൻ താമസിച്ചത്. മുറിവാടകയും ഞങ്ങളുടെ ഭക്ഷണച്ചെലവും നിർമാതാവ് കൊടുക്കും. അത്രയും ആശ്വാസം.

മാനസികരോഗാശുപത്രിയിലെ ഡോക്ടറാണ് മമ്മൂട്ടിയുടെ കഥാപാത്രം. അനാഥനായ അയാളെ ഒരു പള്ളീലച്ചനാണ് എടുത്തുവളർത്തിയത്. ഒരു പണക്കാരിപ്പെൺകുട്ടിയെ ആണ് അയാൾ വിവാഹം ചെയ്യുന്നത്. എടുത്തുവളർത്തിയ പള്ളീലച്ചന് അയാളെ പഠിപ്പിക്കാൻ ചെലവായ പണം മുഴുവൻ നല്കിയിട്ടാണ് പെണ്ണിന്റെ അച്ഛൻ മകളെ ആ ഡോക്ടർക്ക് വിവാഹം ചെയ്തുകൊടുത്തത്. ശരിക്കും വിലയ്ക്കുവാങ്ങൽ. അതിന്റെ ദുരന്തങ്ങളാണ് കഥ.

ആലോചനകൾ തകൃതിയായി. നല്ലഭക്ഷണം, ഉറക്കം. എഴുത്തുമാത്രം നടന്നില്ല. പെട്ടെന്ന് ഒരുദിവസം നിർമാതാവും സംവിധായകനും ചേർന്ന് കഥ കേൾക്കാൻ വരുന്നു എന്നുപറഞ്ഞു. അതുകേട്ടതും എന്റെ ചങ്കുകാളി. ഒരുവരി എഴുതിയിട്ടില്ല. പക്ഷേ, ശ്രീനിക്ക് യാതൊരു കുലുക്കവുമില്ല.

'ഡൊ, കഥയൊന്നും ആയില്ലല്ലോ, എങ്ങനെ പറയും?' ഞാൻ ചോദിച്ചു.

'കഥ നമുക്ക് പറയാം.' ശ്രീനി നിസ്സാരമായി പറഞ്ഞു.

'എന്നാ ഇപ്പം ഒന്നുപറഞ്ഞേ' കാര്യങ്ങളുടെ പോക്ക് അപകടത്തിലേക്കാണ് എന്നു തോന്നിയപ്പോൾ ഞാൻ ശ്രീനിയെ നിർബന്ധിച്ചു.

'ഇപ്പം പറയാൻ പറ്റില്ല, അപ്പഴേ പറയാൻ പറ്റൂ.' ശ്രീനി അയയുന്നില്ല.

'അതെന്താ അങ്ങനെ?'

'അതങ്ങനെയാണ്, താനൊന്ന് സമാധാനായിട്ട് ഇരിക്കെടോ.'

പക്ഷേ, എനിക്കൊട്ടും സമാധാനമില്ലായിരുന്നു.

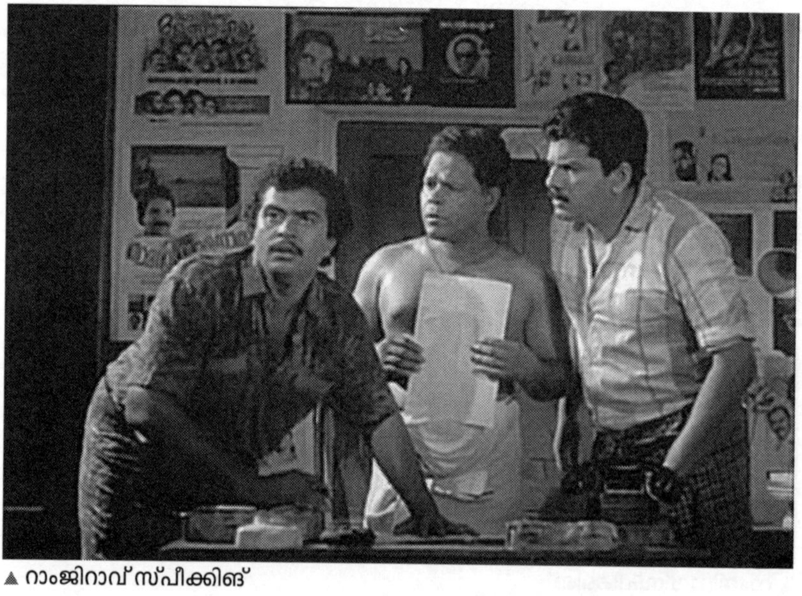

▲ റാംജിറാവ് സ്പീക്കിങ്

ഒടുവിൽ സംവിധായകനും നിർമാതാവും ഒരു സംഘവും വന്നു. ശ്രീനി അനായാസമായി കഥപറഞ്ഞു. എല്ലാം പെട്ടെന്ന് തോന്നിയത് ഉണ്ടാക്കി പറഞ്ഞതായിരുന്നു. ഞാൻ മിഴിച്ചിരുന്നു. വന്നവർക്ക് തൃപ്തിയായി. അവർ പോയി.

അതിനെക്കുറിച്ച് പിന്നെ ഞങ്ങൾ ഒന്നും മിണ്ടിയില്ല. ആലോചന തുടർന്നു.

കഥയിൽ ഒരു വില്ലനുണ്ട്. അയാൾ മെന്റൽ ആശുപത്രിയിൽ ഒരു സ്ത്രീയെ ബലാത്സംഗംചെയ്യുന്നു. ആ റോൾ ലാലു അലക്സിനെക്കൊണ്ട് ചെയ്യിക്കാം എന്നു തീരുമാനിച്ചു. സംഗതി കേട്ടപ്പോൾ ലാലു പറഞ്ഞു,

'അത് ചെയ്യാൻ എന്നെക്കിട്ടില്ല.'

നിർബന്ധിച്ചപ്പോൾ ലാലു ഒരു നിബന്ധനവെച്ചു;

ഈ വില്ലൻ അങ്ങനെ ഒരു ക്രൂരകൃത്യം ചെയ്യാനുണ്ടായ പശ്ചാത്തലം വേറെ എഴുതിയുണ്ടാക്കണം.

അത് ശ്രീനിക്ക് സമ്മതമായില്ല. ലാലു അലക്സ് ഇല്ലെങ്കിൽ വെറൊരാളെ വെച്ച് ചെയ്യാൻ മമ്മൂട്ടി പറഞ്ഞു. അവർ തമ്മിൽ തർക്കമായി, അത് രൂക്ഷമായി.

ഈ തർക്കം എനിക്കും ശ്രീനിവാസനും വലിയ ആശ്വാസം തന്നു. കാരണം, ഒരുവരി എഴുതിയിട്ടില്ല.

'ഇവര് രണ്ടാളും ഇങ്ങനെ വഴക്കുകൂടിയാൽ ഞങ്ങൾക്ക് എഴുതാൻ ബുദ്ധിമുട്ടുണ്ട്. ആദ്യം തർക്കം തീരട്ടെ അപ്പോഴേക്കും ഞങ്ങൾ ഒന്ന് നാട്ടിൽപ്പോയി വരാം.' ഞങ്ങൾ നിർമാതാക്കളോട് വിളിച്ചുപറഞ്ഞു.

അവർ അയ്യായിരം രൂപ ഞങ്ങൾക്കു തന്നു. അതുംകൊണ്ട് ഞാനും ശ്രീനിവാസനും എറണാകുളത്തുനിന്നും ട്രെയിൻ കയറി.

ട്രെയിനിലെ ബാത്ത്റൂമിന്റെ അടുത്തുനിന്ന് ഞങ്ങൾ ഒരു സിഗരറ്റ് വലിച്ചു. എല്ലാം രണ്ടുപേർക്കും അറിയാവുന്നതുകൊണ്ട് ഒന്നും മിണ്ടാനുണ്ടായിരുന്നില്ല. എന്റെ കൈയിലായിരുന്നു പണം. ഇരിങ്ങാലക്കുട എത്താറായപ്പോൾ ഞങ്ങൾ വീണ്ടും ബാത്ത്റൂമിനടുത്തു വന്നുനിന്നു. ഞാൻ രണ്ടായിരത്തി അഞ്ഞൂറ് രൂപയെടുത്ത് ശ്രീനിക്കുകൊടുത്തു. ബാക്കിയുള്ള രണ്ടായിരത്തി അഞ്ഞൂറിൽനിന്നും ഒരു അഞ്ഞൂറുകൂടി ശ്രീനിക്കുനല്കി.

'ഇതെന്തിനാണ്?' ശ്രീനി ചോദിച്ചു.

'ഇല്ലാത്ത ഒരു കഥ ഉണ്ടാക്കിപ്പറഞ്ഞുപറഞ്ഞ് നീ ആ ചങ്ങാതിമാരെ മിണ്ടാതെ ഇരുത്തിയില്ലേ. അതിനാണ് മോനേ. നിനക്കൊരു പതിനായിരം രൂപയെങ്കിലും തരണം എന്നുണ്ട്. പക്ഷേ, നിവൃത്തിയില്ല, ഇതേ ഉള്ളൂ.'

ആ പണവും കൈയിൽ ചുരുട്ടിപ്പിടിച്ച് ട്രെയിനിന്റെ വാതിലിനടുത്ത് നില്ക്കുന്ന ശ്രീനിവാസൻ ഇപ്പോഴും എന്റെ കണ്ണിലുണ്ട്. വണ്ടി കാഴ്ചയിൽനിന്നും മറയുന്നതുവരെ ഞാൻ സ്റ്റേഷനിലും ശ്രീനി ആ വാതിലിനടുത്തും തന്നെനിന്നു. കണ്ണുകൾ എവിടെയൊക്കെയോ നനഞ്ഞു. കാരണം, ഞങ്ങൾ രണ്ടുപേർക്കുമുള്ള അരിക്കാശായിരുന്നു അത്.

അന്ന് ആലോചിച്ച ആ സിനിമ ഇതുവരെ ഇറങ്ങിയിട്ടില്ല.

ഏകദേശം ആ കാലത്തുതന്നെയാണ് കെ.എസ്. സേതുമാധവൻ '*അവിടത്തെപ്പോലെ ഇവിടെയും*' എന്ന സിനിമ എടുക്കുന്നത്. അതിൽ കുന്നംകുളത്തു

കാരനായ ഒരു കച്ചവടക്കാരന്റെ റോൾ ഉണ്ടായിരുന്നു. മമ്മൂട്ടിയും ജോൺപോളും ചേർന്നാണ് ഇന്നസെന്റ് എന്ന ഒരാളുണ്ട് എന്നും അയാളെക്കൊണ്ട് ചെയ്യിച്ചാൽ നന്നാവും എന്നും സേതുമാധവനോടു പറഞ്ഞത്. കമൽ ആണ് അന്ന് സേതുമാധവന്റെ അസിസ്റ്റന്റ്. ഞാൻ ചെന്നപ്പോൾ അഭിനയിക്കേണ്ട സീൻ തന്നിട്ട് സേതുമാധവൻ ചോദിച്ചു:

'ഇതിൽ തമാശയുണ്ടോ?'

'ഇല്ല' ഞാൻ പറഞ്ഞു.

'തമാശയുണ്ടാക്കാമോ?'

എന്റെ മനസ്സിൽ, വളകളെല്ലാം പണയംവെക്കപ്പെട്ടുപോയ ആലീസിന്റെ കൈത്തണ്ടകളും മകന്റെ പഠിപ്പും വാടകക്കുടിശ്ശികയും വീട്ടാനുള്ള കടങ്ങളും നിറഞ്ഞുവിങ്ങി. ഞാൻ സേതുമാധവനോട് പറഞ്ഞു:

'ഞാൻ തമാശയുണ്ടാക്കാം.'

അദ്ദേഹം ക്യാമറയുടെ മുകളിൽ ഒരു മഞ്ഞ ടവ്വലിട്ട് കാത്തിരുന്നു. ഞാൻ മാറിയിരുന്നെഴുതി. അരമണിക്കൂർ കഴിഞ്ഞപ്പോൾ അദ്ദേഹം ചോദിച്ചു:

'എഴുതിക്കഴിഞ്ഞോ?'

'ഫിനിഷിങ് ആയില്ല.'

അപ്പോൾ അദ്ദേഹം ഞാൻ എഴുതിയഭാഗം വായിച്ചു നോക്കിയിട്ടു പറഞ്ഞു:

'ഇതുമതി, ഇതാണ് ഫിനിഷിങ്. ഇത് നമുക്ക് ഒറ്റഷോട്ടിൽ എടുക്കണം.'

അത് അങ്ങനെത്തന്നെ ഷൂട്ട്ചെയ്തു. ആ പടം വേണ്ടമാതിരി ഓടിയില്ലെങ്കിലും എന്റെറോൾ വളരെയധികം ശ്രദ്ധിക്കപ്പെട്ടു. ചെറുതായി ഞാനൊന്ന് നിശ്വസിച്ചു.

ശ്രീനിവാസൻ ശുപാർശചെയ്തതിന്റെ അടിസ്ഥാനത്തിലാണ് '*പുന്നാരം ചൊല്ലിച്ചൊല്ലി*' എന്ന സിനിമയിലേക്ക് പ്രിയദർശൻ എന്നെ വിളിക്കുന്നത്. അങ്ങനെ ഞാൻ ആ സംഘത്തിലും അംഗമായി.

എങ്കിലും ജീവിതം മുടന്തുകതന്നെയായിരുന്നു. ഒന്നു തെളിഞ്ഞുകിട്ടാത്ത അവസ്ഥ. പലപ്പോഴും മടുപ്പിന്റെ അങ്ങേയറ്റം എത്തും. എന്തെല്ലാം ജോലികൾ ചെയ്തു! എന്താണ് ഈ ഭൂമിയിൽ എന്റെ യഥാർഥ ജോലി എന്ന് പലപ്പോഴും ആലോചിക്കും. ആ കാലത്താണ് '*റാംജിറാവ് സ്പീക്കിങ്*' എന്ന സിനിമയിൽ അഭിനയിക്കാൻ സിദ്ധിഖ് – ലാൽ എന്നെ വിളിക്കുന്നത്. ഇരുപതിനായിരം രൂപയാണ് പ്രതിഫലം പറഞ്ഞത്.

വൃത്തിയായി, പൂർണമായി എഴുതിയ സ്ക്രിപ്റ്റ് ആയിരുന്നു അത്. മാന്നാർ മത്തായി എന്ന മുഴുനീള റോൾ ഞാൻ അഭിനയിച്ചുതീർത്തു. ഡബ്ബിങ് കഴിഞ്ഞപ്പോൾ പറഞ്ഞുറപ്പിച്ച ഇരുപതിനായിരത്തിന് പുറമേ അയ്യായിരംകൂടി പ്രൊഡക്ഷൻ എക്സിക്യൂട്ടീവ് ബാബുഷാഹിർ തന്നു. ഇതെന്തിനാണ് എന്നു ചോദിച്ചപ്പോൾ അദ്ദേഹം പറഞ്ഞു:

'ഇതുകൂടിതരണം എന്ന് ഫാസിൽ പറഞ്ഞിട്ടുണ്ട്.' ഫാസിലായിരുന്നു ഇവരുടെ എല്ലാവരുടെയും ഗുരു. നന്ദിയോടെ ഞാനത് വാങ്ങി.

സിനിമ റിലീസായി. എന്റെ ജീവിതം സാധാരണനിലയിൽ തുടർന്നു. ഒരു

ദിവസം ഞാൻ മകന് ഉച്ചഭക്ഷണവുമായി ഡോൺബോസ്കോ സ്കൂളിൽ ചെന്നു. അവന് ഭക്ഷണം കൊടുക്കുമ്പോൾ പറഞ്ഞു:

'അപ്പച്ചൻ *റാംജിറാവ് സ്പീക്കിങ്* എന്ന സിനിമയിൽ അഭിനയിച്ചിട്ടുണ്ട്. നിറച്ചും തമാശയാണ്.'

'എനിക്കത് കാണണം.' ഊണു കഴിക്കുന്നതിനിടെ അവൻ പറഞ്ഞു.

അന്നുവൈകുന്നേരം ഞാനും ആലീസും മോനുംകൂടി തൃശ്ശൂരിൽ സിനിമയ്ക്കു കയറി. സിനിമ തുടങ്ങിയതോടെ സിനിമാഹാൾ ഫുട്ബോൾ ഗാലറി പോലായിരുന്നു. ആളുകൾ കസേരയിൽ കയറിനിന്ന് ചിരിക്കുകയാണ്. ഫാൻസ് അസോസിയേഷനുകൾ ഇല്ലാത്ത കാലമായതുകൊണ്ട് ഡയലോഗുകൾ എല്ലാം വ്യക്തമായി കേൾക്കാം. ചിരിയുടെ ആ തിരമാലകൾക്കു നടുവിൽ ഒരാൾ മാത്രം ചിരിക്കാതെ ഇരിക്കുന്നുണ്ടായിരുന്നു: ഞാൻ. ചിരിക്കുപകരം എന്റെ കണ്ണിൽ നിന്നും കണ്ണീർ ഒഴുകിക്കൊണ്ടേയിരുന്നു. ഇതിനാണല്ലോ ദൈവമേ ഞാൻ ഇത്രനാൾ അലഞ്ഞത്! പട്ടിണികിടന്നത്! പരിഹസിക്കപ്പെട്ടത്! ഉടുതുണിക്ക് മറുതുണിയില്ലാതെ ഒളിച്ചിരുന്നത്! ഭ്രാന്തിന്റെ വക്കോളം ചെന്നെത്തിയത്! അതോർത്തപ്പോൾ ആ ഇരുട്ടിൽ, അട്ടഹാസത്തിനും ചിരികൾക്കും നടുവിൽ ഇരുന്ന് ഞാൻ തേങ്ങിക്കരഞ്ഞുപോയി. ആഘോഷത്തിനിടയിൽ പക്ഷേ, ആരും അത് കണ്ടില്ല.

സിനിമ കഴിഞ്ഞ് പുറത്തിറങ്ങുമ്പോൾ തിയേറ്റർ മുറ്റത്തെ കാഴ്ച മറ്റൊന്നായിരുന്നു. സിനിമ കഴിഞ്ഞിറങ്ങിയവരും കാണാൻ കാത്തുനില്ക്കുന്നവരും ഒരക്ഷരം മിണ്ടാതെ എന്നെത്തന്നെ നോക്കിനില്ക്കുകയാണ്. ഒരു ശബ്ദവുമില്ല. അവരുടെ നോട്ടങ്ങൾക്കു മുന്നിൽ യാതൊരു വികാരവുമില്ലാതെ ഞാൻ നിന്നു.

അല്പം കഴിഞ്ഞ് അവർക്കിടയിലൂടെ നടന്ന് പുറത്തുനിർത്തിയ കാറിൽ കയറി. അപ്പോഴും ആരും ഒരക്ഷരം മിണ്ടിയില്ല, ഒന്നു തൊട്ടതുപോലുമില്ല.

കാർ നീങ്ങിത്തുടങ്ങിയപ്പോൾ അതുവരെ മിണ്ടാതെനിന്ന ജനം ഒരേസ്വരത്തിൽ ആർത്തുവിളിച്ചു:

'ഇന്നസെന്റേട്ടാ...'

കരഞ്ഞുതോർന്ന എന്റെ മനസ്സ് അപ്പോൾ ശൂന്യമായിരുന്നു.

17

ദൈവത്തിന്റെ മന്ദഹാസങ്ങൾ

വിവാഹം കഴിഞ്ഞയുടനെ ഞാൻ ആലീസിനോട് പറഞ്ഞു: നമുക്ക് പെട്ടെന്ന് കുട്ടികൾ വേണ്ട. അത് എന്റെ വ്യക്തിപരമായ സ്വാർഥതയല്ല എന്നും അവൾക്ക് പറഞ്ഞുമനസ്സിലാക്കിക്കൊടുത്തു. നമുക്കുതന്നെ വേണ്ടവണ്ണം വിശപ്പടങ്ങി ജീവിക്കാനുള്ള വകയില്ല. അപ്പോൾ, ഒന്നുമറിയാത്ത ഒരു തെറ്റും ചെയ്യാത്ത ഒരു ജീവനെക്കൂടി ഈ നരകത്തിലേക്കുകൊണ്ടുവരുന്നത് മഹാപാപമാണ്.ഉത്പാദനശേഷിയുള്ള ഏത് പുരുഷനും സ്ത്രീക്കും കുഞ്ഞുങ്ങളെ ജനിപ്പിക്കാം. അങ്ങനെ ജനിപ്പിച്ചതുകൊണ്ടുമാത്രം അവർ അച്ഛനമ്മമാരാവുന്നില്ല. നല്ലതുപോലെ വളർത്തിവലുതാക്കി മക്കൾക്ക് നല്ലജീവിതം നല്കാൻ സാധിക്കണം. അച്ഛൻ അച്ഛനാവുന്നതും അമ്മ അമ്മയാവുന്നതും അപ്പോഴാണ്, അപ്പോൾ മാത്രമാണ്. വായകീറിയ ദൈവം ഇരയും നല്കിക്കോളും എന്നുള്ളതെല്ലാം കേൾക്കാൻസുഖമുള്ള ചൊല്ലുകൾ മാത്രമാണ്. അതുശരിയാണെങ്കിൽ ഈ ഭൂമിയിൽ ഇത്രത്തോളം ദരിദ്രരും ദുഃഖിതരും അനാഥരും പട്ടിണികിടക്കുന്നവരും ഉണ്ടാവുമായിരുന്നില്ല.

ആലീസിന് ഞാൻ പറഞ്ഞതെല്ലാം മനസ്സിലായി. പക്ഷേ, ദൈവത്തിന് മനസ്സിലായില്ല. ആലീസ് ഗർഭിണിയായി. അപ്പോൾ ഞാൻ പറഞ്ഞു: നമുക്ക് ഒരു കുഞ്ഞുമതി. കാരണം നേരത്തെ പറഞ്ഞ ദാരിദ്ര്യംതന്നെ അപ്പോൾ ആലീസ് ചോദിച്ചു:

'ഏതെങ്കിലും കാലത്ത് സാമ്പത്തികസ്ഥിതി മെച്ചമാവുമ്പോൾ ഒരു കുട്ടികൂടി വേണം എന്ന് നിങ്ങൾക്ക് തോന്നിയാൽ എന്തുചെയ്യും?

അതൊരുവല്ലാത്ത ചോദ്യമായിരുന്നു. പക്ഷേ, ഞാൻ പതറാതെ പിടിച്ചുനിന്ന് പറഞ്ഞു: 'അങ്ങനെ തോന്നില്ല, തീർച്ച.'

എനിക്കൊരു മകനേയുള്ളൂ, സോണറ്റ്. അവന്റെ വളർച്ചയുടെ ഏതെങ്കിലും ഘട്ടത്തിൽ അവന് ഒറ്റപ്പെടലോ ഏകാന്തതയോ തോന്നിയിട്ടുണ്ടെങ്കിൽ അതിനു കാരണം ഈ അപ്പനാണ്. അപ്പന് മാപ്പുതരിക.

സോണറ്റ് യുവാവായപ്പോൾ ഒരു ബിസിനസ് തുടങ്ങി. വൈകുന്നേരമാവുമ്പോഴേക്കും അറുപതിനായിരത്തിലധികം രൂപ കൈയിൽവരും. അങ്ങനെയിരിക്കുമ്പോൾ ഞായറാഴ്ചകളിൽ അവന് ഒരു ടൂർ പോകാൻ തോന്നും. അവന്റെകൂടെ പോകുന്നത് അവനേക്കാൾ പ്രായമുള്ളവരാണ്. പണമുണ്ട്, സ്വാതന്ത്ര്യമുണ്ട്, സൗഹൃദങ്ങളുണ്ട്. ഈ പാത എവിടെവെച്ചുവേണമെങ്കിലും

പാളിപ്പോകാം. ആ ആലോചന വന്നപ്പോഴാണ് സോണറ്റിനെക്കൊണ്ട് വിവാഹം ചെയ്യിക്കാൻ തീരുമാനിച്ചത്. ആലീസിന് ആദ്യം അത്ര സമ്മതമല്ലായിരുന്നു. ഒടുവിൽ എന്റെ നിർബന്ധത്തിനു വഴങ്ങി. അങ്ങനെയാണ് രശ്മി അവന്റെ ജീവിതത്തിലേക്ക് വന്നത്. അവർ നല്ല ചേർച്ചയായിരുന്നു. ഇപ്പോഴും ആണ്.

രശ്മി ഗർഭിണിയായി. പരിശോധനയിൽ രണ്ടുകുട്ടികളുണ്ട് എന്നറിഞ്ഞു. 'നമുക്ക് ഒരുകുട്ടി മതി' എന്ന് ആലീസിനോട് പണ്ട് പറഞ്ഞ ഞാൻ ഇതുകേട്ട് അളവിൽ കവിഞ്ഞ് സന്തോഷിച്ചു. പ്രധാനകാരണം ഇന്ന് ഭേദപ്പെട്ട രീതിയിൽ ജീവിക്കാനുള്ള വകയുണ്ട് എന്നതുതന്നെ. മറ്റൊന്ന് ലോകത്തെ എല്ലാ മുത്തച്ഛന്മാർക്കും ഉണ്ടാവുന്നതാണ്: മക്കൾ ഒന്നായാലും രണ്ടായാലും എത്രയായാലും അവരെ വളർത്തി വലുതാക്കുക എന്ന ക്രിയാത്മകമായ ഉത്തരവാദിത്വം തന്റെ മകനാണ്. തനിക്കല്ല. ആ ബോധ്യം നല്കുന്ന ഒരു മാനസിക ലാഘവത്വം ചെറുതല്ല. ഞാനും അതനുഭവിച്ചിട്ടുണ്ട്.

▲ ഇന്നസെന്റ്, ഇന്നസെന്റ് സോണറ്റ്, അന്ന സോണറ്റ്

രശ്മിക്ക് ആറരമാസമായപ്പോൾ ഒരുദിവസം അവർ ഇരിങ്ങാലക്കുടയിൽ എം.ജി. ശ്രീകുമാറിന്റെ ഗാനമേള കാണുകയായിരുന്നു. പെട്ടെന്നാണ് വേദന തുടങ്ങിയത്. ഞാനന്ന് കോഴിക്കോട്ട് ഷൂട്ടിങ്ങിലായിരുന്നു. വിവരം അറിഞ്ഞ ഉടനെ ഞാൻ പി.വി. ഗംഗാധരനെ വിളിച്ച് കാര്യം പറഞ്ഞു. പി.വി.ജി. അദ്ദേഹത്തിന്റെ ജ്യേഷ്ഠനും *മാതൃഭൂമി* മാനേജിങ് എഡിറ്ററുമായ പി.വി. ചന്ദ്രനെ വിളിച്ചുപറഞ്ഞു. അവർ രണ്ടുപേരും ചേർന്ന് എറണാകുളത്തെ പി.വി.എസ്. ആസ്പത്രിയിൽ എല്ലാ ഏർപ്പാടുകളും ചെയ്തു. രണ്ടുവാഹനങ്ങളിലായി എല്ലാവരും ചേർന്ന് അവിടെയെത്തുമ്പോഴേക്കും ചന്ദ്രേട്ടന്റെ മകൾ മിനിയും ഡോ. ടോണിയും ഡോ. ആഗതയും അടക്കമുള്ളവർ സജ്ജരായി കാത്തുനില്ക്കുന്നുണ്ടായിരുന്നു. അന്നത്തെ ദിവസം അങ്ങനെ കഴിഞ്ഞു. രണ്ടാമത്തെ ദിവസവും സന്ദിഗ്ധാവസ്ഥ തുടർന്നപ്പോൾ ഞാൻ ഡോ. ടോണിയെ മാറ്റിനിർത്തി ചോദിച്ചു:

▲ അന്ന സോണറ്റ്, ഇന്നസെന്റ് സോണറ്റ്

'ഡോക്ടർ എന്നോട് സത്യം പറയണം, ഈ കുഞ്ഞുങ്ങളെ കിട്ടിയാലും നമുക്ക് ഗുണമുണ്ടോ?'

ചോദ്യം പൂർത്തിയാവുമ്പോഴേക്കും എന്റെ കണ്ണുകൾ നിറഞ്ഞിരുന്നു. മുപ്പത് വർഷത്തെ അഭിനയജീവിതത്തിനിടയിൽ ഇങ്ങനെ മനംകടഞ്ഞ് ഒരു ഡയലോഗും ഞാൻ പറഞ്ഞിട്ടില്ല.

എന്റെ അവസ്ഥ കണ്ട ടോണി എന്നെ ചേർത്തുപിടിച്ച് പറഞ്ഞു:

'എല്ലാം ദൈവത്തിന് വിടുക. ദൈവമാണ് ഏറ്റവും വലിയ ഡോക്ടർ'.

പിറ്റേന്ന് രശ്മി പ്രസവിച്ചു. ഒരു കുഞ്ഞിന് 950 ഗ്രാം ഭാരം, മറ്റേയാൾക്ക് ഒരു കിലോയും. ഒരാണും ഒരുപെണ്ണുമായിരുന്നു.

അടുത്ത രണ്ടരമാസം ആ കുഞ്ഞുങ്ങളെ ഇൻക്യുബേറ്ററിൽ തലകീഴായി കിടത്തേണ്ടിവന്നു. ഞങ്ങൾ ഇമയനക്കാതെ, മിടിക്കുന്ന നെഞ്ചോടെ കാവൽ നിന്നു. ഡോക്ടർമാർ പ്രാർഥനയോടെ പരിപാലിച്ചു. ചില്ലുകൂട്ടിനകത്ത് ജീവിക്കുമോ മരിക്കുമോ എന്നറിയാതെ രണ്ടു ജീവബിന്ദുക്കൾ മിഴിയടച്ച് മുങ്ങിക്കിടക്കുന്നത് ഉള്ളുവെന്തുകൊണ്ട് ഞാൻ നോക്കിനിന്നിട്ടുണ്ട്. നിയന്ത്രണം കൈവിട്ടുപോകുന്ന ചില നിമിഷങ്ങളിൽ ഞാൻ ഡോ. ടോണിയോട് ചോദിക്കും:

'ഇവർക്ക് എന്തെങ്കിലും സംഭവിച്ചാൽ വീട്ടിലേക്കു കൊണ്ടുപോകണോ? അടക്കം ആചാരപ്രകാരം വേണോ? കാരണം ഈ ലോകത്തിനും അതിലെ മതങ്ങൾക്കുമൊന്നും ഇവരെ പരിചയമില്ലല്ലോ.

അപ്പോഴും ആകാശത്തേക്ക് വിരൽചൂണ്ടി ഡോക്ടർ പറയും: 'എല്ലാം ദൈവം നിശ്ചയിക്കട്ടെ'

ഒടുവിൽ ഡോക്ടർ ടോണിയുടെ ദൈവം കനിഞ്ഞു. ഇൻക്യുബേറ്ററിന്റെ ശീതലോകത്തുനിന്നും അവർ ജീവന്റെ ചൂടിലേക്ക് ചിറകുവെച്ചുവന്നു. വീട്ടിലെത്തി വളർന്നു തുടങ്ങി.

അതുവരെ മങ്ങി ഇരുട്ട്പുരണ്ടുകിടന്നിരുന്ന സ്ഥലത്ത് പെട്ടെന്ന് ശുദ്ധമായ വെളിച്ചം വന്നുവീണതുപോലെയായിരുന്നു അവരുടെ വരവ്. ആൺകുട്ടിക്ക് ഇന്നസെന്റ് എന്ന് പേരിടാനായിരുന്നു എനിക്കിഷ്ടം. പക്ഷേ, അവന്റെ അപ്പനും അമ്മയ്ക്കും ആഗ്രഹങ്ങളുണ്ടാകും. അതുകൊണ്ട് ഞാനത് മനസ്സിൽതന്നെ വെച്ചു. മാത്രമല്ല, ഇന്നസെന്റ് എന്നു പേരിട്ടാൽ ഉണ്ടാകാവുന്ന മറ്റൊരു വലിയ അപകടം ഞാൻ മുൻകൂട്ടി കണ്ടു: അവരുടെ അമ്മ രശ്മി ഇടയ്ക്കു പറയും: 'എടാ ഇന്നസെന്റേ ഇബട വാ, ഇന്നസെന്റേ നിനക്ക് നല്ല അടികിട്ടും കേട്ടോ. ഇതു കേൾക്കുന്ന അയല്ക്കാർ കരുതുക മകന്റെ ഭാര്യ വന്നുകയറിയതുമുതൽ ഭരണം തുടങ്ങി, ഭർത്താവിന്റെ അപ്പനെവരെ പേരുവിളിച്ച് തല്ലാൻ തുടങ്ങി' അങ്ങനെയൊരു സംസാരം പരന്നാൽ ദോഷമാണ്, എനിക്കും രശ്മിക്കും.

എന്നാൽ എന്റെ മകൻ എന്റെ മനസ്സ് കണ്ടറിഞ്ഞിട്ടെന്നപോലെ ആൺകുട്ടിക്ക് ഇന്നസെന്റ് എന്നാണ് പേരിട്ടത്. പെൺകുട്ടിക്ക് അന്ന എന്നും. ആലീസിന് പള്ളിയിലിട്ട പേരായിരുന്നു അത്. ഇന്നസെന്റിനെ ഇന്നൂ എന്നുവിളിച്ച് ഞങ്ങൾ അയല്ക്കാരുടെ തെറ്റുധാരണയിൽ നിന്നും തടിയൂരി.

ഇന്നുവും അന്നയും വന്നതോടെ എന്റെ ജീവിതത്തിനുതന്നെ മാറ്റം സംഭ

വിച്ചതായി എനിക്ക് സ്വയം അനുഭവപ്പെട്ടു. നല്ല പ്രതിഫലം കിട്ടുന്ന പല സിനിമകളും ഉപേക്ഷിച്ച് ഞാൻ വീട്ടിലിരിക്കാൻ തുടങ്ങി. മറ്റൊന്നിനും വേണ്ടിയല്ല, ഈ കുട്ടികളെ കാണാനും അവരോടൊപ്പം കളിക്കാനും വേണ്ടിമാത്രം. എന്റെ മകൻ സോണറ്റിന്റെ ഈ പ്രായമൊന്നും ഞാൻ കണ്ടിട്ടേയില്ലായിരുന്നു. കാരണം, അന്നെനിക്ക് അത്ര തിരക്കുള്ള കാലമായിരുന്നു. അവൻ വളരുന്നത് ഞാൻ കണ്ടിട്ടില്ല, വാശിപിടിച്ച് കുസൃതി കാണിക്കുന്നത് കണ്ടിട്ടില്ല. മൊബൈൽഫോണും വീട്ടിൽ ഫോണും ഇല്ലാത്തതിനാൽ ദിവസങ്ങളോളം അവന്റെ ശബ്ദംപോലും കേട്ടിട്ടില്ല. ഇന്ന് ഇന്നുവിനും അന്നയ്ക്കുമൊപ്പം കുത്തിമറിഞ്ഞ് കളിക്കുന്ന എന്നെ കാണുമ്പോൾ ആലീസ് സോണറ്റിനോടു പറയും: 'നിന്റെ ഈ പ്രായത്തിൽ അപ്പൻ ഇങ്ങനെയൊന്നും അല്ലായിരുന്നു'

▲ മോഹൻലാൽ, ഇന്നസെന്റ്, ഇന്നസെന്റ് സോണറ്റ്, അന്ന സോണറ്റ്

അപ്പോൾ ഞാൻ അവനോടു പറയും: 'അന്ന് അപ്പൻ ഇങ്ങനെ കളിച്ചിരുന്നെങ്കിൽ ഒരുപക്ഷേ, ഇതു പറയാൻ ഇന്ന് നമ്മളാരും ഉണ്ടാവില്ലായിരുന്നു. ഏതെങ്കിലും ഒരുഘട്ടത്തിൽ ആത്മഹത്യ ചെയ്തേനെ.

ഇപ്പോൾ ഞാൻ മാസങ്ങളോളം വെറുതെ വീട്ടിലിരിക്കാറുണ്ട്. അപ്പോൾ ഞങ്ങൾ സ്കൂൾ കളിക്കും, തട്ടുകടയുണ്ടാക്കിക്കളിക്കും, പൂരങ്ങൾക്കും പള്ളിപ്പെരുന്നാളുകൾക്കും പോകും, വെറുതെ കിടന്നുറങ്ങും. ഇന്നുമോൻ ഒന്നുരണ്ടു വർഷങ്ങളോളം എന്റെയും ആലീസിന്റെയും ഒപ്പമായിരുന്നു കിടക്കുക. അന്ന സോണറ്റിനും രശ്മിക്കുമൊപ്പവും. അവന് അപ്പനും അമ്മയും എല്ലാം ഞങ്ങളായിരുന്നു. ഏതോ ഒരു നിമിഷത്തിൽ അവനു തോന്നി രശ്മി അന്നയുടെ മാത്രം അമ്മയാവുന്നുവല്ലോ എന്ന്. അന്നുമുതൽ അവൻ അവരുടെയടുത്തേക്കുപോയി. അപ്പോൾ എനിക്ക് വല്ലാതെ സങ്കടം വന്നു. അവൻ അവന്റെ അമ്മയുടെ അടുത്തേക്കല്ലേ പോയത് എന്നുപറഞ്ഞ് ആലീസ് എന്നെ ആശ്വസിപ്പിച്ചു. എത്രമാത്രം സ്വാർഥമാണ് എന്റെ മനസ്സ് എന്ന് എനിക്ക് അപ്പോഴാണ് ബോധ്യമായത്.

എന്റെ അപ്പനിൽനിന്നും, കടന്നുപോന്ന അനുഭവങ്ങളിൽനിന്നും കഴിഞ്ഞാൽ ഞാൻ ഏറ്റവുമധികം പഠിച്ചിട്ടുള്ളത് ഇന്നുവിൽനിന്നും അന്നയിൽനിന്നുമാണ്. തുറന്ന മനസ്സോടെ അവരെ നിരീക്ഷിക്കുകയും ചെവികൊടുക്കുകയും മാത്രം ചെയ്താൽ മതി. ഒരുപാടൊരുപാട് ലോകങ്ങളും വിവേകവും വെളിച്ചവും അത് തുറന്നുതരും. (എല്ലാ കുട്ടികളും അങ്ങനെയാണ്)

വൃത്തിയായി പെയിന്റ് ചെയ്ത ഞങ്ങളുടെ വീടിന്റെ ചുമര് നിറയെ ഇപ്പോൾ അജന്തയിലെയോ എല്ലോറയിലെയോപോലുള്ള ചിത്രങ്ങളാണ്. സോണറ്റിന് അതിൽ വലിയ എതിർപ്പുണ്ടായിരുന്നു. ഞാൻ പറഞ്ഞു: 'അവർക്ക് വരയ്ക്കാം, അവർക്ക് വരയ്ക്കാനാണ് ഈ ചുമരുകൾ. മറ്റൊരാളുടെ വീടിന്റെ ചുമരിലല്ലല്ലോ അവർ വരയ്ക്കുന്നത്'.

ആനകളും ആൾക്കാരും മൃഗങ്ങളും പക്ഷികളും പുഴയും തോണിയുമെല്ലാം ആ ചിത്രങ്ങളിലുണ്ട്. വർഷത്തിലൊരിക്കൽ പെരുന്നാൾ വരുമ്പോൾ ഞാൻ വീട് പെയിന്റടിപ്പിക്കും. ആ ദിവസങ്ങളിൽ ഒരുവർഷംകൊണ്ട് വരച്ചുണ്ടാക്കിയ ചിത്രങ്ങൾ ഓരോന്നായി മാഞ്ഞുപോകുന്നത് നോക്കിക്കൊണ്ട് ഇന്നുവും അന്നയും നില്ക്കുന്ന ദൃശ്യം ഇപ്പോഴും എന്റെകൺമുന്നിലുണ്ട്.

അവസാനത്തെ ആനയും ആളിന്റെ തലയിലെതൊപ്പിയും മാഞ്ഞുപോയ നിമിഷത്തിൽ രണ്ടുപേരും പെട്ടെന്ന് കണ്ണുരണ്ടും ഇറുക്കിയടച്ചു. പിന്നെ തുറന്ന് പരസ്പരം നോക്കി. എന്നിട്ട് രണ്ടുവഴിക്കു നടന്നുപോയി. സിനിമയിൽ മാത്രമേ അത്തരം ദൃശ്യങ്ങൾ കാണൂ.

ചാരുകസേരയിൽ കിടന്ന് ഞാനിതെല്ലാം കാണുകയായിരുന്നു. കുറച്ചുകഴിഞ്ഞപ്പോൾ അന്ന വന്നു. ചുറ്റും ആരുമില്ല എന്നറിഞ്ഞപ്പോൾ ചൂണ്ടുവിരൽ കൊണ്ട് ചുമരിൽ ഒന്നുതൊട്ടു. എന്നിട്ട് ഇന്നുവിനെ വിളിച്ചു. വിരൽത്തുമ്പിലെ പെയിന്റ് കാണിച്ചുകൊണ്ട് അവൾ പറയുന്നത് എനിക്ക് കേൾക്കാമായിരുന്നു.

ഒണങ്ങീട്ടില്ല്യ. നമ്മക്ക് നാളെ വരയ്ക്കാം'

അതുകേട്ട് ഞാൻ അവർ കേൾക്കാതെ മനസ്സുനിറഞ്ഞു ചിരിച്ചു. ഇതിലും വലിയ ഒരു കോമഡി ഇതുവരെ ഞാൻ അഭിനയിച്ചിട്ടില്ല, കണ്ടിട്ടുമില്ല.

വരാൽ എന്ന മത്സ്യം ഇടയ്ക്ക് വീട്ടിൽ കൊണ്ടുവരും. കുട്ടികൾക്ക് കാണാനായി അവയെ ആദ്യം ഒരു സ്ഫടികപാത്രത്തിൽ ഇട്ടുവെക്കും. അവരതിനെക്കൊണ്ട് കളിക്കും. രണ്ടുദിവസം കഴിഞ്ഞാൽ ഓരോന്നിനെയായി എടുത്ത് കറിവെക്കും. അപ്പോൾ ഇന്നുവും അന്നയും ചോദിക്കും:

'അമ്മാമേ മറ്റേ മീനെവിടെ?'

'അതു ചത്തുപോയെടാ.' ആലീസിന്റെ മറുപടികേട്ട് അവർ പോകും. മൂന്നാമത്തെ മീനിനെയും കാണാതായ അന്ന് അന്നയും ഇന്നുവും പച്ചച്ചോറ് മാത്രമാണ് കഴിച്ചത്. കാരണം എന്താണ് എന്നു മനസ്സിലായില്ല.

പിന്നെ ഞാനവർക്ക് നാല് താറാവിനെ വാങ്ങിക്കൊടുത്തു. വെള്ളനിറത്തിലുള്ള സുന്ദരിത്താറാവ് അന്നയുടെയും ചാരനിറത്തിലുള്ളത് ഇന്നുവിന്റേതുമായിരുന്നു. അവർ നല്ല കൂട്ടായിരുന്നു. ഒരുദിവസം ഞങ്ങൾ അതിലൊന്നിനെ പിടിച്ച് കൊന്നു കറിവെച്ചു. അത് അവരും കഴിച്ചു. താറാവിനെ കാണാത്തതിനെക്കുറിച്ചും അവർ ആലീസിനോട് ചോദിച്ചു. അവൾ എന്തോ കളവുപറഞ്ഞു.

ദിവസങ്ങൾ കഴിയുന്തോറും താറാവുകളുടെ എണ്ണം കുറഞ്ഞുകുറഞ്ഞുവന്നു. ഒടുവിൽ അവസാനത്തേതും കറിയായി. അന്ന് അന്നയും ഇന്നുവും ആരോടും ഒന്നും ചോദിച്ചില്ല. ഒന്നും കഴിച്ചില്ല. വൈകുന്നേരം ഒരു നാലുമണിസമയത്ത് ഞങ്ങൾ ഒന്നിച്ചിരിക്കുമ്പോൾ, അവിടെവന്നുനിന്ന് പറഞ്ഞു:

'അമ്മാമേ, ഈ അപ്പനും അപ്പാപ്പനും ഞങ്ങളെവരെ കറിവെച്ചുകൊടുത്താൽ തിന്നും.'

അതുകേട്ട് ഞാൻ കിടുങ്ങിപ്പോയി. ഒറ്റനിമിഷത്തിൽ എനിക്ക് കാര്യം മുഴുവൻ പിടികിട്ടി: അവർക്ക് എല്ലാം മനസ്സിലായിരിക്കുന്നു. സിൽക്ക് ജുബ്ബയ്ക്കുള്ളിൽ ഞാനാകെ വിയർത്തു വെന്തു. ദൈവത്തിന്റെ കോടതിയിൽ നില്ക്കുന്നതുപോലെ തോന്നി എനിക്ക്. മുപ്പതുവർഷം എത്രയോ സിനിമകളിൽ ഒരുപാടൊരുപാട് വേഷം ചെയ്ത്, നെടുനെടുങ്കൻ ഡയലോഗുകൾ പറഞ്ഞ ഞാൻ ഒരു വരിപോലും മറുപടിപറയാൻ സാധിക്കാതെ എന്റെ കുഞ്ഞുമക്കൾക്കു മുന്നിൽ നിന്നു. ഒരു മണൽത്തരിയേക്കാൾ ചെറുതാവുന്നതുപോലെ എനിക്കു തോന്നി. അന്ന് രാത്രി മുഴുവൻ ആ വാക്കുകളുടെ ചുഴിയിൽപ്പെട്ട് ഞാൻ ഉറക്കമില്ലാതെ ഉഴറി. പിറ്റേന്ന് ഞാനിത് എന്റെ പ്രിയമിത്രമായ സത്യൻ അന്തിക്കാടിനോട് പറഞ്ഞു. അപ്പോൾ സത്യൻ എന്റെകൂടി അധ്യാപകനായ വൈലോപ്പിള്ളിയുടെ '*മാമ്പഴം*' എന്ന കവിതയിലെ വരികൾ ചൊല്ലിക്കേൾപ്പിച്ചു:

'വാക്കുകൾ കൂട്ടിച്ചൊല്ലാൻ
വയ്യാത്ത കിടാങ്ങളേ,
ദീർഘദർശനംചെയ്യും
ദൈവജ്ഞരല്ലോ നിങ്ങൾ'

വാക്കുകൾ കൂട്ടിപ്പറയാറായിട്ടില്ലാത്ത ഇളംപ്രായത്തിലുള്ള കുഞ്ഞുങ്ങൾ പറയുന്നതു പലതും കുറിക്കുകൊള്ളുന്നു എന്നാണ് കവി ഉദ്ദേശിച്ചത്. എനിക്ക്

ഈ വരികൾ ഇനി അനുഭവത്തിന്റെ വെളിച്ചത്തിൽ ചൊല്ലാൻ സാധിക്കും.

പിറ്റേന്നു മുതൽ ഞങ്ങൾ ഒരു തീരുമാനമെടുത്തു: വീട്ടിൽ വളർത്തുന്ന ഒന്നിനെയും കൊല്ലില്ല. ആ തീരുമാനം ഇതുവരെ തെറ്റിച്ചിട്ടില്ല.

കളിചിരികളോടെയും സന്തോഷത്തോടെയും ഞങ്ങളുടെ ജീവിതം അങ്ങനെ മുന്നോട്ടുപോകുമ്പോൾ കഴിഞ്ഞമാസം ആലീസിന് ഒരു ചെറിയ വയറുവേദന വന്നു. നാട്ടിലുള്ള ഡോക്ടർമാരെയൊന്നും കാണിച്ചിട്ട് യാതൊരു ശമനവുമില്ല. ഒടുവിൽ ലേക്ഷോർ ആസ്പത്രിയിലെ പ്രസിദ്ധനായ ഡോക്ടർ ഫിലിപ്പ് അഗസ്റ്റിനെ കാണാൻ തീരുമാനിച്ചു. എനിക്ക് എറണാകുളത്ത് ഷൂട്ടിങ്ങുമുണ്ട്.

കാക്കനാട്ടെ എന്റെ ഫ്ളാറ്റിലായിരുന്നു ഞങ്ങൾ താമസിച്ചത്. ദിവസം മുഴുവൻ നീണ്ടുനിന്ന പരിശോധനകൾക്കുശേഷം ആലീസ് അവശയായിപ്പോയി. രണ്ടുദിവസം അവിടെ വിശ്രമിച്ചു. തിങ്കളാഴ്ച കുട്ടികൾക്ക് സ്കൂൾ ഉള്ളതുകൊണ്ട് ഞായറാഴ്ച ഇരിങ്ങാലക്കുടയ്ക്ക് വരാൻ ഇറങ്ങി ഫ്ളാറ്റ്പൂട്ടി ഇറങ്ങുന്നതിന് മുൻപ് സോണറ്റ് വേസ്റ്റ് കളയാൻ വേണ്ടി താഴേക്കുപോയതായിരുന്നു. 18 നിലയുള്ള ഫ്ളാറ്റാണ്. പഴയ ഏതോ മലയാള സിനിമ ടി.വി.യിൽ വന്നപ്പോൾ ഞാൻ അതും നോക്കിനിന്നു. അപ്പോൾ ആലീസ് പറഞ്ഞു: ‘നിങ്ങൾക്ക് ഒന്ന് അവനെ സഹായിച്ചുകൂടെ?

അതുകേട്ടപ്പോൾ ബാക്കിയുള്ള വേസ്റ്റുമെടുത്ത് ഞാനും താഴേക്കുപോയി. ഇന്നുവും അന്നയും എന്റെയൊപ്പം വന്നു. ആലീസും രശ്മിയും പിറകിലിറങ്ങി.

താഴെയെത്തി വേസ്റ്റ് കളഞ്ഞപ്പോൾ ഞാൻ കുട്ടികളോട് പറഞ്ഞു: ‘നമ്മക്ക് ഇതുവഴി ചുറ്റിപ്പോകാം. എന്നിട്ട് അമ്മാമയെ പറ്റിക്കാം, അവർക്ക് സന്തോഷമായി. പുൽത്തകിടിയിലൂടെ ഞങ്ങൾ നടന്നു. ഏതോ നിമിഷത്തിൽ ഞാൻ ഒരമ്പത് അടി മുന്നിലായിപ്പോയി. ഒരു നിമിഷം തിരിഞ്ഞുനോക്കിയപ്പോൾ ഇന്നുവിനെ കാണാനില്ല. അന്ന മുന്നിലെ പുൽത്തകിടിയിലേക്ക് വിരൽ ചൂണ്ടി നിലവിളിക്കുന്നു. എനിക്കൊന്നും മനസ്സിലായില്ല. ഞാൻ ഓടിച്ചെന്നപ്പോൾ പുൽത്തകിടിയിലെ മാൻഹോളിന്റെ ഉരുക്കിന്റെ മൂടി ഒരൽപ്പം മാറിക്കിടക്കുന്നു. അതിലേക്ക് വിരൽചൂണ്ടിയാണ് അന്ന കരയുന്നത്.

ഒരു നിമിഷം ഞാനതിലേക്ക് നോക്കി. ഇരുട്ടാണ്. ഒമ്പത് കിലോ ഭാരമുള്ള ആ അടപ്പ് എങ്ങനെയാണ് ഞാൻ എടുത്തുമാറ്റിയത് എന്ന് അറിയില്ല. ഇരുട്ടിലേക്ക് അപ്പോൾ പ്രകാശം വന്നുവീണു. അപ്പോൾ വെള്ളത്തിന്റെ ഉപരിതലത്തിലേക്ക് എന്റെ ഇന്നു ഒരു മീൻകുഞ്ഞിനെപ്പോലെ പൊന്തിവന്നു. ഒരിത്തിരി ശ്വാസമെടുത്ത് താഴേക്കുതന്നെപോയി. എനിക്ക് തലകറങ്ങുന്നതുപോലെ തോന്നി. ഒരു തവണകൂടി അവനൊന്ന് പൊന്തിവന്നെങ്കിൽ! ഞാൻ നേരെ അതിലേക്ക് ചാടിയാൽ ഇന്നുവിന്റെ മേൽ വീഴും. എഴുന്നൂറ് സ്ക്വയർഫീറ്റിൽ രണ്ടര ആൾക്ക് വെള്ളമുണ്ട്. അന്തരീക്ഷത്തിൽനിന്നും വെളിച്ചം വീഴുന്ന ചെറിയ പ്രതലത്തിൽ മാത്രമേ എന്തെങ്കിലും കാണാൻ പറ്റൂ. ബാക്കിയെല്ലാം സർവത്ര ഇരുട്ടാണ്.

കുഴിയുടെ അരികുകളിലൂടെ ഞാൻ ഉരസി വെള്ളത്തിലേക്കിറങ്ങി. ഒരുകോടി രൂപതരാം എന്നുപറഞ്ഞാലും സിനിമയിൽ എനിക്ക് അത്തരം ഒരു സീനിൽ

അഭിനയിക്കാനാവില്ല. ഒറ്റത്തവണകൂടി അവനൊന്ന് പൊന്തിവന്നാൽ! നിലയില്ലാതെ ഞാൻ കുഴഞ്ഞ് നില്ക്കുമ്പോൾ അവന്റെ കുഞ്ഞിക്കൈ എന്റെ വിരലിൽക്കൊണ്ടു. ഞാൻ സർവശക്തിയുമെടുത്ത് താഴേക്ക് മുങ്ങി. എനിക്കവന്റെ കഴുത്തിൽ പിടികിട്ടി. ആഞ്ഞ്വലിച്ച് പുറത്തേക്കെടുത്ത് ചുമലിലേക്കിട്ടു:

'നമ്മൾ രക്ഷപ്പെട്ടടാ മോനേ' ഞാൻ ആ ഇരുട്ടിൽ കിടന്ന് അലറി വിളിച്ചു. മുകളിലെ വെളിച്ചത്തിലേക്ക് നോക്കിയപ്പോൾ രശ്മിയുടെ കരഞ്ഞുകലങ്ങിയ മുഖം. അവൾ കുഴിയുടെ അരികെ കമിഴ്ന്ന് കിടന്ന് കൈനീട്ടുകയാണ്. ഞാൻ ബോധമറ്റ ഇന്നുവിനെ പൊക്കി ഏന്തി അവളുടെ കൈയിലേക്കുകൊടുത്തു. അവൾ അവനെ വാങ്ങി സോണറ്റിനു കൊടുത്തു. എന്നിട്ട് എനിക്കുനേരെ കൈനീട്ടി. ആ കുഴിയിൽ കിടന്ന് ഞാൻ കരഞ്ഞുപോയി. സ്വന്തം മകൻ രക്ഷപ്പെട്ടു. എന്നിട്ടും അവൾ കാത്തുനിന്ന് കൈനീട്ടുന്നു. അവളുടെ അപ്പനുവേണ്ടിയല്ല, ഭർത്താവിന്റെ അപ്പനുവേണ്ടി. ഇത്തരം നിമിഷത്തിൽ അത് തോന്നണമെങ്കിൽ അസാധാരണമായ സ്നേഹം വേണം. അവളുടെ കൈപിടിച്ച് ഞാൻ ജീവിതത്തിന്റെ വെളിച്ചത്തിലേക്കു കയറി.

ഇന്നുവിന്റെ വയറ്റിൽ അണുബാധയുള്ള വെള്ളം കയറിയിരുന്നു. നനഞ്ഞുകുളിച്ച് അവനെയുംകൊണ്ട് ആസ്പത്രിയിലേക്കു കുതിക്കുമ്പോൾ ഞാൻ സോണറ്റിനോട് പറഞ്ഞു:

'സിനിമാനടനാവാനോ അമ്മയുടെ പ്രസിഡന്റാവാനോ ഒന്നുമല്ലടാ അപ്പൻ ജനിച്ചത്. ഇന്നുവിനെ രക്ഷിക്കാനാ. എന്റെ ജീവിതം ഇപ്പോൾ പൂർണമായി. ഇനി എപ്പോൾ വേണമെങ്കിലും മരിക്കാം'

അതുകേട്ട് അവൻ പൊട്ടിക്കരഞ്ഞു. അസുഖം തളർത്തിയ ശരീരവുമായി ആലിസിരുന്ന് തേങ്ങി.

ദിവസങ്ങൾകൊണ്ട് പതുക്കെപ്പതുക്കെ ഇന്നു ജീവിതത്തിലേക്കു വന്നു. സംഭവത്തിന്റെ പിറ്റേന്നുതന്നെ എനിക്ക് അത്യാവശ്യമായ ഒരു കോമ്പിനേഷൻ സീൻ ചെയ്യാനുണ്ടായിരുന്നു. ആറും ഏഴും ടേക്ക് എടുത്തിട്ടും സീൻ ഓക്കെയായില്ല. മനസ്സ് അപ്പോഴും വിറയ്ക്കുകയായിരുന്നു. തുടർന്നുള്ള ദിവസങ്ങളിലെ രാത്രികളിലെല്ലാം ഒരു വെളുത്ത തുണിക്കെട്ട് വീട്ടിലേക്കു വരുന്ന സ്വപ്നം കണ്ട് ഞാൻ ഞെട്ടിയുണർന്നു. ദിവസങ്ങളോളം ഒന്നിനുമാവാതെ ഉഴറി നടന്നു. ഇന്നു ചിരിച്ചുതുടങ്ങിയപ്പോഴാണ് ഞാനും ചിരിച്ചുതുടങ്ങിയത്.

അവനിപ്പോഴും ആ ആഘാതത്തിൽനിന്നും മാനസികമായി മോചിതനായിട്ടില്ല. കഴിഞ്ഞ ദിവസം ഞെട്ടിക്കുന്ന ഒരു കാഴ്ച ഞാൻ കണ്ടു: ഇന്നു അടുക്കളയിൽ ആലീസിനെ സഹായിക്കുന്ന ദേവയാനിയുടെ കൂടെ ഇരിക്കുകയാണ്. തൊട്ടടുത്ത് ഒരുബക്കറ്റ് വെള്ളമുണ്ട്. അവന്റെ കൈയിലെ പ്ലാസ്റ്റിക്കിന്റെ ഒരു പാവ അവൻ വെള്ളത്തിൽ മുക്കുന്നു. മുക്കിപ്പിടിച്ച് വിടുമ്പോൾ അത് മുകളിലേക്ക് കുതിച്ചുവരും. അപ്പോൾ പാവയെ തൊട്ട് അവൻ പണിക്കാരിയോട് പറയും: ഇത് 'ഇന്നു' എന്നിട്ട് അതിനെ പൊക്കിയെടുത്ത്പറയും: 'ഇത് അപ്പാപ്പൻ'!!

സംഭവം കഴിഞ്ഞ് വീട് സാധാരണ നിലയിലേക്ക് വന്നപ്പോൾ ഞാൻ രശ്മിയോട് ചോദിച്ചു: 'ഞങ്ങൾ രണ്ടുപേരും ഒന്നിച്ചു മരിച്ചുപോയിരുന്നെങ്കിൽ

ആർക്കുവേണ്ടിയായിരിക്കും നീ കൂടുതൽ കരയുക? അതുകേട്ട് അവൾ കരഞ്ഞു.

ഇപ്പോൾ ആലീസിനോട് ഞാൻ ചോദിക്കാറുണ്ട്: 'അന്ന് ഞങ്ങൾ രണ്ടുപേരുംകൂടി മരിച്ചുപോയിരുന്നെങ്കിൽ നിന്റെ സങ്കടം ഭാഗിച്ചുപോകുമായിരുന്നില്ലേ? എനിക്കുവേണ്ടിമാത്രം നീ കരയുന്നതാണ് എനിക്കിഷ്ടം. അതിന് ഞാൻ വീണ്ടും ജനിച്ച് വീണ്ടും മരിക്കേണ്ടിവരും.'

മരണത്തിൽപോലും മനുഷ്യൻ സ്വാർഥനാണ്.

ദൈവത്തിൽ വിശ്വസിക്കുകയോ വിശ്വസിക്കാതിരിക്കുകയോ ചെയ്യുന്ന ആളാണ് ഞാൻ. ഇതുവരെ കാണാത്ത ഒന്നിനെ ഉണ്ടെന്ന് നിനച്ച് ആളുകൾ പ്രാർഥിക്കുന്നത് കാണുമ്പോൾ എതിർക്കാൻ പോവാറില്ല. എന്നാൽ അന്ന് ഇരുട്ടും വെള്ളവും ചേർന്ന ആ കുഴിയിൽ മരണത്തോടു മല്ലിട്ടു കിടന്നപ്പോൾ ഞാൻ ഒരു തണുത്ത കൈയിൽ പിടിച്ചു. അത് ദൈവത്തിന്റേതാണ് എന്ന് ഇപ്പോൾ ഞാൻ വിശ്വസിക്കുന്നു. ദൈവം എന്നതിനെക്കാൾ അതിനെ അജ്ഞാതമായ ഏതോ ശക്തി എന്നു പറയുന്നതാവും ഉചിതം. ആ ശക്തിയെ നമുക്ക് വേണമെങ്കിൽ ദൈവം എന്നുവിളിക്കാം. അത് ക്രിസ്ത്യാനിയാണോ ഹിന്ദുവാണോ ഇസ്‌ലാമാണോ എന്നെനിക്കറിയില്ല. എന്തെങ്കിലും വർണമുണ്ടോ എന്നുമറിയില്ല.

എങ്കിലും ആ മന്ദഹാസം ഞാൻ ഇപ്പോഴും കാണുന്നു.

18

കമ്മ്യൂണിസ്റ്റ്മാനിഫെസ്റ്റോയും ബൈബിളും

അപ്പനിലാണ് ഞാൻ തുടങ്ങിയത്. ആത്മകഥയുടെ അവസാന അധ്യായമെത്തുമ്പോൾ ഞാൻ അപ്പനിലേക്കുതന്നെ തിരിച്ചെത്തുന്നു. ഈ തിരിച്ചെത്തലിൽ ഒരു വലിയ തിരിച്ചറിവുമുണ്ട്: ഏതുകാര്യത്തിലായാലും എന്റെ തുടക്കവും തുടർച്ചയും ഒടുക്കവും അപ്പനിലാണ്. ഭൂമിയുടെ ഇരു ധ്രുവങ്ങളിലാണെങ്കിലും ഇവിടെയും പരലോകത്തുമാണെങ്കിലും ഞങ്ങൾക്കുമാത്രം കാണാവുന്ന ഒരു ചരടിനാൽ ഞാനും അപ്പനും പരസ്പരം ബന്ധിക്കപ്പെട്ടിരിക്കുന്നു. അകം കരഞ്ഞുകലങ്ങുമ്പോൾ ഇപ്പോഴും അപ്പനെന്റെ മുന്നിൽ ഒരു വലിയ പൊട്ടിച്ചിരിയായി നില്ക്കുന്നു; കൊടുങ്കാറ്റിലോ കുത്തൊഴുക്കിലോ പെട്ട് വഴിതെറ്റുമ്പോൾ തുഴയും തുണയുമാകുന്നു. ഒരിക്കലും ഒറ്റപ്പെട്ടുപോകാൻ അപ്പൻ എന്നെ അനുവദിക്കുന്നേയില്ല; ഒരിക്കലും, ഒരിക്കലും. ഈ പ്രായത്തിലും അപ്പന്റെ ചൂടിലേക്കാണ് ഞാനെന്റെ ചിറകൊതുക്കുന്നത്.

▲ കെ.വി.കെ. വാരിയരുടെ വീടിന്മുന്നിൽ

ഇരിങ്ങാലക്കുട എന്ന നാട്ടിൻപുറത്ത് ജനിച്ച്, കഷ്ടി എട്ടാംതരംവരെ മാത്രം പഠിച്ച്, ഒരു കൊച്ചു കട നടത്തി ജീവിച്ച അപ്പൻ നാടിന്റെ അതിരുകൾക്കപ്പുറം ദൂരങ്ങളിലേക്കൊന്നും സഞ്ചരിച്ചിട്ടില്ലായിരുന്നു. എന്നാൽ അപ്പന്റെ മനസ്സ് ഒരു പാട് ദൂരങ്ങളിലേക്ക് യാത്രചെയ്തിരുന്നു. മസ്തിഷ്കത്തിൽ ഒരുപാട് ചിന്തകളുണ്ടായിരുന്നു. കമ്യൂണിസത്തിലുള്ള കടുത്ത വിശ്വാസവും അത് പകർന്നു കൊടുത്ത നിശിതമായ വായനയും ചർച്ചകളും വിശകലനങ്ങളുമെല്ലാം ചേർന്നാണ് അപ്പന്റെ മനസ്സിൽ വെളിച്ചവും ശിരസ്സിൽ ബുദ്ധിയും നിറച്ചത്.

മാപ്രാണത്ത് അപ്പൻ കട നടത്തിയതുതന്നെ കുറേ ആൾക്കാരെ കമ്യൂണിസ്റ്റാക്കാനാണ് എന്ന് ഞാൻ മുൻപ് എഴുതിയിട്ടുണ്ട്. എനിക്കത് എത്രയോതവണ നേരിൽ ബോധ്യപ്പെട്ടതാണ്. കടയിൽ '*നവജീവൻ*' എന്ന പത്രം ഇട്ടിരുന്നു. അപ്പൻ അതുറക്കെ വായിക്കും. വായിക്കാനുള്ളത് ഒന്നും ഉറക്കെ വായിക്കരുതെന്ന് അപ്പൻ എന്നെ ഉപദേശിച്ചിരുന്നു. ഇപ്പോഴേ ഉറക്കെ വായിച്ചു ശീലിച്ചാൽ വലുതായി വായനശാലകളിൽ ചെല്ലുമ്പോൾ എല്ലാവരും നിന്നെ ഒരു ശല്യമായിക്കാണും എന്നും അപ്പൻ പറഞ്ഞു. ആ അപ്പനാണ് *നവജീവൻ* നാട്ടുകാർ മുഴുവൻ കേൾക്കെ ഉറക്കെ വായിക്കുന്നത്. ഈ വൈരുധ്യം കണ്ട് ഞാൻ അപ്പനോട് ചോദിച്ചു.

'എന്നോട് ഒന്നും ഉറക്കെ വായിക്കരുതെന്ന് ഉപദേശിച്ച അപ്പൻ നാടുമുഴുവൻ കേൾക്കുന്നവിധത്തിൽ പത്രം വായിക്കുന്നതെന്തിനാ?'

അപ്പോൾ അപ്പൻ പറഞ്ഞു: 'കടയിൽ വന്നിരിക്കുന്ന മിക്ക ആൾക്കാരും ഈ പത്രത്തിനും അതിന്റെ ആശയങ്ങൾക്കും എതിരാണ്. തൊട്ടുമുന്നിൽ കിടന്നാൽപോലും എടുത്തുവായിക്കാറില്ല. എന്നാൽ വായിക്കണം എന്ന ആഗ്രഹം മനസ്സിൽ ഉണ്ടാകുകയും ചെയ്യും. അവർക്കുവേണ്ടിയാണ് ഞാനുറക്കെ വായിക്കുന്നത്. ചിലർ കേട്ടില്ലെന്നു നടിക്കും; മറ്റുചിലർ പാതിചെവി തുറന്ന് കേൾക്കും. കേട്ടുകേട്ട് അതിൽ ഏതെങ്കിലും ഒരാൾ കമ്യൂണിസത്തിന്റെ ചൂണ്ടയിൽ കൊത്തും. അവൻ പിന്നെ പുറത്തുപോവില്ല.

അപ്പന്റെ ഈ കമ്യൂണിസ്റ്റ് ചൂണ്ടയിൽ കൊത്തിയ എത്രയോപേർ ഇരിങ്ങാലക്കുടയിലും മാപ്രാണത്തുമുണ്ടായിരുന്നു.

ഒരുദിവസം രാത്രി അല്പം നേരത്തേ ഉറങ്ങാൻ കിടന്ന അപ്പൻ ഉറക്കത്തിൽ ചിരിച്ചു. അതുകണ്ട് അമ്മ പറഞ്ഞു: 'ഇന്ന് ആരെയോ കമ്യൂണിസ്റ്റാക്കിയതിന്റെ സന്തോഷത്തിൽ ചിരിക്കുകയാണ് നിന്റെ അപ്പൻ'.

ഒരേസമയം ക്രിസ്ത്യാനിയും കമ്യൂണിസ്റ്റുമാകുക എന്നതാണ് ലോകത്തിലെ ഏറ്റവും വിഷമം പിടിച്ച കാര്യം. അന്നും ഇന്നും അത് അങ്ങനെത്തന്നെയാണ്. അപ്പൻ ഈ വിഷമം വളരെയധികം അനുഭവിച്ചയാളാണ്. പള്ളിയിലും പാർട്ടി ക്ലാസിലും അപ്പൻ ഒരുപോലെ പോയി; ബൈബിളിനൊപ്പം കമ്യൂണിസ്റ്റ് മാനിഫെസ്റ്റോയും വായിക്കുന്നതിൽ ഒരു വൈരുധ്യവും കണ്ടില്ല. എന്നാൽ ഇത് കണ്ടുനില്ക്കുന്നവർക്കും കുടുംബാംഗങ്ങൾക്കും വലിയ പ്രശ്നമായിരുന്നു.

അപ്പന്റെ ഒരു സഹോദരി കന്യാസ്ത്രീ ആയിരുന്നു. സിസ്റ്റർ ക്ലാവുദിയ എന്നായിരുന്നു അമ്മായിയുടെ പേര്. മാപ്രാണം ക്ലാരമഠത്തിലായിരുന്നു അവർ.

അപ്പൻ കമ്യൂണിസ്റ്റായത് അമ്മായിക്ക് വലിയ കുറച്ചിലായി. മഠത്തിലും സഭയിലും അവർക്ക് പരിഹാസ്യയാകേണ്ടിവന്നു. ഒരുദിവസം അമ്മായി അപ്പനോട് പറഞ്ഞു:

'ചേട്ടാ, ചേട്ടൻ ഈ കമ്യൂണിസ്റ്റ് ചിന്താഗതി മാറ്റണം. ചെകുത്താന്റെ കൂട്ടുകെട്ട് നമുക്കുവേണ്ട'.

അതുകേട്ട അപ്പൻ അമ്മായിയോട് ചോദിച്ചു:

'നിനക്ക് തലയ്ക്ക് പ്രാന്തുണ്ടോ ക്ലാവുദിയേ? എനിക്കറിയാം എന്റെ വഴി'.

അമ്മായി തല്ക്കാലം ഒന്നും മിണ്ടിയില്ലെങ്കിലും വെറുതെയിരുന്നില്ല. അവർ കോൺവെന്റിൽ പഠിക്കുകയായിരുന്ന എന്റെ ചേച്ചിമാർക്ക് എഴുതി:

'പ്രിയപ്പെട്ട പൗളീൻ, സെലിൻ...

നിങ്ങളുടെ അപ്പൻ, എന്റെ ആങ്ങള, പിശാചിന്റെ വലയിൽപെട്ട് ഉഴലുകയാണ്. വീട്ടിൽ പ്രാർഥനയും നമസ്കാരങ്ങളും ഇല്ല എന്നുതന്നെ തോന്നുന്നു. നിങ്ങൾ അപ്പനെ അതിൽനിന്ന് പിന്തിരിപ്പിക്കണം. ഒരു സത്യക്രിസ്ത്യാനിയായി അപ്പനെ തിരിച്ചുകിട്ടാൻ നമുക്ക് കർത്താവിനോട് പ്രാർഥിക്കാം...'

ഈ കത്ത് കോൺവെന്റിലെ കന്യാസ്ത്രീകൾ മുഴുവൻ കണ്ടു. അത് ചേച്ചിമാർക്ക് വലിയ നാണക്കേടും സങ്കടവുമുണ്ടാക്കി. അവർ വീട്ടിൽവന്ന് നിർത്താതെ കരഞ്ഞു. അപ്പൻ ആ കരച്ചിലിനെ തരിമ്പും വിലവെച്ചില്ല. അകത്ത് അവർ കരയുമ്പോൾ പുറത്ത് ഒരു കൂസലുമില്ലാതെയിരിക്കുന്ന അപ്പനെ ഞാൻ കണ്ടിട്ടുണ്ട്. അമ്മായിയോട് പറഞ്ഞതുപോലെ അപ്പന്റെ വഴി അപ്പന് നന്നായി അറിയാമായിരുന്നു. പള്ളിയെയോ പുരോഹിതനെയോ മറ്റുപദേശികളെയോ അതിൽ ഇടപെടാൻ അനുവദിക്കാറുമില്ലായിരുന്നു. ചിന്തയുടെ ധൈര്യമാണ് അതിന് അപ്പനെ സഹായിച്ചത് എന്ന് ഇന്നെനിക്കു മനസ്സിലാവുന്നു.

കറകളഞ്ഞ കമ്യൂണിസ്റ്റുകാരനാണെങ്കിലും എന്നോടൊരിക്കലും പാർട്ടിയിൽ ചേരാനോ അതിന്റെ ആശയങ്ങളിൽ വിശ്വസിക്കാനോ അപ്പൻ പറഞ്ഞിട്ടില്ല. അപ്പന് കമ്യൂണിസ്റ്റുപാർട്ടി എന്നാൽ കൊടിപിടിച്ച വെറും ഒരു ആൾക്കൂട്ടമോ അവർ വിളിക്കുന്ന മുദ്രാവാക്യങ്ങളോ തിരഞ്ഞെടുപ്പോ ഭരണമോ ഒന്നുമായിരുന്നില്ല. അത് ഒരു സംസ്കാരവും മനുഷ്യത്വവും ധീരതയുമൊക്കെയായിരുന്നു. പാർട്ടിയെപ്പറ്റിയുള്ള പലകാര്യങ്ങളും പറഞ്ഞുതരുന്നതിലൂടെ അപ്പൻ എന്നിലേക്ക് പകർന്നതും ഇതൊക്കെത്തന്നെയായിരുന്നു. അവ പലതും എനിക്ക് ജീവിതത്തിൽ വലിയ പാഠങ്ങളും വിളക്കുകളുമായി.

വിമോചന സമരകാലത്ത് അപ്പൻ സാക്ഷിയായ ഒരു സംഭവം എന്നോട് പറഞ്ഞിട്ടുണ്ട്. അപ്പൻ കടപൂട്ടി വരികയായിരുന്നു. കമ്യൂണിസ്റ്റ് മന്ത്രിസഭയ്ക്കെതിരെ കോൺഗ്രസ്സിന്റെ ഒരു ജാഥ കടന്നുപോവുകയാണ്. ആവേശത്തിൽ മുദ്രാവാക്യം വിളിച്ചുകൊണ്ടാണ് ജാഥയുടെ പ്രയാണം. പെട്ടെന്ന് ജാഥ ഒരിടത്തു നില്ക്കുകയും അല്പസമയത്തെ ബഹളത്തിനുശേഷം കടന്നുപോവുകയും ചെയ്തു. ജാഥയിലുണ്ടായിരുന്ന ഒരാൾമാത്രം ആ വഴിയിൽ ശേഷിച്ചു. അപ്പനറിയാവുന്ന ഒരു മാഷായിരുന്നു അത്. അയാളെ ജാഥയിൽനിന്ന് പുറത്താക്കിയതായിരുന്നു. കാരണം ചോദിച്ചപ്പോൾ അയാൾ പറഞ്ഞു:

'അവർ വിളിച്ച എല്ലാ മുദ്രാവാക്യങ്ങളും ഞാൻ ഏറ്റുവിളിച്ചു വറീതേ,

എന്നാൽ ഇ.എം.എസ്സിനെ ഉദ്ദേശിച്ച് വിളിച്ച,

'തൂങ്ങിച്ചാവാൻ കയറില്ലെങ്കിൽ

പൂണൂലൂരെട നമ്പൂരീ' എന്ന മുദ്രാവാക്യം എനിക്ക് വിളിക്കാൻ സാധിച്ചില്ല. എതിർചേരിയിലാണെങ്കിലും ഇ.എം.എസ്. അറിവുള്ളയാളാണ്. വലിയ മനുഷ്യനാണ്. ആഭാസകരമായ വാക്കുകൾ അദ്ദേഹത്തിനെതിരെ പ്രയോഗിക്കാൻ എന്റെ സംസ്കാരം എന്നെ അനുവദിച്ചില്ല. അതിന് അവർ എന്നെ ജാഥയിൽനിന്ന് പുറത്താക്കിയതാണ്.'

വർഷങ്ങൾക്കുശേഷം ഞാൻ ഇരിങ്ങാലക്കുട മുനിസിപ്പൽ തിരഞ്ഞെടുപ്പിൽ ജയിച്ചു. ഞങ്ങളുടെ ആഹ്ലാദപ്രകടനം എന്റെ എതിർസ്ഥാനാർഥിയായ പോളിന്റെ വീടിനു മുന്നിൽ എത്തിയപ്പോൾ ആരോ വിളിച്ചു:

'കെ.വി.പോളിനോടമ്മ പറഞ്ഞു

പന്ത്രണ്ടിൽ നീ നില്ക്കരുതെന്ന്'

പെട്ടെന്ന് ഞാൻ ആ വീടിന്റെ പടിപ്പുരയിലേക്കുനോക്കി. അവിടെയിരിക്കുന്ന പോളിന്റെ കുട്ടികൾ ആ മുദ്രാവാക്യത്തിന് താളം പിടിക്കുന്നു. എന്റെ മനസ്സിൽ പെട്ടെന്ന് ഒരു കറുത്തമേഘം വന്നുമൂടി. ഞാൻ കൂട്ടുകാരോട് പറഞ്ഞു:

'അരുത്, ആ മുദ്രാവാക്യം വേണ്ട, അത് നമുക്കുചേർന്നതല്ല. തിരഞ്ഞെടുപ്പിൽ നമ്മൾ വിജയിച്ചു. അതിലപ്പുറം വാശിയോ ശത്രുതയോ എനിക്കാരോടുമില്ല.'

അപ്പൻ എന്റെ രക്തത്തിലേക്കു കയറ്റിവിട്ട രാഷ്ട്രീയ സംസ്കാരമാണ് എന്നെക്കൊണ്ട് അതുപറയിച്ചത്.

1987-ൽ വി.എം. സുധീരൻ മണലൂരിൽ മത്സരിച്ചപ്പോൾ ഇ.എം.എസ്. അവിടെവന്ന് പ്രസംഗിച്ചു. അതിന്റെ പിറ്റേന്ന് പത്രം വായിച്ചതിനുശേഷം അപ്പൻ

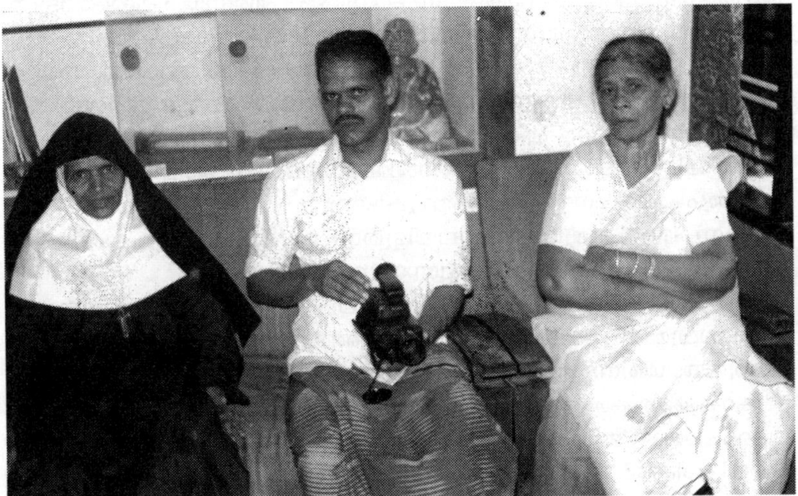

▲ സിസ്റ്റർ ക്ലാവുദിയ, സ്റ്റാനിസിലാവോസ്, അമ്മ മർഗലീത്ത

എന്നോട് ചോദിച്ചു:

'ഇ.എം.ന്റെ പ്രസംഗം നീ ശ്രദ്ധിച്ചോ'?

ഞാൻ ശ്രദ്ധിച്ചിട്ടില്ലായിരുന്നു.

അപ്പൻ തുടർന്നു: 'എതിർപാർട്ടിയിലായിട്ടും ഇ.എം.എസ്, സുധീരനെപ്പറ്റി മോശമായി ഒരുവാക്കുപോലും പറഞ്ഞില്ല. മറിച്ച്, കാര്യപ്രാപ്തിയുള്ളയാളും മിടുക്കനുമാണ് സുധീരൻ എന്നാണ് പറഞ്ഞത്. പക്ഷേ, ഇദ്ദേഹത്തെ ജയിപ്പിച്ചുവിട്ടാൽ തിരുവനന്തപുരത്ത് കോൺഗ്രസ്സായിരിക്കും അധികാരത്തിൽ വരിക എന്നുപറഞ്ഞ് വോട്ടുകൾ തടയുകയും ചെയ്തു. സംസ്കാരവും രാഷ്ട്രീയവും ഒരുമിച്ച്പോകുന്നത് ഇങ്ങനെയാണ്.'

▲ കെ.വി.കെ. വാരിയർ

അപ്പന്റെ ആ നിരീക്ഷണം അദ്ഭുതത്തോടെയാണ് ഞാൻ കേട്ടിരുന്നത്.

അപ്പന്റെ അടുത്തുനിന്നുകൊണ്ടാണ് ആദ്യമായി ഞാൻ ഒരു രാഷ്ട്രീയജാഥ കാണുന്നത്. 1952-ൽ എന്റെ നാലാം വയസ്സിൽ. സന്ധ്യക്ക് അപ്പൻ വീട്ടുമുറ്റത്ത് നില്ക്കുകയാണ്. ചെമ്മൺറോഡിലൂടെ റാന്തൽവിളക്കിന്റെ വെളിച്ചത്തിൽ ആർപ്പുവിളികളോടെയാണ് അവർ വന്നത്. ജാഥ വരുന്നതുകണ്ടപ്പോൾ അടുത്തുള്ള ക്രിസ്ത്യൻ വീടുകളിലൊന്നും ആരും പുറത്തേക്കുവന്നില്ല. ഞങ്ങളുടെ വീടുമാത്രം വാതിൽ തുറന്നിട്ടുകണ്ടപ്പോൾ ജാഥ അങ്ങോട്ടുവന്നു. തെക്കേത്തല വറീതിന്റെ വീടാണ് അത് എന്ന് അവർക്ക് മനസ്സിലായിരിക്കണം. വീട്ടിൽ കൃഷിപ്പണിക്കു സഹായിക്കുന്ന ജാനുച്ചേച്ചി എന്നെയും ഒക്കത്തെടുത്ത് ജാഥകാണാൻ വന്നുനിന്നു. മങ്ങിയ മണ്ണെണ്ണ വിളക്കിന്റെ വെളിച്ചത്തിൽ വെളുത്ത് ദൃഢശരീരിയായ ഒരു മനുഷ്യനെ ഞാൻ ആ കൂട്ടത്തിൽ കണ്ടു. അയാളുടെ കഴുത്തിൽ ഒരു ചുകന്ന മാലയിട്ടിരുന്നു. അയാൾ പെട്ടെന്ന് ഞങ്ങൾക്കടുത്തേക്കുവന്നു. എന്നിട്ട് എന്റെ കവിളിൽ ഒന്നുതട്ടി, ചുകപ്പുമാല ഊരി എന്റെ കഴുത്തിലിട്ടു. തുടർന്ന് അപ്പനെ നോക്കി ഒന്നുചിരിച്ചു. ജാഥ കടന്നുപോയി. ആ ദൃശ്യം എന്റെ മനസ്സിൽ പതിഞ്ഞുകിടന്നു.

അന്ന് എന്റെ കഴുത്തിൽ മാലയിട്ടുതന്ന ആ മനുഷ്യൻ ആരാണ് എന്ന് ഞാൻ വർഷങ്ങൾക്കുശേഷം അപ്പനോടു ചോദിച്ചു.

'അതാണ് കെ.വി.കെ. വാരിയർ. വക്കീലും കമ്യൂണിസ്റ്റ് പാർട്ടിയുടെ വലിയ നേതാവുമാണ്. 1952-ൽ അദ്ദേഹം തിരഞ്ഞെടുപ്പിൽ ജയിച്ചപ്പോഴുള്ള ഘോഷയാത്രയായിരുന്നു അത്.' അപ്പൻ പറഞ്ഞു.

കറകളഞ്ഞ കമ്യൂണിസ്റ്റായ വാരിയർക്ക് ആകെയുണ്ടായിരുന്ന സ്വത്ത് പറപ്പൂക്കര പഞ്ചായത്തിലെ അല്പം കൃഷിയായിരുന്നു. ആ പഞ്ചായത്തിൽതന്നെ പോയി ഒരിക്കൽ വാരിയർ പ്രസംഗിച്ചു: 'കുടിയാന്മാർ ജന്മിക്ക് ഒരു മണിപോലും പാട്ടംകൊടുക്കേണ്ടതില്ല' അന്നുമുതൽ വാരിയർക്ക് പാട്ടം കിട്ടാതെയായി.

പാതി ചിരിയോടെയാണ് അപ്പൻ ഇതുപറഞ്ഞതെങ്കിലും, ആ മുഖത്ത് പെട്ടെന്ന് വല്ലാത്ത വിഷാദംപരന്നു. അല്പനേരം ഒന്നും മിണ്ടാതെ അപ്പൻ ഒരു ബീഡി വലിച്ചു. എന്നിട്ടുപറഞ്ഞു:

'വാരിയർ പറഞ്ഞ ഒരു അനുഭവകഥയിലൂടെയാണ് ഞാൻ യഥാർഥ കമ്യൂണിസത്തെയും മനുഷ്യസ്നേഹത്തെയും അറിഞ്ഞത്. പുസ്തകങ്ങൾ വായിച്ചോ പ്രസംഗങ്ങൾ കേട്ടോ നാടകങ്ങൾ കണ്ടോ അല്ല.' ആ സംഭവം അപ്പൻ പിന്നീട് എനിക്ക് പറഞ്ഞുതന്നു.

പാർട്ടിക്ലാസുകൾ എടുക്കുകയും പ്രസംഗിക്കുകയുമൊക്കെ ചെയ്ത് വാരിയർ വീറോടെ കത്തിനില്ക്കുന്ന കാലം. ഇരിങ്ങാലക്കുടയ്ക്ക് തൊട്ടടുത്ത സ്ഥലത്ത് ഒരു പൊലീസ് ഇൻസ്പെക്ടറെ കൊലപ്പെടുത്തിയ ഒരു കേസുണ്ടായി. അപ്പോൾ പാർട്ടി വാരിയരോട് പറഞ്ഞു: താങ്കൾ ഈ കേസിൽ ഒളിവിൽ പോവണം.

പ്രതിയാവാത്ത താൻ എന്തിനാണ് ഒളിവിൽ പോകുന്നത് എന്ന് വാരിയർക്കു മനസ്സിലായില്ല. അദ്ദേഹം അത് പാർട്ടിയോട് ചോദിച്ചു. അപ്പോൾ പാർട്ടിപറഞ്ഞു:

താങ്കൾ പോയില്ലെങ്കിൽ മറ്റുപലരുംപോകേണ്ടിവരും. അവരെ ഇപ്പോൾ പാർട്ടിക്ക് ഇവിടെ ആവശ്യമുണ്ട്.

വാരിയർക്ക് കാര്യം മനസ്സിലായി. അദ്ദേഹം ഒളിവിൽപോകാൻ തീരുമാനിച്ചു.

ചാലക്കുടിക്കടുത്തുള്ള കനകമലയുടെ താഴ്‌വരയിലെവിടെയോ ആയിരുന്നു ഒളിത്താവളം ഒരുക്കിയിരുന്നത്. ബാക്കിയായ ചില പാർട്ടിക്ലാസുകൾകൂടി തീർത്ത് രാത്രി ഒൻപതുമണിയോടെയാണ് വാരിയർ യാത്ര തുടങ്ങിയത്. പാർട്ടി അനുഭാവിയായ ഒരു ട്യൂട്ടോറിയൽ മാഷായിരുന്നു വഴികാട്ടി.

ഇരുട്ടിൽ, അപരിചിതമായ വഴിയിലൂടെ അവർ അധികം സംസാരിക്കാതെ നടന്നു. തണുപ്പും കാറ്റും ചേർന്ന് അവരെ വിറപ്പിച്ചു. രാവിലെമുതൽ ആ സമയംവരെ ഒരു കട്ടൻചായ മാത്രമായിരുന്നു വാരിയർ കുടിച്ചിരുന്നത്. വിശപ്പ് സിരകളിൽ മുഴുവൻ പടർന്നു. എട്ടുകിലോമീറ്ററോളം നടന്ന് രാത്രി പതിനൊന്ന്മണിയോടെ അവർ കൂരയ്ക്കു മുന്നിലെത്തി.

ചെങ്കല്ലുകൊണ്ട് ചുമരുതീർത്ത ആ വീട് ഓലമേഞ്ഞതായിരുന്നു. മാഷ് മൂന്നുതവണ മുട്ടിയപ്പോൾ തീർത്തും ദുർബലമായ വാതിൽ തുറന്ന് മുണ്ടും ബ്ലൗസും ധരിച്ച ഒരു സ്ത്രീ പുറത്തുവന്നു. ഒറ്റമുറി മാത്രമേ ആ വീടിനുണ്ടായിരുന്നുള്ളൂ. മണ്ണെണ്ണവിളക്കിന്റെയും ചെങ്കല്ലിന്റെയും നിറം കലർന്ന ആ മുറിയിൽ ഒരു പ്ലേറ്റ് വെളുത്ത പിഞ്ഞാണംകൊണ്ട് അടച്ചുവെച്ചിട്ടുണ്ട്. അടുത്ത് ഒരുഗ്ലാസ്‌വെള്ളവും. അഞ്ചുവയസ്സ് തോന്നിക്കുന്ന പെൺകുട്ടി ചുമരിനോട് ചേർന്ന് പാതി ഉറക്കത്തിലാണ്ട് കിടക്കുന്നു. ഒരുവെളുത്ത വിരിപ്പിൽ മുലകുടിമാറാത്ത ഒരുകുട്ടിയുമുണ്ട്.

വാരിയരെ വീട്ടിലാക്കി രാവിലെവരാം എന്നുപറഞ്ഞ് മാഷ് പോയി. അവിടെ ആ സ്ത്രീയും വാരിയരും കുട്ടികളും മാത്രമായി.

വെളുത്ത് സുമുഖനായ വാരിയരെ ആദ്യം ആ സ്ത്രീ തമ്പുരാനേ എന്നാണ് വിളിച്ചത്. വാരിയർ അത് കർശനമായി തിരുത്തി സഖാവേ എന്നു വിളിക്കാൻ

പറഞ്ഞു. സ്ത്രീ അദ്ദേഹത്തെ ഭക്ഷണത്തിനു ക്ഷണിച്ചു. വിശന്നുതളർന്ന വാരിയർ വേഗം കൈകഴുകി ഇരുന്നു. പിഞ്ഞാണമൂടി മാറ്റുമ്പോൾ വാരിയർ സ്ത്രീയോട് ചോദിച്ചു:

'നിങ്ങൾ കഴിച്ചോ?'

സ്ത്രീ ഒന്നും മിണ്ടിയില്ല. പന്തികേട് തോന്നിയപ്പോൾ വാരിയർ ചോദ്യം ആവർത്തിച്ചു. അപ്പോൾ പാതിമയക്കത്തിൽ കിടന്നിരുന്ന പെൺകുട്ടി പറഞ്ഞു:

'മാമൻ കഴിച്ചിട്ട് ബാക്കിയുള്ളത് കഴിക്കാം എന്ന് അമ്മപറഞ്ഞു.'

അത്കേട്ടതും വാരിയരുടെ ഉള്ളിൽ ഒരു സ്ഫോടനം നടന്നു. കത്തിപ്പടർന്ന വിശപ്പ് കെട്ടടങ്ങിയതുപോലെ, കണ്ണ് നിറഞ്ഞു. അത് പുറത്തുകാണിക്കാതെ അദ്ദേഹം പറഞ്ഞു:

'പലസ്ഥലങ്ങളിലും പാർട്ടിക്ലാസുകൾ കഴിഞ്ഞാണ് ഞാൻ വരുന്നത്. എല്ലാസ്ഥലത്തുനിന്നും ഭക്ഷണം കഴിക്കുകയും ചെയ്തു. സത്യം പറഞ്ഞാൽ എനിക്ക് വിശപ്പില്ലായിരുന്നു. നിങ്ങൾ കാത്തുവെച്ച ഭക്ഷണം കളയേണ്ട എന്നു കരുതി ഇരുന്നതാണ്.

അതുപറഞ്ഞ് മുറിയുടെ ഒരു മൂലയ്ക്ക് വിരിച്ചിരുന്ന ഒരു പായയിൽ അദ്ദേഹം ചെന്നുകിടന്നു. കെട്ടടങ്ങിയ വിശപ്പ് സങ്കടത്തിൽ കുളിച്ച് തിരിച്ചുവന്നു. ആ വിശപ്പിനെ അദ്ദേഹം എങ്ങോട്ടോ പറഞ്ഞയച്ചു. ഈ വീട്ടിൽ നിന്നിട്ടുകാര്യമില്ല. വേദന പിന്നീട് തളർച്ചയായി. അങ്ങനെയങ്ങനെ വാരിയർ ഉറങ്ങിപ്പോയി.

പിറ്റേന്ന് പുലർച്ചെ അദ്ദേഹം ഉണർന്നു. തലേന്ന് ഇരുന്നിരുന്ന അതേ സ്ഥലത്ത് ചുമരുചാരിയിരുന്ന് ആ സ്ത്രീ ഉറങ്ങുന്നു. പെൺകുട്ടി തൊട്ടപ്പുറത്തു കിടക്കുന്നു, മാറത്ത് മുലകുടി മാറാത്ത കുട്ടിയും. അടച്ചുവെച്ച പിഞ്ഞാണം അതേപോലിരിക്കുന്നു. അതിനുചുറ്റും കറുത്ത ഉറുമ്പുകൾ നിറഞ്ഞിരിക്കുന്നു.

വാരിയർ ആ സ്ത്രീയെ വിളിച്ചുണർത്തി. എന്നിട്ടു ചോദിച്ചു:

'നിങ്ങൾ ഈ ഭക്ഷണം കഴിച്ചില്ലേ? ഞാൻ പറഞ്ഞതല്ലേ?'

അപ്പോഴും ആ സ്ത്രീ ഒന്നും മിണ്ടിയില്ല. വീണ്ടുംചോദിച്ചപ്പോൾ പറഞ്ഞു:

'രാത്രിയെങ്ങാനും സഖാവിന് വീണ്ടും വിശന്നാലോ എന്നുകരുതി വെച്ചതാ. ഇവിടെ ഇതേ ഭക്ഷണമുള്ളൂ.'

അതുകൂടി കേട്ടപ്പോൾ വാരിയരുടെ ശരീരമാകെ വിയർത്തുകുളിച്ചു. ഉറക്കെ കരയണം എന്നുതോന്നി. അദ്ദേഹം വാതിൽ തുറന്ന് പുറത്തെ ഇരുട്ടിൽ ചെന്നു നിന്നു. അപരിചിതമായ ഒരു ദേശം മുഴുവൻ തന്നെവന്ന് വിഴുങ്ങുന്നതുപോലെ. നെഞ്ചിൽ കരച്ചിൽകിടന്ന് കിതയ്ക്കുകയാണ്.

അല്പംകഴിഞ്ഞപ്പോൾ മാഷ് വന്നു. വാരിയർ അദ്ദേഹത്തിനൊപ്പം ഇറങ്ങി. വീട്ടിൽനിന്നും ഇറങ്ങുന്നതിനു മുൻപ് അദ്ദേഹത്തിന് ആ സ്ത്രീയുടെ മുഖത്തേക്കുനോക്കാൻ സാധിച്ചില്ല.

പ്രഭാതത്തിന്റെ നേർത്ത പ്രകാശത്തിൽ അവർ മിണ്ടാതെ നടന്നു. കുറച്ചുവഴി കഴിഞ്ഞാൽ കാവലൻ എന്നൊരാൾ കാത്തുനില്പുണ്ടാവുമെന്നും പിന്നെ അയാൾ അടുത്ത താവളത്തിൽ എത്തിക്കുമെന്നും മാഷ് പറഞ്ഞു. വാരിയർ ഒന്നും മിണ്ടിയില്ല. അപ്പോൾ മാഷ് ചോദിച്ചു.

'എന്താ ഭയം തോന്നുന്നുണ്ടോ?'

എന്നിട്ടും അദ്ദേഹം ഒന്നും പറഞ്ഞില്ല.

'ഞങ്ങൾക്കൊക്കെ ധൈര്യം തരുന്ന കെ.വി.കെ. പതറുകയാണോ?' മാഷ് ചോദിച്ചു.

അതുകേട്ടതും കെ.വി.കെ. പൊട്ടിപ്പൊട്ടിക്കരയാൻ തുടങ്ങി. ഒരുമരത്തിൽ മുഖം ചേർത്ത് ചങ്കുകീറിക്കരഞ്ഞു. മാഷിന് ഒന്നും മനസ്സിലായില്ല. കുറച്ചുകഴിഞ്ഞ് കരച്ചിൽ ഒരു കിതപ്പിന് വഴിമാറിയപ്പോൾ വാരിയർ നടന്നതെല്ലാം മാഷിനോട് പറഞ്ഞു. കനകമലത്താഴ്‌വരയിലെ തണുത്ത പ്രഭാതം ഒരിലപോലും പൊഴിക്കാതെ അത് കേട്ടുനിന്നു. പറഞ്ഞുതീർന്ന് വാരിയർ ചോദിച്ചു:

'നമ്മൾപോന്ന ആ കുടിലിലെ കുട്ടികളെ പട്ടിണിക്കിട്ട് വളർത്തുന്ന കമ്യൂണിസം നമുക്കുവേണോ മാഷേ? കാര്യം എനിക്ക് കുട്ടികളില്ല, പക്ഷേ, എനിക്ക് വിശപ്പറിയാം'

അപ്പോൾ മാഷ് പറഞ്ഞു: കെ.വി.കെ., ആ കുട്ടികൾ ഒരുപക്ഷേ, ഇന്ന് പട്ടിണികിടന്നു മരിച്ചേക്കാം. എന്നാൽ ഇതുപോലുള്ള എത്രയോ കുട്ടികൾക്കും ദരിദ്രർക്കുംവേണ്ടിയാണ് നമ്മൾ പൊരുതുന്നത്. ഞങ്ങൾക്ക് ക്ലാസെടുക്കുന്ന കെ.വി.കെ.യ്ക്ക് അതറിയില്ലേ?'

കമ്യൂണിസം കലക്കിക്കുടിച്ച കെ.വി.കെ.യ്ക്ക് പക്ഷേ, അത് മനസ്സിലായില്ല. അദ്ദേഹം നനഞ്ഞ കണ്ണുകളോടെ മിഴിയടച്ചുനിന്നപ്പോൾ, വിരിഞ്ഞുവരുന്ന ചുകന്ന പ്രഭാതത്തെ നോക്കി മാഷ് മുഷ്ടിചുരുട്ടി വിളിച്ചു:

'ഇങ്കിലാബ്'.

അതുകേട്ട് കണ്ണുതുറന്ന കെ.വി.കെ. ഒരു നിമിഷത്തെ മൗനത്തിനുശേഷം കൈയുയർത്തി വിറയ്ക്കുന്ന സ്വരത്തിൽ വിളിച്ചു:

'സിന്ദാബാദ്.'

അത് കനകമലയുടെ അസ്തിവാരങ്ങളിൽ തട്ടി പ്രതിഫലിച്ചു. അവർ നടന്നു.

ഇത്രയും പറഞ്ഞശേഷം അപ്പൻ കിതച്ചു. കുറച്ചുനേരം ചുമരിൽ തലചായ്ച്ചിരുന്നു. ഒരു ബീഡികത്തിച്ചു. അന്ന് പിന്നെ അപ്പൻ ആരോടും മിണ്ടിയിട്ടില്ല.

വർഷങ്ങൾക്കുശേഷം ഞാൻ കെ.വി.കെ.യെ പരിചയപ്പെട്ടു. അപ്പോഴേക്കും അദ്ദേഹം കമ്യൂണിസ്റ്റ് പാർട്ടിയിൽനിന്നും പുറത്തുപോന്നിരുന്നു. എന്തൊക്കെയോ ദുഃഖങ്ങൾ അദ്ദേഹത്തെ അലട്ടിയിരുന്നു. പ്രായത്തിൽ ഏറെ അന്തരമുണ്ടെങ്കിലും ഞാനും ബാലചന്ദ്രനും രവിയും ഹുസൈനും പോളിയും എല്ലാം ചേർന്ന സംഘത്തിൽ അദ്ദേഹം വരും. അയ്യന്തോൾ മൈതാനത്തും കൊറിയൻ ജോസിന്റെ കടയിലും ഞങ്ങൾ സംസാരിച്ചിരിക്കും.

കെ.വി.കെ.യെ പരിചയിച്ച കാര്യം അപ്പനോടു പറഞ്ഞപ്പോൾ അപ്പൻ പറഞ്ഞു:

'എന്തിനാണ് അദ്ദേഹം പാർട്ടിയിൽനിന്ന് പുറത്തുപോയത് എന്നെനിക്കറിയില്ല. എന്നാൽ ഒന്നറിയാം: അത്തരം കമ്യൂണിസ്റ്റുകാരെയും അദ്ദേഹം അന്നു പറഞ്ഞ ആ അനുഭവത്തിലേതുപോലുള്ള മനുഷ്യരെയും നിന്റെ വഴിയിൽ നീ കണ്ടെന്നുവരില്ല. കമ്യൂണിസം വെറുമൊരു പാർട്ടിയോ തിരഞ്ഞെടുപ്പുകളോ മുദ്രാവാക്യം വിളികളോ അധികാരമത്സരങ്ങളോ ഒന്നുമല്ല ഇന്നസെന്റേ,

മനുഷ്യത്വമാണ്; മനുഷ്യത്വം മാത്രമാണ് . മനുഷ്യത്വമുള്ളവരെല്ലാം നല്ല കമ്യൂണിസ്റ്റുകാരാണ്. മനുഷ്യത്വത്തിന്റെ പുസ്തകമാണ് മാർക്സിസം.'

ഇപ്പോഴും ഇടയ്ക്കിടെ ഇരിങ്ങാലക്കുട കിഴക്കേപ്പള്ളിയിലെ അപ്പന്റെ കുഴിമാടത്തിൽ ഞാൻ ചെന്നുനില്ക്കാറുണ്ട്. അപ്പോഴെല്ലാം അപ്പൻ പതുക്കെ ചോദിക്കുന്നത് എനിക്കു കേൾക്കാം: അത്തരം മനുഷ്യരെയോ കമ്യൂണിസ്റ്റുകാരെയോ നീ കണ്ടുമുട്ടിയോ?

പ്രിയപ്പെട്ട അപ്പാ, അത്തരക്കാർ ഈ ഭൂമിയിൽ എവിടെയൊക്കെയോ ഉണ്ട്. എന്റെ കൺമുന്നിൽ വരുന്നില്ല എന്നുമാത്രം. 'അന്വേഷിപ്പിൻ കണ്ടെത്തും' എന്നല്ലേ ബൈബിൾ പറയുന്നത്? ഞാനെന്റെ അന്വേഷണം തുടരുകയാണ്. അത്തരം ഒരാളെ കണ്ടെത്തുന്ന ദിവസം അയാളുമൊത്ത് ഞാൻ അപ്പന്റെ കുഴിമാടത്തിൽ വരും, എന്നിട്ട് അയാളുടെ കൈപിടിച്ചുയർത്തിയിട്ട് ഉച്ചത്തിൽ വിളിക്കും.

'ഇങ്കിലാബ്.'

അപ്പോൾ എനിക്കേറെ പ്രിയപ്പെട്ടതും പരിചിതമായതുമായ ശബ്ദത്തിൽ അപ്പൻ വിളിക്കുന്നത് എനിക്കുകേൾക്കാം.

'സിന്ദാബാദ്!'

പള്ളിക്കു മുകളിലെ തിരുരൂപം അതുകേട്ട് മന്ദഹസിക്കും, അൾത്താരയിൽ മെഴുകുതിരികൾ മിഴിതുറക്കും.